మూలఘటిక కేతన

ఆంధ్రభాషాభూషణము

ప్రతిపదార్థ, టీకాతాత్పర్య భాషాశాస్త్రవ్యాఖ్యానసహితం

అయినవోలు ఉషాదేవి

ఎమెస్కో

Mulaghatika Ketana (13th Century A.D.)
AANDHRABHAASHAABHUUSHANAMU
(Original Text with Linguistic Interpretation)
Ainavolu Usha Devi

మూలఘటిక కేతన (13వ శతాబ్దం)
ఆంధ్రభాషాభూషణము
(ప్రతిపదార్థ, టీకాతాత్పర్య భాషాశాస్త్రవ్యాఖ్యానసహితం)
అయినవోలు ఉషాదేవి

సంపాదకులు : **డా॥ డి. చంద్రశేఖరరెడ్డి**

ముద్రణ : **జూన్, 2014**

మూల్యం : **రూ. 100/-**

ISBN : 978-93-80409-56-6

టైటిల్ డిజైన్ : **జి. పురుషోత్త్ కుమార్**

ప్రింటర్స్ : **సాయిలిఖిత ప్రింటర్స్**, హైదరాబాదు.

ప్రచురణ
ఎమెస్కో బుక్స్
1-2-7, బానూకాలనీ,
గగన్‌మహల్ రోడ్, దోమలగూడ,
హైదరాబాద్ - 500 029.
ఫోన్ & ఫ్యాక్స్ : 040-23264028.
e-mail : emescobooks@yahoo.com,
www.emescobooks.com

పంపిణీదారులు
సాహితి ప్రచురణలు
29-13-53, కాళేశ్వరరావు రోడ్డు,
సూర్యారావుపేట, విజయవాడ - 2.
ఫోన్ : 0866-2436643
e-mail : sahithi.vja@gmail.com

ఎప్పుడూ, ఏ మాత్రమూ ఇబ్బంది పెట్టకుండా నన్ను
రాసుకోనిస్తున్నందుకూ, చదువుకోనిస్తున్నందుకూ
మా అమ్మాయి **చి॥అర్మిలి**కి, వాళ్ల నాన్న **మనోహర్**కూ
(ప్రొఫెసర్. జె. మనోహర్‌రావు, కేంద్రీయ విశ్వవిద్యాలయం)

శాస్త్రీయమైన వ్యాఖ్య

భాషకు ఒక వ్యవస్థ ఉంటుంది. క్రమబద్ధమైన నిర్మాణం ఉంటుంది. ప్రతి భాషా వ్యవహర్తా ఆ నిర్మాణాన్ని సహజ పరిసరాల్లో నేర్చుకుంటాడు. భాషకు లిపి ఏర్పడిన తర్వాత లిఖితరూపంలోని ఆ భాషా ప్రయోగాన్ని పరిశీలించి దాని నిర్మాణాన్ని విశ్లేషించే ప్రయత్నం చేసేవాడు వ్యాకర్త. ఆ నిర్మాణ వర్ణనే వ్యాకరణం. లిపిలేని మౌఖిక భాషలకు కూడా వ్యాకర్తలు వ్యాకరణాలు రచించవచ్చు. సాధారణంగా లిపి ఏర్పడి లిఖిత సాహిత్యం ఉద్భవించిన తర్వాతే దాన్ని ఉపయోగిస్తున్న రచయితల సౌకర్యంకోసం వ్యాకరణాల రచన జరుగుతూ ఉంటుంది. భాషా వ్యవహర్తల్లో ఆ లిఖిత రూప భాషను వాడే వాళ్ల ఉపయోగం కోసమే ప్రాథమికంగా ఈ వ్యాకరణ రచన.

కాలక్రమంలో భాషా వినియోగ రంగాల విస్తృతి ముఖ్యంగా విద్యా, సాహిత్య రంగాలలో దాని వాడుక వ్యాకరణ రచనా లక్ష్యాన్ని, ఆవశ్యకతను నిర్ధారిస్తుంది. భాషా నిర్మాణాన్ని వ్యాకర్త పరిశీలించే దృష్టి కూడా వ్యాకరణ స్వరూప స్వభావాలను నిర్ణయిస్తుంది. ఒక ప్రత్యేక భాషా నిర్మాణాన్ని విశ్లేషించేవాడు వ్యాకర్త అయితే, భాషా సామాన్య లక్షణాలను విశ్లేషించేవాడు భాషాశాస్త్రవేత్త. ఈ ఇద్దరి ఆసక్తుల్లోనూ, పరిశీలించే వస్తువులోనూ పోలిక కారణంగా ఇద్దరి లక్షణాలూ, పని విధానమూ కలిసిపోతుంది.

భారతీయ భాషా సమాజాల్లో సంస్కృత భాషాధ్యయనం ప్రాచీనమైనది. అటు వైదిక సంస్కృతానికీ, ఇటు లౌకిక సంస్కృతానికీ ఎన్నో వ్యాకరణాలు, నిఘంటువులు వచ్చాయి. దాదాపు మూడువేల సంవత్సరాలకు పైగా ఈ వ్యాకరణ శాస్త్ర చరిత్రతో మనకు పరిచయం ఉంది. సంస్కృతంలోనే భిన్న వ్యాకరణ సంప్రదాయాలున్నాయి. పాణిని అష్టాధ్యాయిని ఒక 'అద్భుతం'గా ఇప్పటికీ భాషా శాస్త్రవేత్తలు అభివర్ణిస్తున్నారు.

భారతదేశంలో విద్యామాధ్యమంగా ఒకటి రెండు శతాబ్దాల కిందటి వరకూ సంస్కృతమే ఉంది. అందువల్ల ఏ భారతీయ భాషా వ్యవహర్తలయినా వారి పఠన పాఠనాలు సంస్కృతంలోనే సాగాయి. క్రమక్రమంగా వివిధ దేశీయ భాషల్లోనూ సాహిత్య, శాస్త్ర రచనలు వెలిశాయి. ఆ క్రమంలోనే వ్యాకరణాలు, నిఘంటువులు వచ్చాయి. ప్రాచీన భారతీయ భాషల వ్యాకర్తలందరూ సంస్కృత వ్యాకరణ సంప్రదాయాన్ని పాటించారు. తెలుగులో సాహిత్యం ఎప్పుడు ప్రారంభమైందన్న ప్రశ్నకు తెలుగు భాష పుట్టినప్పుడే అనీ, తెలుగులో లిఖిత సాహిత్యం ఎప్పుడు ప్రారంభమైందన్న ప్రశ్నకు తెలుగులిపి ప్రారంభమైనప్పుడేననీ సమాధానం. ఒక బృహద్రచన మనకు లభించిన తేదీని ప్రమాణంగా తీసికోవడం వల్ల మాత్రమే నన్నయ భారతం తెలుగులో తొలిరచన కావడం.

ఆధునిక పండితులు చాలామంది అభిప్రాయం ఇదే. పైగా నన్నయ తెలుగు భాషను వ్యవస్థీకరించి, వ్యాకరించి, సాహిత్య సృజన చేశాడన్న అభిప్రాయాన్ని వీళ్లు వ్యక్తం చేశారు. బహుశా అందువల్ల 'ఆంధ్రశబ్ద చింతామణి' కి నన్నయ కర్తృత్వాన్ని ఆపాదించడం జరిగింది. అదే సంస్కృతంలో రచించిన 'ఆంధ్రశబ్ద చింతామణి' అన్నది మొదటి తెలుగు వ్యాకరణమన్న భావనకు దారి తీసింది.

పదమూడో శతాబ్దికి చెందిన మూలఘటిక కేతన 'ఆంధ్రభాషా భూషణము' అనే పద్యాంధ్ర వ్యాకరణాన్ని రచించి తానే తొలి తెలుగు వ్యాకరణాన్ని రచించినట్లు చెప్పుకున్నాడు. అతని మాటలను సందేహించ వలసిన ఆవశ్యకత ఏమీ లేదు. తెలిసిన వ్యాకరణ సంప్రదాయం సంస్కృత సంప్రదాయమే అయినప్పటికీ తెలుగు భాషకున్న స్వత్వం కేతనకు తెలియంది కాదని అతని వ్యాకరణం అడుగడుగునా నిరూపిస్తుంది. ప్రాచీనకాలం నుండి నేటి వరకూ వ్యాకరణ నిర్మాణంలోనూ, పరిభాషలోనూ సంస్కృత మర్యాదల్నే పాటిస్తున్న తెలుగు వ్యాకర్తలు కొల్లలుగా కనిపిస్తూ ఉంటే కేతన చూపించిన తెలుగుదనమూ, స్వతంత్ర ఆలోచనా విధానమూ ఆశ్చర్యాన్నీ, అతని పట్ల గౌరవాన్నీ కలిగిస్తుంది. ఈ స్వతంత్ర ఆలోచనా రీతి కారణంగానే అతని వ్యాకరణాన్ని ఆధునిక భాషాశాస్త్ర దృష్ట్యా కూడా పరిశీలించవలసిన ఆవశ్యకత

ఏర్పడింది. కేతన పరిశీలనలు, నిర్ధారణలు ఆధునిక భాషా శాస్త్రవేత్తలను కూడా ఆశ్చర్య పరుస్తాయి.

'ఆంధ్రభాషాభూషణము' విపులమైన వ్యాకరణం కాని, సమగ్రమైన వ్యాకరణం కాని కాదు. ఈ వ్యాకర్త ప్రాథమిక ప్రయత్నంగా కనిపిస్తుంది. బహుశా తరువాతెప్పుడో ఒక సమగ్ర వ్యాకరణాన్ని రచించాలన్న ఉద్దేశమూ ఉండి ఉంటుంది. అయినా రచన అంతటా తన ముద్ర చూపించుకున్న కేతనను తమ సంస్కృత సంప్రదాయాభిమానం కారణంగా తెలుగు పండితలోకం పట్టించుకోక పోవడమూ, అతని వ్యాకరణ అసమగ్రత కారణంగా ఆధునిక భాషా శాస్త్ర వేత్తలు నిర్లక్ష్యం చేయడమూ- సమంజసం కాదు. ఆధునిక భాషాశాస్త్ర వేత్తల్లో సంప్రదాయ సాహిత్యంతోనూ, వ్యాకరణాలతోనూ పరిచయం లేనివారికి ఆంధ్రభాషాభూషణ అస్తిత్వం నామమాత్రమే.

ఆచార్య అయినవోలు ఉషాదేవి భాషాశాస్త్రవేత్త. సంప్రదాయ తెలుగు సాహిత్యంలో ప్రవేశమూ, అభిరుచీ కలిగిన విద్వాంసురాలు. ఒక వ్యాకరణాన్ని గురించి సంప్రదాయ వ్యాకరణాల దృష్టితోనూ, ఆధునిక భాషా శాస్త్ర దృష్టితోనూ కూడా పరిశీలించగలిగిన పరిశోధకురాలు. తను చేసే ఏ అధ్యయనంలో నయినా తన సామాజిక అధ్యయన కోణాన్ని ఆమె ఎన్నడూ మరచిపోలేదు. అమరకోశం వంటి నిఘంటువును కానీ, ఆంధ్రభాషాభూషణం వంటి వ్యాకరణాన్ని కాని భాషా దృష్టితో పరిశీలించే సందర్భంలో ఆమె సామాజిక చారిత్రిక దృక్కోణం కూడా వ్యక్తమవుతూ ఉంటుంది. అర్థం ఇచ్చే పద్ధతిలోనూ, ఉదాహరణల్లోనూ చరిత్రనూ, నాటి సమాజాన్నీ తెలుసుకొనే, తెలియజెప్పే ప్రయత్నం ఆమె రచనలోని విశిష్టత.

ఆంధ్రభాషా భూషణము వంటి రచన బహుముఖ అధ్యయన స్వభావం కలిగిన, తెలుగు భాషాసాహిత్యాల పట్ల అపారాభిమానం కలిగిన భాషా శాస్త్రవేత్తకు అధ్యయనాంశం కావడం యాదృచ్ఛికం కాదు. తెలుగువారి గొప్పతనాన్ని ప్రపంచానికి చాటాలన్న లక్ష్యంతో ఉషాదేవిగారు ఈ అధ్యయనం చేపట్టారు. కేతన ఆంధ్ర భాషా భూషణాన్ని ఇంగ్లీషులోకి అనువదించి, వ్యాఖ్యానించి ప్రచురించి భాషాశాస్త్ర వేత్తల మన్ననలను పొందారు.

ఆంధ్రభాషా భూషణానికి తెలుగులో ఉన్న ఒకే ఒక వ్యాఖ్యానం సంప్రదాయ పద్ధతికి చెందింది. ఆధునిక భాషా శాస్త్ర దృష్టితో కేతనను అధ్యయనం చేసి, అతని పరిశీలనా నైశిత్యాన్ని, విశ్లేషణా సామర్థ్యాన్ని లోకానికి చాటి చెప్పవలసిన ఆవశ్యకతను ఈ రచన ద్వారా ఉషాదేవిగారు పూరించారు.

ఇంగ్లీషులో అంతర్జాతీయ పాఠకలోకానికి ఆంధ్రభాషాభూషణ ప్రాశస్త్యాన్ని విడమరచి చెప్పిన ఉషాదేవి గారు ఇప్పుడు మరోసారి తెలుగు భాషాభిమానుల దృష్టిని కూడా ఆకర్షిస్తున్నారు.

తొలి తెలుగు వ్యాకరణ గ్రంథ ఆంగ్లానువాదాన్నీ వ్యాఖ్యానాన్నీ మీకు అందించిన ఎమెస్కో సంస్థ 2009 ఇప్పుడు తెలుగు వ్యాఖ్యానాన్నీ అందిస్తున్నది. తెలుగు వ్యాకరణ వికాస చరిత్రలో కేతన స్థానాన్ని నిరూపిస్తున్న ఈ గ్రంథాన్ని తెలుగు భాషా సాహిత్యాభిమానులు, భాషా పరిశోధకులు, తెలుగు ఉపాధ్యాయులు, విద్యార్థులు ఆదరిస్తారని ఆశిస్తున్నాం.

డి. చంద్రశేఖర రెడ్డి

ముందుమాట

తెలుగు భాషా సాహిత్యాల పట్ల ఆసక్తి, అభిరుచి ఉన్న వారికి కూడా అంతగా పరిచయం లేని తొలి తెలుగు వ్యాకరణం 'ఆంధ్రభాషా భూషణము'. ఈ 'శబ్దశాస్త్రా'న్ని తెలుగు భాషకు మొట్టమొదటిసారిగా రాసిన ఈ గ్రంథకర్త పేరు మూలఘటిక కేతన. ఈయన 13వ శతాబ్దికి చెందినవాడు. ప్రధానంగా కవి. సంస్కృతంలో దండి రాసిన 'దశకుమారచరిత'ను తెలుగులో అనుసృజించి 'అభినవదండి' అని పేరు గాంచినవాడు. ఈయనదే కావ్యంకాని మరో గ్రంథం 'విజ్ఞానేశ్వరీయము' అనే ధర్మశాస్త్ర గ్రంథం. ఇతను తిక్కన మహాకవికి సమకాలీనుడు; దీనికి సాక్ష్యం ఆయన రచనల్లోనే మనకు కనిపిస్తుంది. ఒకటి - ఆయన తన 'దశకుమార చరిత్ర'ను తిక్కనకు అంకితమిస్తూ, దాన్లో తిక్కన వంశాన్నీ, పుట్టుపూర్వోత్తరాలనూ వర్ణించాడు; రెండు - ఏ కవికైనా కవిత్వం చెప్పి తిక్కనను మెప్పించడం ఎంతో కష్టం అలాంటిది తాను చెప్పిన 'దశకుమారచరిత'ను ఆయనే మెచ్చుకోగాలేనిది ఇంక ఇతరులెవరైనా వేరే తనని మెచ్చుకోవాల్సిన పనేముంది అంటూ కేతనే ఈ గ్రంథంలో రాసుకున్న పద్యం (5). దీనిని 'అంతరగ్రంథ సాక్ష్యం' (Internal evidence) అంటారు. ఇలాంటి సాక్ష్యాలే మరో రెండు విషయాలలో కూడా మనకు బలంగా కనిపిస్తాయి. ఈ గ్రంథంలో చాలా స్పష్టంగా నాలుగైదు పద్యాలలో తనకు పూర్వం తెలుగుకు ఎవ్వరూ 'లక్షణం' చెప్పలేదనటం (పద్యాలు -6, 7, 11 మొదటిది కాగా) తెలుగు భాషా సాహిత్యవేత్తలంతా తరచుగా ఉదాహరించే 'తల్లి సంస్కృతంబె ఎల్లభాషలకును" అనే పద్యభాగంలో కేతన మరింత స్పష్టంగా "దానివలన కొంత కానబడియె, కొంత తాన కలిగె, నంతయు నేకమై, తెనుగు బాస నాగ వినుతికెక్కె" అన్న పద్యం వల్ల 13వ శతాబ్దంలోనే కేతన "తెలుగు సంస్కృత జన్యం" కాదని గట్టిగా చెప్పడం మరొకటి.

తానే 'తొలి తెలుగు వ్యాకర్త'నని నొక్కి చెప్పుకున్నప్పటికీ తెలుగువారు మాత్రం ఎక్కువమంది ఎక్కువకాలం తొలితెలుగు వ్యాకరణం 'ఆంధ్రశబ్ద చింతామణి' అనీ దాన్ని నన్నయ సంస్కృతంలో మొదటగా రాసాడనీ చెపుతూ వచ్చారు. "నన్నయ భట్టాది కవి జనంబుల కరుణన్" తాను రాస్తున్నానని చెప్పుకున్న వ్యక్తి తానే మొదటగా రాస్తున్నట్లు సమకాలీనులందర్నీ నన్నయ వ్యాకరణం ఉండగా వంచించడం సాధ్యమేనా? అలాగే, తెలుగుకూ సంస్కృతానికీ ఏమీ సంబంధం లేదన్న విషయం. రూప నిర్మాణ రీత్యా ఏమీ సంబంధం లేదు కాబట్టే సంస్కృత పదాలన్నింటినీ 'తత్సమాలు'గా మార్చుకునే సూత్రాలు రూపొందాయి; అందువల్లనే ధాతురూపమే తప్ప వ్యాకరణ రూపం తీసుకోకూడదని 'వృక్షేణ,దక్షాయ.. ఇలా తెలుగులో చేరవు" (28వ పద్యం) అని కూడా గట్టిగా చెప్పాడు కేతన.

తెలుగు భాషగా ఈనాడు మనం వ్యవహరిస్తున్న భాషకు 'తెలుగు, తెనుగు, ఆంధ్రము' అనే మూడు పేర్లు ప్రధానంగా ఉన్నాయి. (ఇవికాక తమిళంలో వడుగరు అనీ, పాశ్చాత్యులు జెంటూ అనీ వ్యవహరించడం కూడా ఉంది) ఈ మూడు పేర్లపై తెలుగులో చాలా చర్చ జరిగింది. (చూ. వేదం వేంకట రాయశాస్త్రి; భద్రిరాజు కృష్ణమూర్తి, 1974 (2010, 8వ ముద్రణ).

కేతన కూడా తన 'ఆంధ్రభాషాభూషణము'లో ఈ మూడు పేర్లను "పర్యాయ పదాలు" గానే వాడాడు. వీటిని గ్రంథమంతటినుండీ ఏరి లెక్కిస్తే, 'తెనుగు' అనే మాటను (అచ్చ తెనుగుతో కలిసి) 24 సార్లు వాడాడనీ (పద్యసంఖ్యలు; 6, 7, 14, 19, 20, 21, 23, 24, 25, 27, 28 (రెండుసార్లు), 29, 30, 41, 45, 65, 123, 126, 131, 132, 153, 159, 160); తెలుగు లేదా తెలుంగు అనే మాటను 10 సార్లు వాడాడనీ (పద్య సంఖ్యలు - 15 (రెండుసార్లు) 41, 63, 69, 83, 125, 129, 168, 189); 'ఆంధ్రము' అనే పదాన్ని 8 సార్లు వాడాడనీ (పద్యాలు - 8, 11, 13, 28, 185, 191, 192) అన్నింటినీ భాషాపరంగానే వాడినట్లూ తెలుస్తుంది. ఇక్కడ గమనించాల్సిన మరో విషయం కూడా ఉంది; తెనుగు – తెలుగు పదాలలో 'బాస', 'భాష' రెండూ వాడినప్పటికీ, 'ఆంధ్ర'తో మాత్రం 'బాస' కలపలేదు; 'భాష' మాత్రమే కలిపాడు. అన్నీ కలిపి మొత్తం 40 సార్లు ఈ మాటలను వాడాడు.

తన వ్యాకరణం కవులు, పండితులు ఎలా స్వీకరిస్తారో నన్న అనుమానం, మొదటిది కావడంవల్ల - కేతనను ఎక్కువగా బాధించినట్లు ఆయన వారిని పదే పదే వేడుతున్న తీరునుబట్టి అర్థం చేసుకోవాల్సి ఉ ంటుంది. (పద్యాలు: 9, 10, 11)

ఒక సమాజం మాట్లాడేభాషను మనం సాధారణంగా 'ఒక భాష'గా అంటే 'ఏకరూపం'గా పరిగణిస్తాం. అంటే 'తెలుగువాళ్లంతా తెలుగు మాట్లాడుతారు' అన్న విధంగా. కానీ భాషల్లో ఎన్నో రకాల భిన్నత్వాలూ, వైవిధ్యాలూ ఉంటాయన్నది అందరికీ తెలిసిన విషయమే. వాటన్నింటినీ రకరకాల మాండలిక భేదాలుగా (ప్రాంతీయ లేదా భౌగోళిక; సామాజిక లేదా వర్గ అలాగే వైయక్తిక) గుర్తించి అధ్యయనం చేయడం భాషాశాస్త్రంలో పరిపాటి. అలా కాకుండా భాషాగతంగానే మౌఖిక - లేఖన భేదాలు కూడా భాషలో ఏర్పడటం సహజం. ఈ రకమైన వ్యత్యాసాలకు భాషాపరిణామంతో బాటు, అనేక చారిత్రక, సామాజిక, రాజకీయ కారణాలు కూడా ఉంటాయి. ప్రపంచంలోని కొన్ని లిఖిత భాషా సంప్రదాయాలున్న సమాజాల్లో మాట్లాడే రూపానికీ, రాసే రూపానికీ మధ్య ఉండే వైవిధ్యం ప్రగాఢంగా కనిపిస్తుంది; ఇలాంటి వ్యత్యాసాన్ని గుర్తించి ఆధునిక భాషాశాస్త్రంలో మొదటగా ప్రతిపాదించిన వారు ఛార్లెస్ ఎ. ఫెర్గ్యుసన్. 1959లో ముద్రితమైన ఆయన 'డైగ్లోసియా' అనే వ్యాసం ఎందరికో తదుపరి పరిశోధనలకు స్ఫూర్తిదాయకమైంది. (నిజానికి ఈ మాటను 1930 లో మొదటగా వాడింది 'విలియం మార్సైస్' అనే అరబిక్ భాషావేత్త అనీ, అయితే ఆయనకు అంత ప్రాచుర్యం రానందువల్ల, ఫెర్గ్యుసన్‌కి పేరు వచ్చిందనీ కొందరంటారు). ఈ "డైగ్లోసియా" అన్న మాటను తెలుగు భాషాశాస్త్రంలో "ద్వైమాండలికత" లేదా "ద్వైశాబ్దికత" అని అంటున్నారు. (ద్వైభాషికత' అంటే 'రెండు భిన్న భాషలు మాట్లాడటం). అరబిక్, టర్కిష్, చైనీస్, జపనీస్, ఐరిష్, వెల్ష్ వంటి భాషలలో ఈ "ద్వైరూపకత" వైవిధ్యాలను గుర్తించి పరిశోధించడం జరిగింది.

భారతీయ భాషలలో ఈ భేదం లేఖన సంప్రదాయం, సాహిత్య వారసత్వం ఉన్న భాషలన్నింటిలోనూ - అంటే ఆర్యభాషలలో బెంగాలీ, ఒరియా వంటి భాషలలోనూ (సాధు-చలిత్), ద్రావిడ భాషలలో తమిళ,

తెలుగు, కన్నడ భాషలలోనూ (గ్రాంథిక - వ్యవహార) కనిపిస్తుంది. తెలుగులో గ్రాంథిక భాష బ్రిటిష్‌వారి పాలనలో అన్ని రకాల దైనందిన అవసరాలకు - ముఖ్యంగా పరిపాలనా, విద్యారంగాలకు సరిపోదని, గ్రాంథిక భాషవల్ల సామాన్య ప్రజానీకంతో పరిపాలనా సౌలభ్యం ఏర్పడటం లేదని గుర్తించిన పాశ్చాత్యులు, అదే ఆలోచనా స్రవంతీ, ఆలోచనా దృక్పథం ఉన్న గిడుగు రామమూర్తి, గురజాడ అప్పారావువంటి వారితో కలిసి గ్రాంథికభాషా వినియోగాన్ని వ్యతిరేకించి, వ్యవహారభాషకే ప్రాధాన్యం ఇచ్చారు.

అయితే, ఈ భేదాన్ని అందరికంటే ముందుగా గుర్తించి, ప్రస్తావించిన ఘనత మాత్రం కేతనదనే చెప్పుకోవాలి. అంటే 13వ శతాబ్దం నాటికే ఆయన "కవుల/ కావ్యభాష" అనీ "సాధారణ/ అందరికీ తెలిసిన భాష" అనీ ఈ ఆంధ్రభాషాభూషణములో ప్రతిపాదించి, ఆయా లక్షణాలను ప్రత్యేకంగా పేర్కొన్నాడు. అయితే కేతన ప్రకారం రెండు కాదు; మూడు రకాల భేదాలున్నాయి. అవి: (1) కావ్యభాష (దానికే ప్రత్యేకమైన లక్షణాలు); (2) జనవ్యవహార భాష (భాషా సామాన్య లక్షణాలు); (3) గ్రామ్య భాష (సభ్య సమాజంలో వాడకూడనిభాష). కావ్య భాష గురించి "తెలుగు కవుల కబ్బంబులలో" అనీ, "కవి ప్రయోగాలలో" అనీ "సుకవీంద్రులు కృతులలో పనిగొని రచియించినట్టి పరిపాటివల్ల" అనీ, ఇలాంటి రూపాలయితే కవులు ఇష్టపడతారు; ఇలాంటి రూపాలను ఇష్టపడరు అనీ కొన్ని ప్రత్యేకమైన సూత్రాలు చేసాడు. (పద్యాలు : 62, 65, 101, 132, 157, 158, 160, 174, 176, 178, 184, 185, 186) ఛందో అవసరాలు అంటే గణాలలో గురు-లఘు భేదాలకోసం కవులు రూపభేదాలను ఎలా సృష్టించారో వివిధ పద్యాలలో ఉదాహరణలు ఇస్తాడు. అలాగే జనసామాన్య భాషను గురించి "జగతి చెల్లుటవలనన్" అనీ, "ఎల్లకడల చెల్లుననీ" (164) "ప్రచురమై యునికిన్" (159), "ఎల్లెడ పరగుచుండు" (161) "చెల్లుచుండు లేదా పరగుగాన", (168), "జగతిలోకూడుగాన" (170) అన్నాడు.

ఈ రకంగా తెలుగులో రెండు రకాలుగా భాషాభేదాలున్నాయని, "ససూత్రంగా" వర్గీకరించిన కేతన తెలుగులో రెండు రకాల భాషావ్యవస్థలు 13వ శతాబ్దం నాటికే స్థిరపడ్డ విషయాన్ని స్పష్టం చేసాడు.

అంతేకాదు; మొట్టమొదటిసారిగా తెలుగు పదజాలాన్నంతా 5 భాగాలుగా వర్గీకరించిన కేతన వాటికి (i) తత్సమము, (ii) తద్భవము; (iii) అచ్చ తెనుగు, (iv) దేశ్యము; (v) గ్రామ్యము అనే పేర్లు పెట్టాడు. వీటిలో తత్సమం తప్ప తక్కిన అన్నీ "అచ్చ తెలుగు" మాటలనీ, వాటిలో గ్రామ్యమంటే ఎవ్వరూ మెచ్చరనీ, అయినప్పటికీ ఇతరులను నిందించేటప్పుడు, తిట్టేటప్పుడూ అది కూడా "ఒప్పుతుందనీ" చెప్తూ, ఒక సీస పద్యం నిండా 'గ్రామ్య' ఉదాహరణలిచ్చాడు. ఇవన్నీ 'నిరక్షరాస్యుల' భాషగా 13వ శతాబ్దం నుండీ నేటికీ అలాగే ప్రజల నోళ్లలో మనకు వినిపిస్తూండటం గమనార్హం అంటే 'గ్రామ్యాన్ని' రెండు రకాలుగా ఆధునిక పద్ధతిలో (i) మాండలికం, (ii) బూతు (tabool vulgar). ఈ విధంగా కేతన భాషలోని పదజాల వ్యవస్థ, నిర్మాణవ్యవస్థల ఆధారంగానే తెలుగులో రెండు కాకుండా "మూడు" రకాలుగా వైవిధ్యం ఉందని సోపపత్తికంగా నిరూపించాడు.

"తత్సమాల"ను ఎలా వాడాలో చెప్తూ సంస్కృతపదాలపై "తెనుగు విభక్తులు ఘటించి" చెప్పాలన్నాడు. (28 వ పద్యం నుండి 41 వరకు) తత్సమ పదాలను రూపొందించే సూత్రాలను వివరించాడు. అప్పటికీ, ఇప్పటికీ ఈ సూత్రాలే కాదు, గ్రామ్యం అంటూ కేతన ఇచ్చిన ఉదాహరణలే - తెలుగు + తత్సమం కలిపిన సమాసాల కల్పన సరియైనది కాకపోయినా, పెద్దలు వాడిన 'కఱకంఠుడు', 'వాడిమయూఖములు', 'వేడిపయోధారలూ' - ఇలాంటివి వాడవచ్చునన్న విషయం జాగ్రత్తగా గమనిస్తే, అప్పటినుండి లాక్షణికులు, వ్యాకర్తలూ దాదాపుగా అవే ఉదాహరణలు ఇచ్చారే తప్ప కొత్తవి సాహిత్యం నుండి ఏరి తీసుకొన్నవి చాలా తక్కువనే చెప్పాలి.

తెలుగు బహువచనం గురించి కూడా కేతన ఎక్కువ వివరంగా పరిశీలించాడు. తెలుగు బహువచనం ఈనాటి భాషాశాస్త్రవేత్తలకు కూడా శాస్త్రీయ విశ్లేషణకు పూర్తిగా లొంగని వ్యవస్థ (దీనిపై విస్తృతమైన ఆలోచన చేసినవారు చేకూరి రామారావు చూడండి: 1972/1982). అయినప్పటికీ, కేతన ఆధునిక వర్ణనాత్మక భాషాశాస్త్ర పద్ధతిలో తెలుగు బహువచనానికి (68వ పద్యం నుండీ 81 వ పద్యం వరకూ) సూత్రాలు రాయడమే కాకుండా 'సూత్రం - దాని వెంటనే ఉదాహరణ' అన్న వర్ణనాత్మక భాషావేత్తల పద్ధతిలోనే ఇచ్చి తన వ్యాకరణాన్నంతా రచించాడు.

కేతన ఇచ్చిన ఉదాహరణలన్నీ అతని కాలం వరకూ వచ్చిన కావ్యాలనుండి ఎంపిక చేసినవే అయి ఉండవచ్చని మొదటగా పేర్కొన్నవారు కేతనపై పరిశోధన చేసిన హరిశివకుమార్ గారు (1973/2005). 11-13 శతాబ్దాల మధ్య వచ్చిన కావ్యాలన్నీ చదివి, ఉదాహరణలను సేకరించాలనే ఆలోచన ఉంది. కొన్ని ఉదాహరణలు హరిశివకుమార్ పేర్కొన్న వాటిని ఇక్కడ ఉదాహరించడం జరిగింది.

ఈ వ్యాకరణంలో కేతన క్రియను గురించి లోతుగా, సమగ్రంగా ఆలోచించ లేదనిపిస్తుంది. అయినప్పటికీ ఆయన చేసిన మట్టుకు సూత్రీకరణలు చాలా తేలికైన మాటలతో, అందరికీ అర్థమయ్యేలా ఉన్నాయి. "ఇలన్ ఒరుడు నీవు నేను చేసిన పనులు క్రియలు" - ఈ పద్యాన్ని విద్యార్థులకు వినిపిస్తే, వాళ్లు 'వ్యాకరణాలు ఇలా ఉంటే ఎంత బాగుండును?' అనే అభిప్రాయాన్ని వ్యక్తంచేసారు. అలాగే క్రియ కిందనే కృత్తులని, తద్ధితాలనీ పారిభాషక పదాలు వాడకుండా కేతన నామ పద నిష్పన్నాలను వివరించిన తీరు, వాటికోసం "శబ్దగత అర్థజ్ఞానాన్ని" ఆశ్రయించిన తీరు చూస్తే, ఈ నామ నిష్పన్నాలలో అర్థానికి ఉన్న ప్రాధాన్యం అర్థం అవుతుంది. 'ఈడు' అనే మాట 'వేరే వేరే మాటలు లేకపోవడం వల్ల 'భాష', 'గుణము' 'కులము' అనే మూడు విషయాలను తెలియజేస్తుంది అని ఆధునికులు రూపసామ్యం, అర్థభేదం ఉన్న "హోమోనిమ్స్" (homonyms) ని నిర్వచించినట్లు నిర్వచించాడు కేతన. మూడుసార్లు 'ఈడు' వాడటం వ్యర్థంగా కాదనీ, రూపమొక్కటే అయినా అవి వేరే వేరే ఆరోపాలుగా గుర్తించాలనీ ఆయన భావించాడను కోవాలి.

అలాగే వాక్యనిర్మాణం గురించిన ఆలోచనలు కూడా మొట్టమొదటగా చేసినవాడు కేతనే! మచ్చుకు - 186 వ పద్యంలో తెలుగు కవులు కావ్యాలలో భిన్న కర్తలకు ఒకే క్రియ వచ్చినప్పుడు ఆ క్రియను ఆయా కర్తలకు వేర్వేరుగానైనా పెడతారనీ, లేదా ముందు క్రియ తర్వాత కర్తల పేర్లు పెడతారని, లేదంటే కర్తల పేర్లన్నీ ముందు చెప్పి క్రియ చివర పెడతారనీ, కానీ రెండు (లేదా అంతకన్నా ఎక్కువ) కర్తల మధ్య క్రియను పెట్టరనీ చెప్పిన విధం, ఆధునికంగా తెలుగు వాక్యాన్ని చేకూరి రామారావుగారు (చేరా) (1975) విశ్లేషించిన విధంగానే ఉంది. దానికే మరో ఉదాహరణగా క్త్వార్థక, (భూతకాలిక

అసమాపక) క్రియారూపాలతో ఉండి, ఏకకర్తృకం (ఒకే కర్త) కలిగిన వాక్యనిర్మాణం (156 వ పద్యం).

ఇలా చెప్పుకుంటే కేతన భాషా విశ్లేషణలోని ఆధునికత్వం మనల్ని ఎంతగానో ఆకట్టుకుంటుంది. ఒక్క చిన్న పద్యంలో 'యడాగమాన్ని' చెప్పేందుకై "అబలాయేలే యిచ్చ యపూర్వమొకో యిది యచ్చెరువై యునికి" అంటూ కాకతి రుద్రమదేవి (ప్రాచీన కాలంలో తెలుగు దేశంలోనూ, భారతదేశంలోనూ కూడా ఏకైక స్త్రీ ఏలిక) గురించి పరోక్షంగా చెప్పిన సమకాలీన చారిత్రక అభిమాని కేతన.

అతి తక్కువ మాటలతో, అతి తేలికైన (సులభమైన) పదాలతో వ్యాకరణం ఎలా రాయొచ్చో దారి చూపిన కేతనను పక్కనబెట్టి అతిక్లిష్ట పారిభాషిక పదాలతో, విద్యార్థులను హడలెత్తించి, భాషా విముఖుల్ని చేస్తూ వస్తున్న 'చిన్నయసూరి' పద్ధతిని మనం ఆహ్వానించడం, 150 ఏళ్లకు పైగా నిర్బంధంగా నేర్పబూనడం "గ్రాంథికభాషా వ్యతిరేక ఉద్యమ" లక్ష్యాలకు దూరం కావటమే. (అయితే ఒక్కటి చెప్పుకోవాలి - సంస్కృత సంజ్ఞలూ, పారిభాషిక పదాలూ వాడినప్పటికీ మనసు పెట్టి అర్థం చేసుకుంటే చిన్నయ సూరి కూడా ఆస్వాదయోగ్యుడూ, అవశ్యపఠనీయుడు అన్నది సత్యదూరం కాదు, కానీ, ఆ రకంగా నేర్చుకునే తరం మారిపోయిందని ఒప్పుకోకతప్పదు).

ఈ వ్యాకరణంలోని చాలాపదాలు వాడుకలో లేకుండా పోయినందువల్ల అర్థాలను దేవినేని సూరయ్య గ్రంథంతోపాటు, సూర్యరాయాంధ్ర నిఘంటువు, శబ్ద రత్నాకరము, శబ్దార్థచంద్రిక నిఘంటువుల నుండి తీసుకోవడం జరిగింది.

191 పద్యాలతో, ఒకే ఆశ్వాసంగా ఉన్న ఈ మొదటి వ్యాకరణ గ్రంథం నాకు అర్థమైన తీరులో మీకు అందించే, అర్థం చేసే ప్రయత్నం చేసాను; భాషా, వ్యాకరణ, సాహిత్యాభిమానులంతా ఆదరిస్తారని ఆశిస్తున్నాను. కేతన చెప్పిందేస్ఫూర్తిగా "ఒప్పులుంటే మెచ్చండి; తప్పులుంటే దిద్దండి".

06-06-2011 — అయినవోలు ఉషాదేవి

కృతజ్ఞతలు

తొలి తెలుగు వ్యాకరణం అయిన ఈ 'ఆంధ్రభాషాభూషణము' గ్రంథాన్ని భాషాశాస్త్ర వ్యాఖ్యానంతో ఇంగ్లీషులోకి అనువదించి, ప్రపంచ సాహిత్యానికి పరిచయం చేయాలనుకున్న నా ఉత్సుకతను ప్రోత్సహించి ఆంగ్ల ప్రాజెక్టు మంజూరు చేసిన పొట్టి శ్రీరాములు తెలుగు విశ్వవిద్యాలయం అధికార సిబ్బందికీ; ఈ ఆంగ్ల గ్రంథాన్ని ముద్రించమని కోరగానే, భాషాసాహిత్యాల ప్రచురణల పట్ల తమకున్న గౌరవంతో ముందు వెనుకలు ఆలోచించకుండా అందంగా ముద్రించి ఇవ్వడమే కాకుండా, దీనికి తెలుగులో కూడా వ్యాఖ్యానం రాసాననీ, దానిని కూడా ముద్రించమనీ కోరిన నా అభ్యర్థనను మన్నించిన ఎమెస్కో ప్రచురణ సంస్థ అధినేత ఎమెస్కో విజయకుమార్‌గారికీ, ప్రత్యేకించి ఎమెస్కో సంపాదకులు, తన పనుల ఒత్తిడి ఎంతగా ఉన్నప్పటికీ, రెండు భాషల వ్యాఖ్యానాలూ చదివి, ఈ తెలుగు వ్యాఖ్యానానికి కోరిన వెంటనే 'ప్రస్తావన' రాసిన మిత్రులు స్నేహశీలి డా॥డి.చంద్రశేఖరరెడ్డి గారికీ –

ఇలా రెండు వ్యాఖ్యానాలను ఇంగ్లీషు, తెలుగు భాషల్లో రాస్తున్నానని యథాలాపంగా చెప్పినప్పుడు ఈ ఆంధ్రభాషా భూషణానికి దేవినేని సూరయ్యగారి 'దివ్యప్రభా వివరణము' అనే వ్యాఖ్యానం ఉందనీ, అది శిథిలదశలో ఉన్నప్పటికీ, దాన్ని వాడుకునేందుకు ఉదార హృదయంతో ఇచ్చిన ఆచార్య ఎన్.ఎస్.రాజు (కేంద్రీయ విశ్వవిద్యాలయం) గారికీ,

నా ఇంగ్లీషు వ్యాఖ్యానాన్ని పంపగానే, సంతోషించి, అంతకుపూర్వం నాకు లభ్యంకాని తన 'కేతన' గ్రంథాన్ని పంపించి, ఈ తెలుగు వ్యాఖ్యానంలో ఆయన పరిశీలనను కూడా చేర్చుకునేందుకు అనుమతించిన ఆచార్య హరిశివకుమార్ (కాకతీయ విశ్వవిద్యాలయ విశ్రాంతాచార్యులు) గారికీ,

ఆంధ్రభాషాభూషణము ఆంగ్ల వ్యాఖ్యానం తనని ఆపకుండా చదివించిందని అభినందించి, అందులోని ఉదాహరణలకు కావ్య ఉపపత్తులు వెదికి తెలుగు వ్యాఖ్యానంలో చేరిస్తే బాగుంటుందని సూచించి, కచదేవయాని ఉదాహరణ చూపిన పొట్టి శ్రీరాములు తెలుగు విశ్వవిద్యాలయం ఉపాధ్యక్షులు ఆచార్య అనుమాండ్ల భూమయ్యగారికీ,

నా విద్యాభ్యున్నతికీ రచనా వ్యాసంగానికీ ఎప్పుడూ చేయూతనూ, ప్రోత్సాహాన్నీ అందించే కుటుంబ సభ్యులందరికీ, చిరకాలంగా భాషా సాహిత్య విషయాలలోనూ, వైయక్తికంగా ఆత్మీయతలు పంచుకుంటున్న మిత్రులందరికీ, భాషాశాస్త్రం పట్ల అభిరుచి కలిగించి మొదట్లో పరోక్షం గానూ, తర్వాత ప్రత్యక్షంగానూ స్ఫూర్తినిచ్చిన గురువుగారు ఆచార్య చేకూరి రామారావుగారికీ, నాకు ఎం.ఎ.లో (ఉస్మానియా) భాషాశాస్త్రం బోధించిన ఇతర గురువులందరికీ -

కృతజ్ఞతా గౌరవాభివందనాలు.

సంకేతాలు

ఏ.వ.	–	ఏకవచనము
తృ.	–	తృతీయా విభక్తి
తృ.బహు./బ.	–	తృతీయావిభక్తి బహువచనం
ప్ర.పు.	–	ప్రథమ పురుష
ఉ.పు.	–	ఉత్తమ పురుష
వర్త. కా.	–	వర్తమానకాలం.
బా.వ్యా.	–	బాలవ్యాకరణము
సూ.	–	సూత్రము
పు.	–	పురుష
చి.సూ.	–	చిన్నయసూరి
చూ.	–	చూడండి
పై	–	పైన
ఆం.భా.భూ.	–	ఆంధ్రభాషాభూషణము
బా.వ్యా.ప్ర.	–	బాలవ్యాకరణము– ప్రకీర్ణక ప్రకరణము
హర.	–	హరవిలాసము
భోజ.	–	భోజరాజీయము
శాస.	–	శాసనాలు
దశ.	–	దశకుమార చరిత్రము
విజ్ఞా.	–	విజ్ఞానేశ్వరీయము
ఆది	–	ఆదిపర్వం (నన్నయభారతం)
అర/అరణ్య	–	అరణ్య పర్వం (నన్నయభారతం)
సర్వలక్షణ.	–	సర్వలక్షణసారం
పుం.	–	పుంలింగం
స్త్రీ.	–	స్త్రీలింగం
నపుం.	–	నపుంసకలింగం.
సూ.ని.	–	సూర్యరాయంధ్ర నిఘంటువు
శ.ర.	–	శబ్ద రత్నాకరము
దే.సూ.	–	దేవినేని సూరయ్య
చే.రా.	–	చేకూరి రామారావు

కేతన వాడిన వ్యాకరణ పరిభాష

'ఆంధ్రభాషా భూషణము' అనే ఈ వ్యాకరణ గ్రంథంలో మూలఘటిక కేతన రెండు విధాలైన వ్యాకరణ పరిభాషను ఉపయోగించాడు. (1) సంస్కృత వ్యాకరణం నుండి సంగ్రహించిన సంప్రదాయ వ్యాకరణ పారిభాషిక పదాలు కొన్ని; (2) తానే స్వయంగా ఏర్పరచుకొన్న తెలుగు పారిభాషిక పదాలు కొన్ని. వీలయినంత తక్కువగా వ్యాకరణ సాంకేతిక పదాలు వాడినప్పటికీ ఆయన వాడిన పరిభాష ఆసక్తికరమైనది; తరువాతి వ్యాకర్తలెవ్వరూ వాడనిది. వాటినన్నింటినీ కింద వివరించడమైనది.

పరిభాష	అర్థం
అంతములు	ప్రత్యయాలు (పదాలలో నామాలకూ, క్రియలకూ చివర చేరేవి)
అంతస్థలు	య, ర, ల, వ అనే ధ్వనులు
అగ్రపదము	సమాసంలో అన్నింటికీ చివరన వచ్చే పదం
అచ్చతెనుగు	తత్సమ, తద్భవాలుకాకుండా తెలుగులోని అయిదు పద భాగాల్లో మూడవది.
అచ్చులు	పాణిని సంప్రదాయంలో వాడిన స్వరసంబంధమైన, నిరాఘాటంగా ఉచ్చరించబడే ధ్వనులు
అడగు	తొలగిపోవు
అదుకు	వచ్చిచేరు, కలసిపోవు
అన్యపదము	వేరే / ఇంకోమాట
అభిధానము	నిఘంటువు
అరబిందు/ అర్ధానుస్వారము/ అర్ధబిందు	అర్ధానుస్వారము, 'న' కారాన్ని తటస్థీకరించాక పూర్తిగా కాకుండా, దాని పక్కనున్న ధ్వనిని అనునాసికంగా పలకడం. దీనిని 'అర్ధచంద్రవంక' [c] తో రాసేవాళ్లు. (ఆధునికంగా వాడటం లేదు)
అర్థము	భావము

అఋ	'అ' కారం
అవ్యయము	'వ్యయము లేనిది' అని నిర్వచించే, ఏ ప్రత్యయమూ చేరని మాట
అస్మత్	ఉత్తమపురుష ఏక, బహువచన రూపాలు
ఆదులు	'అ' మొదలుకొని – 'క' ప్రారంభమయ్యే వరకు ఉండే అచ్చు అక్షరాలు
ఆద్యచ్చు (ఆది + అచ్చు)	సమాసంలో రెండో పదంలోని 'మొదటి అచ్చు' (పరస్వరం)
ఇఋ	'ఇ' కారము
ఈత్వము	'ఈ' అనే అచ్చు
ఉడుగు	పోవు
ఉడుపు	పోగొట్టు
ఉత్తరపదము	సమాసంలో రెండో (కుడివైపు) మాట
ఉత్వము	'ఉ' కారం
ఉభయ పదము	సమాసంలో ఉండే రెండు మాటలు
ఉఋంత షష్ఠి	'ఉ' కారాంతమైన షష్ఠీ విభక్తి పదాలు
ఉఋ	'ఉ' కారం
ఊదుచు	ఊనికతో
ఊష్మములు	శ, ష, స, హ అక్షరాల గుంపుకు పేరు
ఏక పదము నడిమి	పదమధ్యం
ఏకవచనము	'ఒకటి'ని (ఒక్కపదార్థాన్ని) సూచించేది
ఏకాక్షర	ఒకే అక్షరం పదంగా ఉన్నవి
ఒరుడు	ప్రథమ పురుష, ఏకవచనం
కరణ	తృతీయావిభక్తి కారకం
కర్త/కర్తృ	ఒక పనిని చేసేవాడు, వాక్యంలో క్రియతో పనిని అన్వయించే నామం

కర్మ	ద్వితీయా విభక్తి కారకం, ఒక పని ఫలితాన్ని అనుభవించేవారు/ అనుభవించేది
కాదులు	'క' నుండి 'హ' వరకు
కాలము	క్రియతో కలిసి భూత, వర్తమాన, భవిష్యత్‌లను తెలిపేది
కుఱ్ఱు	'కు' కారం
కుఱుచలు	హ్రస్వాలు
క్రియ	చేసేపనిని సూచించే పదం
గకారము	'గ' అనే అక్షరం
గ్రామ్యము	'సాహిత్య', 'శిష్ట' వ్యవహారంకాని, మాండలిక యాస
చతుర్థి	నాల్గవ విభక్తిప్రత్యయం
చనుదెంచు	చేరు, కలుపు
జంగమ	ప్రాణి సంబంధమైన
జడ్డ	ద్విత్వం. ఒక హల్లు కింద అదే హల్లు రావడం
డుఱ్ఱు	'డు' కారం
తత్సమము	సంస్కృత పదాలకు సమానమైనది; సంస్కృతం పై తెలుగు విభక్తులు కలుపగా ఏర్పడే పద విభాగం
తద్భవము	"దాని నుండి పుట్టినది" (సంస్కృత, ప్రాకృతాల నుండి మార్పు చెందిన పద విభాగం)
తిర్యక్	జంతువులు, పక్షులు మొ॥ వాటికి కలిపి చెప్పే పదం (పశు పక్ష్యాదులు)
తుదివర్ణము	చివరి అక్షరం / ధ్వని
తృతీయ	తృతీయా (మూడవ) విభక్తి (కరణాన్ని, అనుభూతినీ, సహార్థాన్నీ తెలిపేది)
తేలుచు	ఉనిక లేకుండా
త్రోచివచ్చు	ఒక ధ్వనిని (వర్ణాన్ని) తొలగించి మరొకటి ఆ స్థానంలో రావటం

దీవెన	ఆశీరర్థకం
దేశ్యము	తత్సమ, తద్భవేతరమైన తెలుగు పదజాలం
ద్వితీయ	ద్వితీయావిభక్తి
నకారము	'న' అనే అక్షరం / ధ్వని
నాంతము	'న' కారం (పదం) చివరన రావటం
నిడుపు	దీర్ఘం
నిశ్చయము	సరిగ్గా, అపవాదం లేకుండా
నీవు/ఎదిరి	మధ్యమ పురుష, ఏకవచనం
నేను	ఉత్తమ పురుష, ఏకవచనం
పంచమి	పంచమీవిభక్తి
పదము	మాట, శబ్దం
'పున్' ఆదేశం	'పు' అనేది ఆదేశంగా చేరటం
పురుషాఖ్యలు	మనుషులపేర్లు
పూర్వ పదము	సమాసంలో మొదటిమాట
పెర అచ్చులు	ఇతరమైన అచ్చులు
పై పదము	సమాసంలో రెండోమాట
పొడము	వస్తుంది/కనపడుతుంది
పొల్లు నకారము	హలంతమైన 'న్' కారం
ప్రార్థన	కోరడం, అభ్యర్థించడం
బహువచనము/ బహుత్వము	ఒకటికంటే ఎక్కువ అని తెలిపేందుకై వాడే వ్యాకరణ పదం
బిందువు /సున్న/ అనుస్వారం	అనునాసికాలను వాటి గుర్తులతో కాకుండా, అన్నింటికీ 'సున్న' [o] గుర్తునే వాడటం; తటస్థీకృత అనునాసికం.
భవిష్యత్	రాబోయేకాలం
భూత	జరిగిపోయిన కాలం

మాత్ర	అక్షరం ఉచ్చారణ కాలం
మానవాఖ్యలు	మనుషులపేర్లు
ముఙ్బు	'ము' కారం
మొదలిపదము	సమాసంలో మొదటిమాట (ఎడమ పక్కనుండేది)
మొదలి వర్ణము	పదంలోని మొదటి అక్షరం లేదా ధ్వని
య కారము	'య' అక్షరం/ ధ్వని
యుష్మత్	మధ్యమ పురుష ఏక, బహువచన రూపాలు
రీతి	శైలీభేదం
రుకారము	'రు' అక్షరం/ధ్వని
రుఙ్బు	'రు' అక్షరం/ధ్వని
రేఫ లకారములు	'ర' 'ల' అక్షరాలు/ధ్వనులు
ర్యంతము	'రి' కారంతో అంతమయ్యే పదాలు
లక్షణము	వ్యాకరణం
లాంతము	'ల' అక్షరం చివరన వచ్చే పదాలు
లుఙ్బు	'లు' కారం
వకారము	'వ' అనే అక్షరం/ధ్వని
వచనము	ఏక, బహుత్వాలను తెలిపే వ్యాకరణాంశం
వర్గము	క, చ, ట, త, ప లకు ఐదేసి అక్షరాలతో కూడిన, అదే స్థానంలో పలికే ధ్వని సమూహం
వర్తించు	వర్తమాన (కాలం)
వాక్యము	(కేతన ప్రకారం) అర్థవంతమైన పద సమూహం, పదబంధం లేదా పదం
వికల్పము	ఐచ్ఛికంగా - అంటే రావడం - రాకపోవడం రెండూ - జరగడం
విచ్చలవిడి	స్వేచ్ఛగా

విభక్తి	పదాలమధ్య సంబంధాలను అనుసంధానించి, అర్థాలకు దోహదం చేసే నామ ప్రత్యయాలు
విశేషణము	నామగుణాన్ని తెలిపేది
విసర్జనీయములు	విసర్గ (ః) గుర్తుతో రాసేవి
వుఋ్ఱ	'వు' కారం
వ్యంజనములు	హల్లులు, క నుండి హ వరకు
శబ్ద జాలము	మాటల సమూహం/పదజాలం
శబ్దము	పదం, మాట
శిక్షార్థము	ధ్వని (వ్యాకరణ) బోధన
షష్ఠి	షష్ఠీ (ఆరవ) విభక్తి; (సంబంధాన్ని తెలిపేది)
సంధి	ధ్వని పరిసరాలలో పదంలోకాని, రెండు పదాలు కలిసినప్పుడు కానీ జరిగే ధ్వని/వర్ణమార్పులు
సంబోధన	పిలవడానికి వాడే విభక్తి
సంశయము	సందేహం
సప్తమి	సప్తమీ (ఏడవ) విభక్తి (స్థల, కాలాలను తెలిపేది)
సమాసించు	సమాసంగా/పదబంధంగా రూపొందు
సున్న	'శూన్యం' గుర్తు. వర్గాక్షరాలతో వచ్చే ఆయా అనునాసిక ధ్వనుల తటస్థ సంకేతం.
స్థావర	కదలని
స్వర /స్వరములు	అచ్చులు
హల్లులు	అచ్చులుకానివి – 'క' కారం మొదలుకొని, 'హ' వరకు
హ్రస్వము	ఏకమాత్ర కాలంలో పలుకబడేది

విషయసూచిక

అధ్యాయం - 1

సంజ్ఞ

శా. శ్రీవాణీగిరిజేశ దంతిముఖ రాజీవాప్తులం గొల్చి వా
గ్దేవిం జిత్తములోన నిల్పుకొని శక్తిం భక్తిఁ గీర్తించి నా
నావిద్వత్సభలన్ వలం గొనువినూత్న ప్రౌఢకావ్యక్రియా
ప్రావీణ్యంబున నుల్లసిల్లుకవులన్ బ్రార్థించి ధన్యుండనై. 1

శ్రీ = లక్ష్మి; వాణీ = సరస్వతి; గిరిజ = పార్వతి; ఈశ = ఈ ముగ్గురి భర్తలైన విష్ణు, బ్రహ్మ, శివులు; దంతిముఖ = ఏనుగు ముఖముగల గణేశుడు; రాజీవ+ఆప్తులన్ = పద్మాలకు మిత్రుడైన సూర్యుడు - వీరందరిని; కొల్చి = పూజించి; వాగ్దేవిన్ = సరస్వతీదేవిని (వాక్కు దేవత); చిత్తములోన = మనస్సులో; నిల్పుకొని = నెలకొల్పుకొని; శక్తిం = శక్తి కొద్ది, చేతనయినంత; భక్తిన్ = భక్తితోను; కీర్తించి = ప్రార్థించి (పొగడి), నానా = అనేక, వివిధ; విద్వత్ సభలన్ = కవి, పండిత సభలలో; వలంగొను = పాల్గొనే; వినూత్న = కొత్త; ప్రౌఢ = చిక్కటి (సరళం కాని); కావ్యక్రియా = కవిత్వ గ్రంథ రచన; ప్రావీణ్యంబునన్ = నిష్ణాతులుగా; ఉల్లసిల్లు = వెలుగొందే; కవులన్ = కవులను; ప్రార్థించి= పూజించి (వేడుకొని); ధన్యుండనై = సఫలీకృతుడనై.

అర్థం

"లక్ష్మి, సరస్వతి, పార్వతులను, వారి భర్తలైన విష్ణు, బ్రహ్మ, మహేశ్వరులను, గణేశుని, సూర్యుణ్ణి పూజించి, భాషాదేవి యైన సరస్వతిని మనస్సులో నిలుపుకొని, నాశక్తి మేరకు భక్తితో ప్రార్థించి, ఎన్నో కవి, పండిత సభలలో పాల్గొని కొత్తగా, ప్రౌఢంగా కావ్య రచనలను చేసి మెప్పించిన కవులకు నమస్కరించి, ధన్యుడనై" (కింది పద్యంతో అన్వయం)

వ్యాఖ్యానం

తిక్కన మహాకవి సమకాలీనుడై, 13వ శతాబ్దికి చెందిన మూలఘటిక కేతన మొట్టమొదటిసారిగా తెలుగుభాషకు తెలుగులో రచించిన వ్యాకరణ గ్రంథం ఈ 'ఆంధ్రభాషాభూషణము'. అయితే ఈ వ్యాకరణ గ్రంథాన్ని కూడా ఇతర కావ్య గ్రంథాల సంప్రదాయాల పద్ధతిలోనే ప్రారంభించాడు కేతన. ఈ పద్ధతిలో ఈ గ్రంథంలో మొదటి

పదమూడు (13) పద్యాలలో ఇష్టదేవతా ప్రార్థన, కవి పరిచయం, వంశం, కవి బిరుదులు, ఇతర రచనలు మొదలైన అంశాల ప్రస్తావన ఉంది.

అందువల్ల కవి భారతీయ సంప్రదాయంలో మంగళప్రదంగా భావించే శ్రీతో ప్రారంభించి లక్ష్మి, సరస్వతీ పార్వతులతోపాటు వారి భర్తలైన విష్ణు, బ్రహ్మ, శివులను కూడా 'ఈశ' పదంతో కలిపాడు. "శ్రీవాణీ గిరిజేశ" అనే సమాసపదాన్ని పై విధంగా అర్థం చేసుకోకపోతే (క్రమాలంకార పద్ధతిలో) "లక్ష్మి, సరస్వతి, శివుడు" అని మాత్రమే అర్థం చేసుకుంటే సంప్రదాయపద్ధతికీ, ఉద్దేశిత అర్థానికి భిన్నంగా అర్థం మారిపోయే ప్రమాదం ఉంది. పై దేవతలతో పాటు కవి విఘ్నరాజైన గణేశున్నీ, సూర్యుణ్ణి కూడా ప్రార్థిస్తాడు. ఇదే పరంపరలో విద్వత్సభలలో ప్రసిద్ధిగాంచిన కావ్యాలను రచించిన కవులందరినీ కీర్తించాడు.

క. వివిధ కళానిపుణుఁడ నభి
నవదండి యనంగ బుధజనంబులచేతన్
భువిఁ బేరుఁ గొనినవాఁడను
గవిజనమిత్రుండ మూలఘటికాన్వయుఁడన్. 2

వివిధ = రకరకాల, అనేక; కళానిపుణుఁడన్ = కళలలో నేర్పరిని; అభినవదండి యనంగ = 'అభినవదండి' అనే పేరుతో; బుధజనంబులచేతన్ = పండితుల చేత; భువిన్ = భూమిలో; పేరుగొనినవాఁడను = పేరుగాంచినవాడిని; కవిజనమిత్రుండ = కవులందరికీ స్నేహితుణ్ణి; మూలఘటికాన్వయుడన్ = మూలఘటిక వంశమునకు చెందినవాడిని.

"నేను అనేక కళలలో నేర్పరిని (నిష్ణాతుడను). పండితులచేత "అభినవదండి" అనే పేరుతో ఈ భూమిమీద పేరుపొందినవాడిని. కవిలోకానికి మిత్రుణ్ణి; మూలఘటిక వంశస్థుణ్ణి".

ఈ రెండవపద్యంలో కవి తనవంశం "మూలఘటిక" అనీ, తాను ఎన్నో కళలలో నిష్ణాతుడిననీ, పండితులచేత "అభినవదండి" అనే బిరుదు పొంది పేర్గాంచిన వాడిననీ తన గురించి చెప్పుకున్నాడు.

క. ఖ్యాతశుభచరిత్రుఁడ వృష
కేతనపాదద్వయీనికేతనుఁ డనఁగా
గేతన సత్కవి యనఁగా
భూతలమున నుతిశతంబుఁ బొందినవాఁడన్. 3

ఖ్యాత = పేరొందిన; శుభచరిత్రుండ = మంచి నడవడి (చరిత్ర) కలిగినవాణ్ణి; వృషకేతన = శివుడి; పాదద్వయానికేతనుండు = పాదాలనాశ్రయించి జీవించేవాడిని; అనగా = అనీ; కేతన సత్కవి అనగా = 'కేతన' పేరుగల నేను మంచి కవిననీ, భూతలమున= ఈ భూమిమీద; నుతిశతంబు = వందలపొగడ్తలు; పొందినవాండన్ = అందుకున్న వాడిని.

"కేతన పేరుగల నేను పేరుగాంచిన మంచి చరిత్ర కలవాడిననీ, శివుడిపాదాలచెంత జీవించేవాణ్ణి అనీ, మంచి కవిననీ ఈ భూమిమీద ఎన్నో పొగడ్తలు పొందినవాడిని".

ఈ పద్యంలో కేతన తన గురించి తానుగా చెప్పుకుంటున్నట్లు కాకుండా ఈ భూప్రపంచంలో కేతన అంటే మంచి గుణగణాలు, నడవడిక కలిగినవాడుగానూ, శివపూజాభక్తి తత్పరుడుగానూ, సత్కవిగా పేరుగాంచిన వాడిగానూ ఇతరులు చెప్పుకుంటారని పేర్కొన్నాడు.

క. ప్రానయకును నంకమకును
సూనుండ మిత సత్యనయవచో విభవుండ వి
జ్ఞానానూన మనస్కుండ
నానా శాస్త్రజ్ఞుండను గుణాభిజ్ఞుండన్. 4

ప్రానయకును = ప్రానయ అనే పేరుగల వ్యక్తికీ; అంకమకును = అంకమ అనే పేరుగల స్త్రీకి; సూనుండ = కొడుకును; మిత = తక్కువగా; సత్య = నిజం, సత్యం; నయ = మంచిగా; వచోవిభవుండ = మాట్లాడేవాడిని; విజ్ఞాన = జ్ఞాన సంబంధమైన వాటిలో; అనూన మనస్కుండ = లగ్నమైన మనస్సు గలవాడిని; నానా శాస్త్రజ్ఞుండను = ఎన్నో శాస్త్ర విషయాలు తెలిసినవాడిని; గుణాభిజ్ఞుండను = మంచి గుణాలు కలిగినవాడిగా గుర్తింపు పొందినవాడిని.

"నేను ప్రానయ, అంకమలకు కుమారుణ్ణి. తక్కువ మాట్లాడేవాణ్ణి; నిజమే మాట్లాడేవాణ్ణి; మంచిగా మాట్లాడే వాణ్ణి. విజ్ఞానసంబంధమైన వాటిలో లగ్నమైన మనస్సుగలవాణ్ణి. ఎన్నో శాస్త్రాలు తెలిసినవాణ్ణి. గుణవంతుడుగా పేరున్నవాణ్ణి".

ఈ పై పద్యంలో కేతన తన తల్లిదండ్రుల పేర్లనూ, తన గుణగణాలనూ వివరించాడు.

ఆ. కవితఁ జెప్పి యుభయకవిమిత్రు మెప్పింప
నరిది బ్రహ్మకైన నతఁడు మెచ్చఁ
బరఁగ దశకుమారచరితంబుఁ జెప్పిన
ప్రోడ నన్ను వేఱె పొగడ నేల. 5

కవితజెప్పి = కవిత్వం చెప్పి; ఉభయ కవిమిత్రు = ఉభయకవి మిత్రుడిగా పేర్గాంచిన తిక్కన నుండి; మెప్పింపన్ = మెప్పు (బాగుంది అని) పొందడం; అరిది = అరుదు, చాలా కష్టం; బ్రహ్మకు అయిన = బ్రహ్మకైనా; అతడు = ఆ తిక్కనే; మెచ్చ = మెచ్చుకునేటట్లుగా; పరగ = విశదంగా; దశకుమారచరితంబు = దశకుమార చరిత్రను; చెప్పిన = రచించిన; ప్రోఢ = ప్రౌఢను; నన్ను = (అట్లాంటి) నన్ను; వేఱె = ఇంకా, వేరే; పొగడన్ ఏల? = పొగిడేదేముంది?

"కవిత్వం చెప్పి ఉభయకవి మిత్రునిగా పేరుగాంచిన తిక్కన మహాకవి మెప్పుపొందడం బ్రహ్మదేవుడికే తరంగాదు. అలాంటి తిక్కనను నా 'దశకుమార చరిత్ర' కావ్యం ద్వారా మెప్పించిన ప్రౌఢ కవినైన నన్ను ఇంకా వేరే పొగడాల్సిన పనేముంది?".

ఈ పద్యం ద్వారా కేతన మనకు కొన్ని చారిత్రక విషయాల సమాచారాన్ని తెలియజేస్తున్నాడు. తిక్కనలాంటి మహాకవిని కవిత్వంతో మెప్పించడం బ్రహ్మలాంటివారికే సాధ్యం కాదనీ, అలాంటి ఆయనను తన దశకుమారచరిత్ర కావ్యంతో మెప్పించగలిగాననీ, అందువల్ల తనకు వేరే ఇంకెవరి పొగడ్తలూ అవసరం లేదనీ చెప్పటం ద్వారా, తాను ఈ వ్యాకరణ గ్రంథానికన్నా ముందే దశకుమార చరిత్రను రాసినట్లు, దానిని తిక్కన మెచ్చుకున్నట్లు చెప్పటంతోపాటు, తద్వారా తిక్కనతో తన సమకాలీనతనూ ఎరుకపరిచాడు.

క. మున్ను తెనుఁగునకు లక్షణ
మెన్నఁడు నెవ్వరును జెప్ప రేఁ జెప్పెద వి
ద్వన్నికరము మది మెచ్చఁగ
నన్నయభట్టాదికవిజనంబుల కరుణన్. 6

మున్ను = పూర్వం, గతంలో; తెనుగునకు = తెలుగు భాషకు; లక్షణము = వ్యాకరణం, లక్షణాన్ని; ఎన్నడు = ఎప్పుడూ; ఎవ్వరును = ఎవరూ కూడా; చెప్పరు = చెప్పలేదు; ఏన్ = నేను; చెప్పెద = చెప్తాను (చెప్తున్నాను); విద్వత్ నికరము = పండిత బృందం (సముదాయం); మదిమెచ్చగ = మనస్సులో మెచ్చుకునేటట్లుగా; నన్నయభట్టు+ ఆది = నన్నయభట్టు మొదలుగాగల; కవిజనంబుల = కవుల సమూహాల; కరుణన్= దయవల్ల.

"తెలుగుభాషకు ఇంతకుపూర్వం (ఇప్పటివరకూ) లక్షణాన్ని (వ్యాకరణాన్ని) ఎవ్వరూ చెప్పలేదు. ఇప్పుడు పండితులంతా మెచ్చే విధంగా, నన్నయభట్టు మొదలైన కవుల దయవల్ల నేను చెప్తున్నాను".

ఈ పద్యం ద్వారా కేతన తెలుగుభాషకు అప్పటివరకూ ఏ వ్యాకరణ గ్రంథమూ లేదనీ, తానే కవి పండితులందరూ మెచ్చే విధంగా నన్నయభట్టు మొదలైన కవుల కరుణతో ఆ లక్షణ గ్రంథాన్ని చెప్తున్నాననీ పేర్కొనడం ద్వారా రెండు విషయాలను స్పష్టం చేసాడు. ఒకటి తెలుగుభాషకు తనదే తొలివ్యాకరణమనీ, రెండోది "నన్నయభట్టు మొదలైన కవులదయతో" తాను మొదటిసారి ఈ వ్యాకరణం రాస్తున్నాననీ చెప్పడం అందువల్ల సంస్కృత భాషలో లభించే "ఆంధ్రశబ్ద చింతామణి" కేతన కాలంవరకూ రాలేదనీ (వస్తే వచ్చినట్లుగా చెప్పి ఉండేవాడని మనం భావించాలి.) అంతేకాక అది నన్నయ రచన కాదని కూడా (అయివుంటే ఆ విషయమూ చెప్పి ఉండేవాడనీ) మనం అనుకోవాల్సి ఉంటుంది.

తే. సంస్కృతప్రాకృతాదిలక్షణముఁ జెప్పి
తెనుఁగునకు లక్షణముఁ జెప్ప కునికి యెల్లఁ
గవిజనంబుల నేరమి గాదు నన్ను
ధన్యుఁ గావింపఁ దలఁచినతలఁపుగాని. 7

సంస్కృత, ప్రాకృత ఆది = సంస్కృతం, ప్రాకృతం మొదలైన భాషలకు; లక్షణము+ చెప్పి = వ్యాకరణాలను చెప్పి; తెనుగునకు = తెలుగు భాషకు; లక్షణము = వ్యాకరణం/ లక్షణం; చెప్పక + ఉనికి = చెప్పకపోవడం; ఎల్లకవిజనంబుల = అందరుకవుల (యొక్క); నేరమికాదు = తెలియక పోవడం కాదు. నన్ను = నన్ను; ధన్యున్ = ధన్యుణ్ణి; అదృష్టవంతుడిని కావింపన్ = చేయాలన్న; తలచిన తలపుగాని = ఆలోచనే తప్ప.

"ఎంతోమంది కవులు సంస్కృతానికి, ప్రాకృతానికి లక్షణాలు రాసారు; కానీ తెలుగుభాషకు రాయ (చెప్ప)లేదు. అది వారి తెలయనితనం కాదు; నన్ను అదృష్టవంతుణ్ణి చేయాలన్న ఉద్దేశ్యంతోనే వారెవ్వరూ మునుపు వ్యాకరణ/లక్షణ గ్రంథాన్ని తెలుగుకు చెప్ప(రాయ)లేదు.

ఇంతకు ముందు పద్యంలో ఏమైనా సందిగ్ధత, అనుమానం ఉన్నట్లైతే, అది ఈ పద్యం పోగొడుతుంది. ఎందుకంటే పూర్వం సంస్కృతానికి, ప్రాకృతానికి వ్యాకరణ / లక్షణ గ్రంథాలు ఉన్నాయనీ, కానీ తెలుగుకు ఎవ్వరూ కూడా రాయకపోవడం వారి తెలియమికాదనీ, వారంతా తనని అలాంటి రచన చేయడం ద్వారా అదృష్టవంతుణ్ణి చేయాలనుకోవడం వల్లనే అలా జరిగిందనీ చెప్పడం వల్ల కేతన మరోసారి తెలుగుభాషకు ఎలాంటి వ్యాకరణం కూడా ఆంధ్రభాషాభూషణానికి పూర్వం (తెలుగులోనే కాదు; ఇతర ఏ భాషలోనూ కూడా) లేదన్న విషయాన్ని మరింత స్పష్టంగా చెప్పాడు.

క. భాషావేదులు నను విని
యాషణ్ముఖపాణినులకు నగు నెన యని సం
తోషింప నాంధ్రభాషా
భూషణ మనుశబ్దశాస్త్రమున్ రచియింతున్. 8

భాషావేదులు = భాషాపండితులు; ననువిని = నా యీ వ్యాకరణ/లక్షణ గ్రంథాన్ని విని; ఆ షణ్ముఖ, పాణినులకున్ = పూర్వపు షణ్ముఖ, పాణిని వంటి వ్యాకర్తలకు; అగున్+ ఎన అని = సమానుడని; సంతోషింపన్ = సంతోషపడునట్లుగా / పడే విధంగా; ఆంధ్రభాషా భూషణము అను = 'ఆంధ్రభాషాభూషణము' అనే పేరుతో; శబ్ద శాస్త్రమును రచియింతున్ = వ్యాకరణ గ్రంథాన్ని రాస్తాను.

"భాషా కోవిదులు నన్ను విని "ఆ షణ్ముఖ పాణినులకు ఇతను సమానమైన వాడని సంతోషించే విధంగా "ఆంధ్రభాషాభూషణము" అనే పేరుగల శబ్ద శాస్త్రాన్ని (వ్యాకరణ/ లక్షణ గ్రంథాన్ని) రాస్తాను".

ఈ పద్యంలో కేతన తన వ్యాకరణ గ్రంథం పేరు ఆంధ్రభాషాభూషణమనీ, దానిని విని (ఆ రోజుల్లో వినేవారు; ఈ రోజుల్లో 'చదివి' అంటాం) భాషావేత్తలు తనను సంస్కృతంలో ప్రసిద్ధ వ్యాకర్తలయిన షణ్ముఖ, పాణినులకు తనను సరిసమానుడుగా ఎంచి సంతోషించే విధంగా ఈ గ్రంథాన్ని రచిస్తున్నాననీ చెప్పుకున్నాడు.

క. ఒప్పులు గల్గిన మెచ్చుఁడు
తప్పులు గల్గిన నెఱింగి తగ దిద్దుఁడు త
ప్పొ ప్పనకుఁ డొప్పు తప్పని
చెప్పకుఁడీ కవులుపాస్తి చేసెద మిమ్మున్. 9

ఒప్పులు = సరియైనవి, మంచివి; కలిగిన = ఉన్నట్లయితే; మెచ్చుఁడు = మెచ్చుకోండి; తప్పులు = దోషాలు, సరికానివి; కలిగిన = ఉన్నట్లయితే; ఎఱింగి = తెలుసుకొని; తగన్ = చక్కగా; దిద్దుఁడు = సరిచేయండి /దిద్దండి; తప్పు ఒప్పు అనకుఁడు = తప్పును ఒప్పు అని అనవద్దు; ఒప్పు తప్పు అని చెప్పకుఁడీ = ఒప్పులను తప్పు అని చెప్పకండి; కవులు = కవులారా!; ఉపాస్తి చేసెద = ప్రార్థిస్తున్నాను / కోరుతున్నాను; మిమ్మున్ = మిమ్మల్ని.

"కవులారా! ఈ గ్రంథంలో సరియైన వాటిని మెచ్చుకోండి. తప్పులున్నట్లయితే వాటిని గ్రహించి సరిచేయండి. అంతేకాని తప్పుగా ఉన్న వాటిని ఒప్పనీ, సరియైన వాటిని తప్పనీ మాత్రం అనకండి. మీకు నమస్కరిస్తాను/ మిమ్మల్ని ప్రార్థిస్తున్నాను".

ఈ పద్యంలో కేతన ఇతర కవులనుద్దేశించి తన వ్యాకరణంలో సరియైన వాటిని మెచ్చుకొమ్మనీ, దోషాలేమైనా ఉంటే సహృదయంతో సరిదిద్దమనీ చెప్తూ, సరియైన వాటిని దోషాలుగాను, తప్పులను సరియైనవిగానూ మాత్రం చెప్పవద్దని వేడుకుంటున్నాడు. (ఈ పద్యంవల్ల ఆకాలం నాటికే తెలుగు కవులలో కొందరిలో అలాంటి లక్షణం ఉందేమో నన్న అనుమానం కలుగుతోంది).

క. గుణదోషంబు లెఱిఁగి యిది
గుణమిది దోష మనిపూజఁ గొందురు సుకవుల్
గుణదోషము లెఱుఁగక దు
ర్గుణములె గుణములని పూజఁ గొందురు కుకవుల్. 10

గుణదోషంబులు = మంచీ చెడులు; ఎఱిఁగి = తెలుసుకొని; ఇది గుణము = ఇది సరియైనది; ఇది దోషము అని = ఇది సరియైనదికాదు అంటూ (వివరిస్తూ); పూజగొందురు = పూజింపబడుతారు; సుకవుల్ = మంచికవులు; గుణదోషములు = ఒప్పు తప్పులు; ఎఱుఁగక = తెలియకుండా; దుర్గుణములె = చెడ్డగుణాలే, తప్పులే; గుణములని = సరియైనవని; పూజగొందురు = మెచ్చుకోబడతారు; కుకవుల్ = చెడ్డకవులు.

“మంచికవులకు మంచి యేదో, చెడ్డయేదో తెలుస్తుంది. అందువల్ల వారు ఇది సరియైనది, ఇది సరియైనది కాదు అని చెప్పడం ద్వారా పూజింపబడుతారు. కానీ చెడ్డకవులు ఒప్పేదో తప్పేదో తెలుసుకోలేక / తెలియకుండా తప్పులనే ఒప్పులుగా చూపించి పూజలందుకుంటారు”.

సాధారణంగా భారతీయ, తెలుగు కవుల సంప్రదాయంలో ‘సుకవిస్తుతి, కుకవి నింద’ అనేవి తప్పనిసరిగా కనిపిస్తాయి. అందువల్ల ఈ పద్యంలో కేతన కూడా సుకవులైన వారు మంచీ, చెడూ తెలుసుకోగలవారనీ, అందువల్ల ఇది ఒప్పు, ఇది తప్పు అని వివరించగలగడం వల్ల పూజింపబడుతారనీ, కానీ కుకవులు తప్పేదో ఒప్పేదో తెలియక పోవడంవల్ల దోషాలనే గుణాలుగా చూపించి పూజలందుకొంటారనీ సుకవులకూ, కుకవులకూ మధ్య తారతమ్యాన్ని తెలియజేసాడు.

ఉ. క్రొత్తగ నాంధ్రభాషకును గొండొకలక్షణ మిట్లు చెప్పెనే
యుత్తమబుద్ధి వీఁడ యని యోరలు వోవక విన్న మేలు మీ
రొత్తిన మీకు మాఱుకొని యుత్తర మిచ్చుట చాలవ్రేఁగు మీ
చిత్తమునందు స న్నెరవు సేయకుఁడీ కవులార మ్రొక్కెదన్. 11

క్రొత్తగన్ = కొత్తగా, నూతనంగా; ఆంధ్రభాషకు = తెలుగు భాషకు; కొండొక లక్షణము = ఏదో ఒక వ్యాకరణము; ఇట్లు = ఈ విధంగా; చెప్పెనే = చెప్పాడు కదా!; ఉత్తమబుద్ధివీఁడ = వీడే మంచి బుద్ధిమంతుడు; అని = అంటూ; ఓరలు పోవక = గుసగుసలు చెప్పుకోకుండా; విన్న = వింటే; మేలు = మంచిది; మీరు ఒత్తిన = మీరు విమర్శిస్తే; మీకు = అలా చేసిన మీలాంటి వారికి; మాఱుకొని = తిరిగి; ఉత్తరము + ఇచ్చుట = జవాబివ్వడం; చాలఁబ్రేఁగు = ఎంతో ఆలస్యం (అవుతుంది); మీ చిత్తమునందు= మీ మనసులో; నన్ను + ఎరవుసేయకుడీ = నన్ను దూరం చేయకండీ; కవులార = ఓ కవులారా; మ్రొక్కెదన్ = నమస్కరిస్తాను.

"ఓ కవులారా! కొత్తగా తెలుగుభాషకు వీడు ఒకానొక వ్యాకరణము/లక్షణము చెప్తున్నాడని మీలో మీరు గుసగుసలుగా మాట్లాడుకుంటూ నన్ను దూరం చేయకండి. మీకు జవాబు ఇవ్వడానికి (మిమ్మల్ని ఒప్పించడానికి) చాలా సమయం పడుతుంది. అందువల్ల నా పట్ల సుహృద్భావంతో ఉండండి; మీకు నమస్కరిస్తాను".

ఈ లక్షణ/ వ్యాకరణ గ్రంథం మొట్టమొదటిసారిగా తానే రాస్తున్నట్లు ముందు పద్యాలలో కేతన చెప్పాడు. అందువల్ల ఇట్లా కొత్తగా తెలుగులో తెలుగుభాషపై తాను రాయబోతున్న గ్రంథాన్ని గురించి గుసగుసలుగా (వ్యతిరేకంగా) చెప్పుకుంటూ తనని దూరం చేయవద్దనీ, వారందరికీ జవాబిచ్చి ఒప్పించడానికి తనకు సమయం చాలదనీ, అందువల్ల కవులందరరూ తన పట్ల సహృదయంతో ఉండాలనీ నమస్కరించి వేడుకుంటున్నాడు.

(తమకు కిట్టనివారి గురించీ, వారి పనులను గురించీ గుసగుసగా మాట్లాడుకోవడం మానవ సమాజాల్లో కనిపించే స్వభావం).

క. నేరములు కాళిదాసమ
యూరాదుల కైనఁ గలుగ నొరులకు లేవే
సారమతు లైన సుకవుల
కారుణ్యము కలిమి నేర్పు కవిజనములకున్. 12

నేరములు = తప్పులు; కాళిదాస, మయూర+ఆదులకు = కాళిదాసు, మయూరుడు మొదలైన వారికి; ఐన = కూడా; కలుగన్ = ఉండగా; ఒరులకు = ఇతరులకు; లేవే = ఉండవా?; సారమతులైన = పండితులైన, కోవిదులైన; సుకవుల = మంచికవుల; కారుణ్యము = ఔదార్యము, దయ; కలిమి = సంపద; నేర్పు = నైపుణ్యం; కవిజనములకున్ = కవిలోకానికి (కవులకు).

“తప్పులనేవి కాళిదాసు, మయూరుడు మొదలైన వారికే కలగగాలేనిది ఇతరులకు ఉండవా? బుద్ధిమంతులైన పండితుల, మంచికవుల యొక్క ఔదార్యమే కవిలోకానికి బలాన్నిస్తుంది”.

కేతన తాను కొత్తగా చెప్పబోతున్న వ్యాకరణ/లక్షణ గ్రంథంలో దోషాలున్నాయని ఎవరైనా ఎత్తిచూపుతారనే ముందుచూపుతో ఈ పద్యం రాసినట్లు అనిపిస్తుంది. చాలా పేరుపొందిన కవులైన కాళిదాసు, మయూరుడు మొదలైన వారి కావ్యాల్లోనే తప్పులు దొర్లినప్పుడు ఇతరులలో అవి ఉండడం సహజమనీ, కానీ బుద్ధిమంతులు, రసహృదయులు అయిన కవుల కారుణ్యమే (సహృదయమే) కవిలోకానికి కొండంత బలాన్నిస్తుందనీ చెప్పాడు.

తే. కంచి నెల్లూరు మఱి యోరుఁగల్ల యోధ్య
యనుపురంబులపై గంగ కరుగు మనిన
పగిది నొకత్రోవఁ జూపెద బహుపథంబు
లాంధ్రభాషకుఁ గల వని యరసికొనుఁడు. 13

కంచి = తమిళనాడులోని కంచి పట్టణం; నెల్లూరు = ఆంధ్రప్రదేశ్‌లోని ఇటీవలి శ్రీపొట్టి శ్రీరాములు నెల్లూరు జిల్లాగా పేరు మార్పుచెందిన నెల్లూరు పట్టణం; మఱి = మరియు/ ఇంకా; ఓరుఁగల్లు = వరంగల్లు; అయోధ్య = ఉత్తరప్రదేశ్‌లోని అయోధ్య; అను = అనేటటువంటి; పురంబులపై = పట్టణాల మీదుగా; గంగకు = గంగానదిని చేరేందుకు; అరుగుము = వెళ్లండి; అనిన పగిదిన్ = అన్న విధంగా; ఒక త్రోవన్ = ఒక మార్గం / ఒక దారి; చూపెద = చూపిస్తాను. బహుపథంబులు = అనేకదారులు/మార్గాలు; ఆంధ్రభాషకున్ = తెలుగు భాషకు; కలవని = ఉన్నాయని; అరసికొనుఁడు = తెలుసుకోండి.

“గంగానదికి వెళ్లడానికి కంచి, నెల్లూరు, ఓరుగల్లు, అయోధ్య అనే పట్టణాల మీదుగా వెళ్లండి అని చెప్పే విధంగా నేను తెలుగు భాషకు ఒకదారి చూపిస్తున్నాను; కానీ ఇంకా ఎన్నోమార్గాలు, దారులు ఉన్నాయని గ్రహించండి”.

ఒక ప్రాంతం నుండి మరోప్రాంతం వెళ్లాలంటే ఎన్నో మార్గాలుంటాయి. ఈ విషయాన్నే ఉపమానంగా తీసుకొని కేతన గంగానది చేరుకోవడానికి కంచి, నెల్లూరు, ఓరుగల్లు, అయోధ్యల మీదుగా వెళ్లాలని ఎవరైనా చెప్తే దాని అర్థం అదొక్కటే దారి అనికాదనీ, అలాగే తాను కూడా తెలుగుభాషకు ఒక వ్యాకరణమార్గాన్ని సూచిస్తున్నాననీ, అయినా ఇంకెన్నో విధాలుగా కూడా ఈ భాషను అర్థం చేసుకుని వర్ణించవచ్చుననీ తెలియచేస్తున్నాడు. ఇలా సూచించిన పేర్లన్నీ కేతన సమకాలీన జీవితంతో ముడిపడ్డ

పట్టణాలే కావడం ఇందలి విశేషం. 'కంచి నుండి కాశీ' వరకూ గంగానదిలో పుణ్యస్నానం చేసేందుకు ప్రయాణించేందుకు ఎన్నో మార్గాలున్నా, కంచిలో ప్రారంభించినవారు నెల్లూరు, ఓరుగల్లు, అయోధ్యల మీదుగా వెళ్లాలని ఒక పథనిర్దేశం చేస్తే కేవలం అదొక్కటే మార్గం అని ఎలా అనుకోకూడదో, అలాగే తెలుగు భాషా లక్షణాలను వర్ణించే తీరు కేవలం కేతన చెప్పినట్లుగానే ఉండి ఉండాలని లేదు. ఇంకా ఎన్నో విధాలుగా ఈ భాషను గురించి చెప్పే వీలుంది, అని చెప్పడంలోనే భాషపట్ల కేతనకున్న అవగాహన; దృష్టి మనకు తెలుస్తోంది. నిజానికి ఇది ఆధునిక భాషాశాస్త్రవేత్తల దృష్టి. ఇలాంటి ఆలోచన ఉండడం అనేది ఎంతో శాస్త్రీయమైన దృక్పథంగా చెప్పాలి. అయితే ఆయన పేర్కొన్న పట్టణాలైన నెల్లూరు, ఓరుగల్లు ఆయన కాలంలో తెలుగునాట, ముఖ్యంగా కాకతీయుల కాలంలో ప్రధానమైనవి. నెల్లూరు తిక్కనకూ, ఆయనతో సన్నిహిత సంబంధం ఉన్న కేతనకూ సంబంధించిన పట్టణం కాగా, ఓరుగల్లు కాకతీయుల రాజధాని. కేతన తనకు బాగా తెలిసిన వాటితోనే ఎలా వివరిస్తాడనే విషయానికి ఇదే ప్రారంభ సూచనగా మనం గ్రహించాల్సి ఉంది. ఒక భాషకు ఎన్ని వ్యాకరణాలైనా, ఎన్ని రకాలుగానైనా రాయటం సాధ్యం. దీనిని గురించి ఆధునిక భాషాశాస్త్రంలో g_1, g_2, g_3...... g_n (g అంటే గ్రామర్) అంటారు.

ఆ. తల్లి సంస్కృతంబె యెల్లభాషలకును
దానివలనఁ గొంత గానఁబడియెఁ
గొంత తాన కలిగె నంతయు నేకమై
తెనుఁగుబాస నాఁగ వినుతి కెక్కె. 14

తల్లి = అమ్మ (మాతృక); సంస్కృతంబె = సంస్కృతమే; ఎల్ల భాషలకును = అన్ని భాషలకు కూడా; దానివలన = ఆభాష వల్ల; కొంత = కొంచెం; కానఁబడియె = కనపడింది; కొంత = మరి కొంచెం; తాన కలిగె = తానే స్వయంగా కలిగి ఉంది; అంతయున్ = అన్నీ; ఏకమై = ఒక్కటై; తెనుఁగుబాస = తెలుగుభాష; నాగ = అని; వినుతికెక్కె = ప్రసిద్ధి చెందింది.

"అన్ని భాషలకు సంస్కృతమే తల్లి. ఆ భాష వల్ల కొంత "కనపడింది"; మరికొంత తానే కలిగి ఉంది. అంతా కలిసి ఒక్కటై 'తెలుగుభాష'గా ప్రసిద్ధి చెందింది".

తెలుగు భాష పుట్టుపూర్వోత్తరాల గురించి చర్చించిన తెలుగు పండితులలో చాలామంది ఈ పద్యంలోని మొదటిపాదాన్ని తీసుకొని, 'తెలుగు సంస్కృత జన్యము' అని వాదించడం, ఆ వాదనే సరియైనదిగా బోధించడం ఎన్నో ఏళ్లుగా – ఇంకా ఇప్పటికీ

కూడా – కొనసాగుతున్న అభిప్రాయం. ద్రావిడ భాషాశాస్త్రవేత్తలు అనేకమంది ఎల్లిస్ మొదలుకొని భద్రిరాజు కృష్ణమూర్తి, పి.యస్.సుబ్రహ్మణ్యం వరకు చారిత్రక, తులనాత్మక అధ్యయనాలతో తెలుగు, తమిళం, కన్నడం, మలయాళం, తుళు భాషలు సుమారు పాతిక గిరిజన భాషలతో సహా ద్రావిడ భాషా కుటుంబానికి చెందినవని శాస్త్రీయపద్ధతుల ద్వారా నిరూపించినప్పటికీ, ఈ వాదనని తోసిపుచ్చేవారు ఎందరో ఇంకా ఉన్నారంటే అతిశయోక్తికాదు. అయితే కేతన ఈ పద్యంలోని 3వ పాదం ద్వారా “కొంత తాన కలిగె” అని తెలుగు కవి పరంపర పేర్కొన్న “దేశీయ పదావళి” గురించీ, సంస్కృతం వచ్చి కలిసి పోక ముందే తెలుగుభాషకు కొంత తనదైనది అంటూ ఉందనీ, అంతా కలిసిపోయి, తెలుగుభాష (తెనుగుబాస) అనే పేరుతో వినుతికెక్కిందనీ స్పష్టంగా చెప్పాడు. అలాంటప్పుడు తెలుగు సంస్కృత జన్యం అన్న వాదనకు అర్థమే లేదని తేటతెల్లమవుతోంది. అందుకే తెలుగుభాషకు చెందిన వ్యాకరణాంశాలు వేరుగానూ, సంస్కృతం నుండి వచ్చిన చేరి “తత్సమాలు”గా మారిన పదాలకు/శబ్దాలకు వర్తించే సూత్రాలు భిన్నంగానూ ఉంటాయని కేతన నుండీ చిన్నయసూరి దాకా ఎందరో పేర్కొన్నదే ఇక్కడ మనం గుర్తించాల్సి ఉంది. అయితే ‘తల్లి’ అనడం ఎందుకంటే సంస్కృతంలోని ‘విజ్ఞాన సంపద’ అంతా దేశీయమైన అన్ని భాషలూ అంటే ఆర్య, ద్రావిడ భాషలన్నీ – స్వీకరించాయని గౌరవించడం అని అర్థం.

క. తెలుఁగునఁ గల భేదంబులుఁ
దెలుఁగై సంస్కృతముచెల్లు తెఱఁగులుఁదత్సం
ధులును విభక్తులు నయ్యెే
యలఘుసమాసములుఁ గ్రియలు నవి యెఱిఁగింతున్. 15

తెలుఁగున = తెలుగులో; కల = ఉన్నటువంటి; భేదంబులు = వ్యత్యాసాలు, తేడాలు; తెలుఁగై = తెలుగుగా; సంస్కృతము = సంస్కృతభాష; చెల్లు = వాడే/ వాడబడే; తెఱఁగులు = విధాలు; తత్ సంధులును = దానిలోని (ఈ భాషలోని) ‘సంధులు’; విభక్తులును = విభక్తి ప్రత్యయాలు; అయ్యె = ఆయా; అలఘు = గొప్పవైన; సమాసములు = సమాసాలు; క్రియలున్ = ధాతువులు; అవి = అవన్నీ; ఎఱిఁగింతున్ = తెలియజేస్తాను.

“తెలుగులో ఉన్న భేదాలు, సంస్కృతం నుండి తెలుగులోకి వచ్చిన మాటలు తెలుగుగా వ్యవహరింపజేసే తీరు, ఈ భాషలోని సంధులు, విభక్తులు, గొప్పవైన సమాసాలు, క్రియలు ఇవన్నీ తెలియజేస్తాను”.

తెలుగులో ఉన్న భేదాలు అంటే తెలుగుమాటల్లో ఏయే భేదాలున్నాయో వాటినీ, అలాగే సంస్కృతం నుండి తెలుగులోకి వచ్చి చేరిన మాటలు ఎలా తెలుగుగా

వ్యవహరింపబడతాయో ఆ విధానాలూ, తెలుగు భాషలోని సంధులు, విభక్తులు, సమాసాలు, క్రియలు ఇవన్నీ ఈ గ్రంథంలో తెలియజేస్తానని కేతన ఈ పద్యం ద్వారా తెలియజేసాడు. ఇక్కడ విశేషం ఏమంటే తెలుగుమాటల్లో కొన్ని భేదాలున్నాయనీ, అలాగే సంస్కృతంలోని మాటలు యథాతథంగా కాకుండా తెలుగు మాటలుగా మార్పు చెంది వాడుకోవడానికి అనుకూలంగా మారే తీరులు కొన్ని ఉన్నాయనీ వాటినీ, వాటితోపాటు సంధులు, సమాసాలూ, విభక్తులూ, క్రియలూ కూడా వివరిస్తాననీ తెలియజేసాడు. కానీ వాటినన్నింటినీ ఆయన దీనిలో స్పష్టంగా వివరించలేకపోయాడన్న నిజాన్ని కూడా మనం గుర్తించాలి.

2. తెలుగు/ధ్వనులు/అక్షరాలు

క. ఆదులు స్వరములు నచ్చులు
కాదు లొగి న్వ్యంజనములు హల్లులు ననఁగా
మేదిని నెల్లెడఁ జెల్లును
కాదుల నైదైదు కూర్ప నగువర్గంబుల్. 16

ఆదులు = అకారంతో మొదలయ్యే అక్షరాలు; స్వరములున్, అచ్చులు = స్వరాలు, (అనీ) (లేదా) అచ్చులు (అనీ); కాదులు = 'క' కారం మొదలుకొని; ఒగిన్ = వరుసగా, క్రమంగా; వ్యంజనములు, హల్లులున్ = వ్యంజనాలు లేదా హల్లులు; అనగా = అని; మేదినిన్ = భూమిమీద; ఎల్లెడన్ = అన్నిచోట్లా, అంతటా; చెల్లును = వ్యవహరింప బడుతుంది, చెల్లుతుంది; కాదులన్ = 'క' కారం మొదలుకొని ఉన్న అక్షరాలను; ఐదైదు = అయిదు, అయిదు చొప్పున; కూర్పన్ = వరుసగా పేర్చగా; అగున్ = అవుతాయి; వర్గంబుల్ = వర్గాలు (క వర్గం, చ వర్గం మొదలైన వర్గాక్షరాలు).

" 'అ' మొదలుకొని ప్రారంభమయ్యే అక్షరాలు (కకారం ముందువరకు) స్వరాలు లేదా అచ్చులు; 'క' కారం మొదలుకొని ఉన్న అక్షరాలు వ్యంజనాలు లేదా హల్లులు అని అంతటా వ్యవహరింపబడుతాయి. క కారం మొదలుకొని ఉన్న అక్షరాలను ఐదైదుగా కలిపి కూర్చితే వాటిని వర్గాలంటారు".

తెలుగు అక్షరమాలను వివరించడంలో కేతన స్పష్టత చూపలేదు. ఆదులు అంటే అకారం మొదలుకొని 'క' ప్రారంభమయ్యేంత వరకూ అన్నది తెలుస్తోందికానీ ఇవి ఎన్ని? వీటిసంఖ్య ఎంత? అన్న వివరాలు మనకు ఈయన చెప్పలేదు. అందువల్ల అప్పటివరకు తెలుగు కవులు (నన్నయ, తిక్కన, పాల్కురికి సోమన మొదలైనవారు). ఏయే అచ్చు అక్షరాలను వాడారో పరిశీలించి నిర్ణయించుకోవాలి. అట్లా అయినా కూడా ఌ, ౡ 'అం, అః' అన్నవి అక్షరమాలలో చేర్చాలో కూడదో తెలియని పరిస్థితి ఏర్పడుతుంది.

కానీ హల్లుల విషయంలో ఈ సందిగ్ధతకు తావులేదు. కకారం మొదలుకొని ఉన్న ధ్వనులను అక్షరాలను ఐదైదు చొప్పున తీసుకుంటే అవి వర్గాక్షరాలు అవుతాయి అన్న విషయం స్పష్టంగానే తెలియజేసాడు. అట్లా చెప్పడం వల్ల వర్గాక్షరాలను గుర్తించడంలో ఏ విధమైన ఇబ్బందీ ఏర్పడదు. ఇది ఎన్నోసార్లుగా భాషావ్యాకరణాలలో, బోధనలో వివరిస్తున్న విషయమే.

క వర్గం : క ఖ గ ఘ ఙ
చ వర్గం : చ ఛ జ ఝ ఞ
ట వర్గం : ట ఠ డ ఢ ణ
త వర్గం : త థ ద ధ న
ప వర్గం : ప ఫ బ భ మ

సంస్కృత వ్యాకరణ సంప్రదాయాన్నే తెలుగువారు పాటించారనడానికి ఈ కేతన వ్యాకరణమే మొట్టమొదటి ఉదాహరణగా చెప్పుకోవచ్చు. అందువల్లనే ఈయన రెండేసి పారిభాషిక పదాలనూ మనకు పరిచయం చేసాడు. పాణినీయ సంప్రదాయంలో వాడే అచ్చులు, హల్లులు అనే మాటలతోపాటు, స్వరాలు, వ్యంజనాలు అనే పాణినికి భిన్నమైన (కాతంత్రవ్యాకర్తల) సంప్రదాయ పదాలను కూడా వాటితో చేర్చి పర్యాయ పదాలుగా చూపించాడు. అలాగే ఐదేసి హల్లు అక్షరాలను కలిపి 'వర్గం' అంటారని కూడా తెలిపాడు.

క. యరలవలును శషసహలును
నరయఁగ నంతస్థ లూష్మ లనఁగాఁ జెల్లున్
సరవి నివె పేళ్లు పెట్టుదుఁ
దిరముగఁ దల్లక్షణములు దెలిపెడి చోటన్. 17

యరలవలును = య, ర, ల, వ అనే ధ్వనులూ అక్షరాలూ; శషసహలును = శ, ష, స, హ అనే ధ్వనులూ అక్షరాలూ; అరయఁగన్ = గ్రహించగా, విచారించగా; అంతస్థలు = 'అంతస్థలు'; ఊష్మలు = 'ఊష్మలు'; అనగాన్ = అని; చెల్లున్ = వ్యవహరింపబడుతాయి; సరవిన్ = క్రమంగా, వరుసగా; ఇవె = ఈ; పేళ్లు = పేర్లు; పెట్టుదున్ = పెడతాను; తిరముగన్ = స్థిరంగా; తత్ = వాటి/ వాని; లక్షణములు = వివరాలు; తెలిపెడిచోటన్ = తెలిపే సందర్భాలలో.

"య, ర, ల, వ అనే ధ్వనులను, అక్షరాలను అంతస్థలు అంటారు. శ, ష, స, హ అనే ధ్వనులను, అక్షరాలను ఊష్మలు అంటారు. వాటిని వాటికి సంబంధించిన వివరాలు తెలిపేచోట ఇవే పేర్లతో వ్యవహరిస్తాను".

వర్గాక్షరాలు ఐదైదు చొప్పున పేర్చినప్పుడు క నుండి మ వరకు పూర్తయిపోతాయి. ఆ తర్వాత ప్రారంభమయ్యే 'య కారంతో కలిపి య, ర, ల, వ అనే హల్లులను సంస్కృతంలో అంతస్థలు అంటారు. అలాగే శ, ష, స, హ అనే హల్లులను ఊష్మలు అంటారు. ఈ అక్షరాలను, ధ్వనులను గురించి వివరించే సందర్భాలలో వాటిని ఈ పారిభాషిక పదాలతోనే వ్యవహరిస్తాను అని కేతన అన్నాడు కానీ నిజంగా పరిశీలిస్తే ఈ గ్రంథంలో వీటి ప్రయోగం మళ్లీ ఎక్కడా కనిపించదనే చెప్పాలి.

క. ఆఱు సమాసము లిరువది
యాఱంతము లాఱుసంధు లవ్యయములు పె
క్కాఱింటసగము రీతులు
నాఱింటికి నొక్కఁడెక్కు డౌను విభక్తుల్. 18

ఆఱుసమాసములు = సమాసాలు ఆరు; ఇరువదియాఱు అంతములు = ఇరువైయారు ప్రత్యయాలు (అంతంలో చేరేవి); ఆఱుసంధులు = సంధులు ఆరు; అవ్యయములు పెక్కు = ఎక్కువగా ఉన్న అవ్యయాలు; ఆఱింట సగము = మూడు; రీతులన్ = రీతులు; ఆఱింటికిన్ = ఆరుసంఖ్యకు; ఒక్కడు = ఒకటి; ఎక్కుడౌను (ఎక్కుడు + ఔను) = ఎక్కువ అవుతాయి (అంటే 6+1 =7 మొత్తం ఏడు అవుతాయి); విభక్తుల్ = విభక్తులు.

"(తెలుగులో) ఆరుసమాసాలు, ఇరవై ఆరు ప్రత్యయాలు, ఆరు సంధులు, ఎన్నో అవ్యయాలు, ఆరింటిలో సగం అంటే మూడు రీతులు, ఏడు విభక్తులు (ఉన్నాయి)".

తెలుగు భాషలో కేతన ప్రకారం (1) ఆరు సమాసాలు, (2) ఆరు సంధులు; (3) ఇరవై ఆరు ప్రత్యయాలు, (4) చాలా అవ్యయాలు, (5) మూడు రీతులు (6) ఏడు విభక్తులు ఉన్నాయని అర్థం. అయితే కేతన వాటిలో కొన్నింటిని మాత్రమే వర్ణించాడు. ముఖ్యంగా అవ్యయాల గురించీ, రీతుల గురించీ ఈ గ్రంథంలో వివరాలేమీ లేవు. ఇరవై ఆరు 'అంతాలు' అని చెప్పిన వాటిని తరవాత వ్యాకర్తలు ఉపయోగించిన పారిభాషిక రూపాలైన కృత్తుల, తద్ధిత రూపాల నిష్పన్న ప్రత్యయాలుగా గుర్తించాలి. (చూ. చిన్నయసూరి, పరవస్తు; కృదంత, తద్ధిత పరిచ్ఛేదాలు; చంద్రశేఖరరెడ్డి డి. 2001)

2.2. తెలుగు మాటల వర్గీకరణ (తెలుగు పద విభజన)

ఈ కింది 19వ పద్యం నుండి తెలుగు భాషలో వ్యవహరింపబడే పదజాలాన్ని అవి ప్రవర్తిల్లే తీరును బట్టి వర్గీకరించి వివరించాడు కేతన.

ఆ. తత్సమంబు నాఁగఁ దద్భవం బన నచ్చ
తెనుఁగు నాఁగ మఱియు దేశ్య మనఁగ
గ్రామ్యభాష నాఁగఁ గల వైదుతెఱఁగులు
వేఱ వేఱ వాని విస్తరింతు. 19

తత్సమంబునాఁగ = తత్సమము అనీ; తద్భవంబనన్ = తద్భవమనీ; అచ్చతెనుఁగు నాఁగ = అచ్చతెలుగు అనీ; మఱియు = ఇంకా, దేశ్యము అనఁగా = దేశ్యం అనీ; గ్రామ్యభాష నాఁగ = గ్రామ్యభాష అనీ; కలవు = ఉన్నాయి; ఐదు తెఱఁగులు = అయిదు రకాలు; వేఱవేఱ = వేరువేరుగా; వాని = వాటిని; విస్తరింతు = వివరిస్తాను.

"తత్సమమనీ, తద్భవమనీ, అచ్చతెలుగనీ, దేశ్యమనీ, గ్రామ్యమనీ అయిదు రకాలున్నాయి. వాటన్నింటినీ వేరువేరుగా విశదీకరిస్తాను".

తెలుగుభాషలో, ఆమాటకొస్తే అనేక భారతీయ భాషల్లో కేతన పేర్కొన్న ఈ వర్గీకరణే మనకు కనిపిస్తుంది. కొన్ని వందల ఏళ్లపాటు సంస్కృతం వైజ్ఞానిక, విద్యా మాధ్యమంగా, వాహికగా ప్రధాన భారతీయ భాషలన్నింటినీ – అవి ఏ భాషా కుటుంబానికి చెందినవైనా– ప్రభావితం చేసింది. చాలాకాలం రాజ (అధికార) భాష కావడం వల్లా, వేద వేదాంగ, ఉపనిషద్, కావ్య పరంపరలన్నీ ఈ భాషలోనే ఆవిర్భవించి, దేశమంతటా వ్యాప్తి చెందడంవల్లా, సంస్కృతభాషాధ్యయనం, వేదాధ్యయనం అన్ని భాషల కవిపండిత లోకానికి అనివార్యమై పోయింది. అందువల్ల 18-19 శతాబ్దాలలో ఇంగ్లీషువారిద్వారా ప్రవేశపెట్టబడిన (మెకాలే) విద్యావిధానం వల్ల భారతీయ భాషల్లోకి వచ్చి చేరిన అనేక ఇంగ్లీషు మాటలవలెనే, భారతీయ భాషల్లో కొన్ని శతాబ్దాల పాటు నెలకొన్న పైన పేర్కొన్న ప్రభావం వల్ల సంస్కృత పదాలనేకం విస్తృతంగా ద్రావిడ భాషలైన తెలుగు, మలయాళం, కన్నడం మొదలైన భాషల్లోకి వచ్చి చేరి, కలిసిపోయాయి. అదే విధంగా ప్రాకృత భాష రాజభాషగా చలామణీ అయిన కాలంలో అనేక ప్రాకృతభాషారూపాలూ, సంస్కృత పదాలకు వికృతిగా రూపొందిన పదాలూ కూడా ఈ భాషల్లో కలిసిపోయాయి. అందువల్ల వీటన్నింటినీ భాషలో ఉపయోగించే, ప్రయోగించే తీరుతెన్నులు ఒకేవిధంగా ఉండే విధంగా ఆయా పదాలను తెలుగుభాషకు అనుగుణంగా మార్చుకుని వాడడం అనే ప్రక్రియ జరిగింది. ఆ విధంగా సంస్కృత పదాలు యథాతథంగా కాకుండా కొన్ని కొన్ని మార్పులకు లోనయ్యాయి. అందువల్ల వాటిని సంస్కృతం అనకుండా "తత్సమం" (తత్ = దానికి, సమం = సమానమైనది) అనే పారిభాషిక పదంతో గుర్తించడం ప్రారంభమైంది. 13వ శతాబ్దానికి చాలాపూర్వమే ఇలాంటి వర్గీకరణను భాషావేత్తలు గుర్తించి, అంగీకరించినట్లు భావించ

వచ్చు. అందువల్ల అప్పటికీ, ఇప్పటికీ వ్యాకర్తలు తెలుగు పదాలను ఐదువిధాలుగా గుర్తిస్తారు. ప్రాచీనులు తత్సమ, తద్భవ, అచ్చతెలుగు, దేశ్య, గ్రామ్యాలుగా వాటిని వర్గీకరిస్తే, అర్వాచీనులు తత్సమ, తద్భవ, దేశ్య, గ్రామ్య, అన్యదేశాలుగా వాటిని వర్గీకరించి, 'అచ్చతెలుగు' అనేమాటను వదిలివేసారు. తెలుగుకీ సంస్కృతానికీ జన్య – జనక సంబంధం లేదని తెలపడానికి పాల్కురికి సోమన మొదలైనవారు అచ్చ తెలుగు అనే మాటతో పాటు జానుతెనుగు అనీ, దేశి (తెలుగు) అనీ ప్రయోగించారు. అయితే ఎన్ని రకాలుగా గుర్తించి వర్గీకరించినప్పటికీ, వ్యాకరణరీత్యా రెండే భేదాలు ప్రధానమని భావించవచ్చు. అవి తత్సమం; తత్సమేతరమైన మిగిలిన అన్ని రూపాలూ కలగలిపిన తెలుగు అని. ముందు ముందు వీటి గురించి ఇంకా బాగా తెలుస్తుంది.

2.2.1. తత్సమపదాలు

క. మును సంస్కృతపదములపైఁ
దెనుఁగువిభక్తులు ఘటించి తేటపడఁగఁ జె
ప్పిన నది తత్సమ మనఁ జను
వనము ధనము పురుషుఁ డబల వసుమతి యనఁగన్ 20

మును = పూర్వం; సంస్కృత పదములపైన్ = సంస్కృత పదాలపై; తెనుఁగు విభక్తులు = తెలుగు భాషలోని విభక్తులను; ఘటించి = కలిపి; తేటపడఁగ = స్పష్టం అయ్యే విధంగా; చెప్పినన్ = చెప్పడం వల్ల; అది = అలాంటి మాటలు; తత్సమము అనన్ = 'తత్సమం' అనే పేరుతో; చనున్ = చెల్లు బాటవుతాయి; వనము = వనమ్ అనే నపుంసకలింగ సంస్కృత పదాన్ని 'వనము' అనీ; ధనము= అలాగే ధనమ్ అనే మాటను 'ధనము' అనీ; పురుషుడు = పురుషః అనే పుంలింగ పదాన్ని తెలుగులో పురుషుడు అనీ; అబల = అబలా అనే ఆకారాంత స్త్రీలింగపదాన్ని దీర్ఘాన్ని హ్రస్వంగా మార్చి 'అబల' అనీ; వసుమతి = వసుమతీ శబ్దాన్ని వసుమతి అనీ; అనగన్ = అనే విధంగా.

"మునుపు సంస్కృత పదాలుగా ఉన్నటువంటి మాటలకు తెలుగు విభక్తులు కలిపి వాడడం వల్ల తత్సమరూపాలుగా ఏర్పడుతాయి. వనము, ధనము, పురుషుడు, అబల, వసుమతి అనే విధంగా (అవి ఉంటాయి)".

ఆధునిక కాలంలో విద్యార్థులు, అధ్యాపకులు పండితులు అందరూ తెలుగువ్యాకరణం అంటేనే గుర్తించే గ్రంథం పరవస్తు చిన్నయసూరి 'బాలవ్యాకరణం'. పాఠశాల స్థాయి నుండీ విశ్వవిద్యాలయాలస్థాయి వరకూ సుమారు 60 ఏళ్లకు పైగా "ఏకచ్ఛత్రాధిపత్యం"లా

'పాలిస్తున్న' బాలవ్యాకరణం కారకపరిచ్ఛేదంలో ప్రథమావిభక్తి 'డు, ము, వు, లు' అని సూత్రీకరిస్తుంది. వాటిలో – డు, ము, వు ప్రత్యయాలు ఏక వచన ప్రత్యయాలు కాగా, 'లు' బహువచన ప్రత్యయం. ఏకవచనంలో మళ్లీ డు పురుష ప్రత్యయం కాగా, ము, వు లు నపుంసకలింగ (అరుదుగా పులింగం కూడా) ప్రత్యయాలు. నిజానికి తెలుగు భాషలో ఇతర ద్రావిడ భాషల్లో వలెనే సహజలింగ (natural gender) పద్ధతే తప్ప శబ్దగత (భాషాగత) లింగపద్ధతి లేదు. అంటే ఉపాధ్యాయులందరూ బోధనలో ఎక్కువ ఉపయోగించే ఒక ఉదాహరణ ద్వారా దీన్ని తిరిగి అర్థం చేయవచ్చు. అదెలాగంటే 'భార్య' అనే భావాన్ని, అర్థాన్ని తెలియజేసేందుకు సంస్కృతంలో ఉన్న అనేకానేక పదాలలో మూడు లింగాలకు చెందిన మూడుమాటలు ముఖ్యమైనవి. అవి దారా, భార్యా, కళత్రమ్ అని. ఈ మూడింటి అర్థమూ 'భార్య' అనే. కానీ సంస్కృతంలో దారా శబ్దం పుంలింగం; అందువల్ల పుంలింగ విభక్తి ప్రత్యయాలను స్వీకరించి మూలపదం నుండి మనకు కావల్సిన ప్రత్యయరూపపదాన్ని ఆవిష్కరిస్తుంది. అలాగే 'భార్యా', ఆకారాన్త స్త్రీలింగ పదం. ఇది 'రమా' మొదలైన వాటివలె స్త్రీ లింగ, ప్రత్యయాలను తీసుకుంటే, 'కళత్రమ్' నపుంసకలింగం కాబట్టి 'వనమ్, ధనమ్' మొదలైన వాటివలె నిష్పన్న మవుతుంది. కానీ సంస్కృత స్త్రీలింగ రూపాలకు పురుష, నపుంసక రూపాలకు వలె తెలుగులో ప్రత్యయమేదీ లేదు. సంస్కృతంలో హ్రస్వ 'అ' కారంతో స్త్రీలింగ పదాలు లేవు. అన్నీ 'ఆ' కారాంత స్త్రీలింగ పదాలే. అంటే రమా, అబలా మొదలైనవి. అలాగే 'ఈ' కారాంతాలే తప్ప 'ఇ' కారాంతాలు లేవు. ఈ స్త్రీలింగ పదాలను తెలుగులోకి తత్సమాలుగా మార్చుకున్నప్పుడు వాటి దీర్ఘం పోయి హ్రస్వంగా మారుతాయి. (వీటికి కేవలం ఏకాక్షర పదాలైన స్త్రీ, ధీ అనేవి అపవాదాలు; వాటి గురించి కేతన తర్వాత వివరించాడు.)

2.2.2. తద్భవపదాలు

క. లచ్చి యన లక్ష్మిపే రగు
నచ్చం బన నచ్ఛమునకు నభిధానము వి
వ్వచ్చుఁడుబీభత్సుఁడు వి
ద్వచ్చయ మనునిట్టితెనుఁగు తద్భవ మయ్యెన్. 21

లచ్చి + అన = 'లచ్చి' అనేమాట; లక్ష్మిపేరు + అగున్ = 'లక్ష్మి' అనే తత్సమపదానికి తద్భవరూపం అవుతుంది; అచ్చంబు+అనన్ = 'అచ్చము' అంటే; అచ్ఛమునకున్ = 'అచ్ఛము' అనే మాటరు; అభిధానము = పేరు; విప్పచ్చుఁడు = 'విప్వచ్చుడు' అనేమాట; బీభత్సుఁడు = 'బీభత్సుడు' అనే తత్సమానికి తద్భవరూపం; విద్వత్+చయము =

విద్వాంసులు లేదా పండితుల సమూహం; అనున్ + అనేటటువంటి; ఇట్టి తెలుగు = ఇలాంటి తెలుగు; తద్భవము + అయ్యెన్ = 'తద్భవం' గా మారింది.

"లచ్చి అంటే లక్ష్మికి పేరు, అచ్చము అంటే అచ్ఛము అనీ; వివ్వచ్చుడు అంటే బీభత్సుడు అనీ ఈ విధంగా పండిత సమూహం ఉపయోగించే మాటలు 'తద్భవాలు' అయ్యాయి".

తత్+భవ= "దాని నుండి పుట్టినది" అని అర్థం. తత్+సమము; తత్+భవము అని సంస్కృతం నుండి తెలుగులోకి వచ్చిన మాటలు రెండు రకాలుగా ఉన్నాయి. కొన్ని 'దానికి సమానం' కాగా మరికొన్ని దానినుండి ఉద్భవించినవి అని వాటి అర్థం. విభక్తి ప్రత్యయాలతో యథాతథంగా వాడే మాటలు 'తత్సమాలు' అయితే, వాటిని తెలుగుకు అనుగుణంగా ప్రాకృత ప్రభావంతో మార్పులు చేసుకుని వాడుకునే మాటలు 'తద్భవాలు' అని పిలిచారు. వీటిని పాఠశాల, కళాశాల స్థాయిల్లో తత్సమపదాలను ప్రకృతి అనీ, తద్భవ పదాలను వికృతి అనీ ఒక దానిపక్కన మరొకటి చూపడం ద్వారా ఆ రెండింటికీ ఉన్న సంబంధాన్ని విద్యార్థులు అర్థం చేసుకునేలా చేస్తూ వచ్చారు, ఆధునిక విద్యారంగంలోని పండితులు. భాషాశాస్త్రంలోని వివిధ ధ్వనిసూత్రాల ద్వారా వీటి మధ్య ఏం జరిగిందో, ఈ తద్భవ పదాలు ఎలా పుట్టాయో మనం సులభంగా అర్థం చేసుకోవచ్చు. దేవినేని సూరయ్య తన వివరణలో ఇవి "వర్ణలోప, వర్ణాగమ, వర్ణవ్యత్యయ, వర్ణాదేశ రూపభేదమునుంచి వాడబడును" అని నాలుగు భాషాశాస్త్ర ప్రధాన సూత్రాలు పేర్కొన్నప్పటికీ వాటిని ఉదహరించి వివరించిన మాటలు మాత్రం ఈ కేతన గ్రంథంలోని పదాలు కావు. ఆయన తనకు తోచిన కాననమ్, భోజనమ్, హంస, పణ్ణాసా, కాంస్యం మొదలైన పదాలకు తద్భవ రూపాలను చూపించారు. కానీ కేతన ఈ పద్యంలో ఇచ్చిన ఉదాహరణలు ఇవాళ విద్యార్థులకు పాఠ్యాంశాలలో అందించే విధంగానే ఉన్నాయి. అయితే ముందు తద్భవం మాట ఇచ్చి దాని పక్కన దాని సంస్కృత రూపం ఇచ్చాడు కేతన.

తద్భవం	**తత్సమం**
లచ్చి	లక్ష్మి
అచ్చంబు	అచ్ఛమ్
వివ్వచ్చుడు	బీభత్సుడు

వీటిలో దేవినేని సూరయ్య పేర్కొన్న 'వర్ణలోప, వర్ణాదేశ' మొదలైన ధ్వని సూత్రాలు కాకుండా పరిసరాల్లో ఉన్న హల్లులు పరస్పరం ప్రభావానికి లోనవడం కనిపిస్తుంది. 'లక్ష్మి' లోని 'క్ష్మి'లో క్షి అనే అక్షరం ఉచ్చారణలో క+షల కలయికగా వినిపిస్తుంది. ఈ

క+షలు చ+చలు గా మారటం, 'మ' కారంలోపించడం దీనిలో జరిగిన మార్పు. ఇవి సాధారణంగా వ్యవహారంలో కూడా వినిపించేదే. అక్షరాలు అనే మాటను నిరక్షరాస్యులు 'అచ్చరాలు' అని పలుకుతారు. అలాగే 'అచ్ఛము' లోని మహాప్రాణ ఉచ్చారణ 'ఛ' తద్భవంలో అల్పప్రాణంగా చ్చ గా మారింది. అలాగే బీభత్సుడులోని బకారం వకారంగా మారగా 'త్స' 'చ్చ'గా మారింది. ఈ మూడు పదాల ఉదాహరణ ద్వారా కేతన మూడు భిన్న అక్షరాల ఉచ్చారణ తెలుగు తద్భవాల్లో 'చ్చ' కారంగా మారడాన్ని సూచించినట్లు గమనించవచ్చు.

సీ. అర్ఘంబె యగ్గువ దీర్ఘిక డిగ్గియ
 గుణములు గొనములు కులము కొలము
స్నిగ్ధంబు నిద్దంబు శ్రీ సిరి భంగంబు
 బన్నంబు దిశ దెస భాష బాస
యక్షులు జక్కులు యముఁడు జముం డగు
 నాజ్ఞప్తి యానతి యాజ్ఞ యాన
ద్యూతంబు జూదంబు దోషంబు దోసంబు
 ముగ్ధుండు ముగుదుండు ముఖము మొగము

తే. పసదనంబు ప్రసాదనం బసము యశము
సమ్మెటయ చర్మయష్టి కర్జంబు కార్య
మీరసంబీర్ష్య వేరంబు వైర మిట్టి
పగిది పల్కులు తద్భవపదము లయ్యె. 22

అర్ఘంబె = అర్ఘము అనే పదమే; అగ్గువ = అగ్గువ; (అని మారుతుంది), దీర్ఘిక = దీర్ఘిక అనే తత్సమం; డిగ్గియ = డిగ్గియగా; గుణములు గొనములు = గుణములు అనే మాట గొనములుగాను; కులము కొలము = కులము అనేమాట కొలముగానూ; స్నిగ్ధంబు= స్నిగ్ధము అనే పదం, నిద్దంబు = నిద్దముగానూ; శ్రీ సిరి = శ్రీ సిరిగానూ; భంగంబు = భంగం అనేమాట; బన్నంబు = బన్నంగా; దిశ దెస = దిశ దెసగానూ; భాష బాస = భాష బాసగానూ; యక్షులు = యక్షులు అనే పదం; జక్కులు = జక్కులుగానూ; యముఁడు జముండు = యముడు జముడుగానూ; అగున్ = అవుతాయి. ఆజ్ఞప్తి ఆనతి = ఆజ్ఞప్తి అనేమాట ఆనతిగా, ఆజ్ఞ ఆన = ఆజ్ఞ అనేమాట ఆన అనీ; ద్యూతంబు జూదంబు = ద్యూతం అనేమాట జూదంగా; దోసంబు దోషంబు = దోషం దోసంగా; ముగ్ధుండు ముగుదుండు – ము/గ్ధుంటు అనేమాట ముగుదుండు అనీ; ముఖము మొగము = ముఖం అనే పదం మొగం గానూ; ప్రసాదనంబు పసదనంబు = ప్రసాదనం పసదనంఅనీ;

యశము అసము = యశం అసం అనీ; చర్మయష్టి సమ్మెటయ = చర్మ యష్టి అనే పదం సమ్మెటగానూ; కార్యము కర్జము = కార్యమనే పదం కర్జము గానూ; ఈర్ష్య ఈరసంబు = ఈర్ష్య అనేమాట ఈరసం గానూ; వైరము వేరంబు = వైరము అనే పదం వేరముగానూ; ఇట్టి పగిది = ఇలాంటి; పల్కులు = మాటలు; తద్భవపదములు = తద్భవపదాలు; అయ్యె = అయ్యాయి.

"ఈ పదాలన్నీ తద్భవాలు : అగ్గువ, డిగ్గియ, గొనములు, కొలము, నిద్దము, సిరి, బన్నంబు, దెస, బాస, జక్కులు, జముడు, ఆనతి, ఆన, జూదం, దోసం, ముగుదుండు, మొగము, పసదనం, అసం, సమ్మెట, కర్జం, ఈరసం, వేరం".

కేతన 'ఆంధ్రభాషాభూషణము' లో సీసపద్యాలు అరుదు. అలాంటి వాటిలో తద్భవాలేమిటో చెప్పే ఈ ఉదాహరణల పట్టికంతా ఇవ్వాలంటే ఛందస్సులోని అన్ని పద్యాలలోకి పెద్దదైన సీసమే కాస్త మెరుగు. అందువల్ల ఈ సీసంలో వీలయినన్ని తత్సమపదాలనూ వాటి తద్భవ రూపాలనూ పట్టికవలె ఇచ్చాడు; కానీ అసలు 'తద్భవాలు' అంటే ఏమిటో నిర్వచించలేదు. తద్భవాలే కాదు, తత్సమాలను తప్ప కేతన ఏ ఇతరమైన భేదాన్ని (చూ.కింద దేశ్య మొ॥ విషయాలపై పద్యాలు) కూడా నిర్వచించకుండానే కేవలం ఉదాహరణలిచ్చి మాత్రమే చూపాడు. నిర్వచించకుండా ఉదాహరించే వ్యాకరణం నిజానికి సరియైనదీకాదు; సరియైన పద్ధతీకాదు. కానీ మొదటి తెలుగు వ్యాకరణంలోనే మనకు ఈ ముఖ్యమైన లోపం కనిపిస్తుంది. దేవినేని సూరయ్య ఈ విషయమై ఎలాంటి వ్యాఖ్యా చేయకుండా కేవలం వాటికి పట్టిక మాత్రమే ఇచ్చారు. సూరయ్య ఇచ్చిన పట్టిక:

"తాత్పర్యము	తద్భవము	ఆధునిక విద్యలో ఉపయోగాలు
అర్ఘంబు	అగ్గువ	ఉంది
దీర్ఘిక	డిగ్గియ	లేదు
గుణములు	గొనములు	ఉంది
కులము	కొలము	తక్కువ
స్నిగ్ధంబు	నిద్దము	ఉంది
శ్రీ	సిరి	ఉంది
భంగంబు	బన్నము	లేదు
దిశ	దెస	ఉంది
భాష	బాస	ఉంది
యక్షులు	జక్కులు	ఉంది

యముడు	జముడు	ఉంది
ఆజ్ఞప్తి	ఆనతి	ఉంది
ఆజ్ఞ	ఆన	ఉంది
ద్యూతము	జూదము	ఉంది
దోషం	దోసం	తక్కువ
ముగ్ధుండు	ముగుదుండు	లేదు
ముఖం	మొగం	ఉంది
ప్రసాదనము	పసదనం	లేదు
యశము	అసము	లేదు
చర్మయష్టి	సమ్మెట	లేదు
కార్యం	కర్జం	ఉంది
ఈర్ష్య	ఈరసం	లేదు
వైరము	వేరము	లేదు

ఈ మాటల మధ్యన దేవినేని సూరయ్య కేవలం భాష అనే మాటకు + గుర్తు ఉంచి కింద "అర్థవంతములైన కొన్ని శబ్దముల సముదాయము భాష యనబడును" అని వివరించారు. పదాల దగ్గర కేవలం "మాట" అని ఇచ్చారు. ఈ విధంగా మనకు వ్యాకరణ పారిభాషిక పదాలు లభ్యమవుతున్నా వాటి సరియైన నిర్వచనాలేమిటో తెలియకుండా పోయింది. ఈనాటికీ చిన్నయసూరిలోనూ ప్రాథమిక విద్యలోని పాఠ్యాంశాలలోనూ ఈ సీసపద్యం లోని ఉదాహరణలే ఎక్కువగా కనిపిస్తుంటాయని ఆధునిక పాఠ్యపుస్తకాలతో గత 50-60 ఏళ్లుగా పరిచయం ఉన్న భాషావేత్తలందరికీ తెలుసు. వీటిని తత్సమ-తద్భవ అని కాకుండా ప్రకృతి - వికృతి అని విద్యాబోధనలో వ్యవహరిస్తున్నారు. ప్రకృతి అని ఇచ్చి వికృతి రాయమనో, 'వికృతి' పదాలిచ్చి 'ప్రకృతి' పదాలు రాయమనో పరీక్షల్లో అడగటం పరిపాటి. మచ్చుకి కొన్ని ఉదాహరణలు:

ప్రకృతి	**వికృతి**
కులము	కొలము
శ్రీ	సిరి
దిశ	దెస
భాష	బాస
యక్షులు	జక్కులు
ఆజ్ఞ	ఆన

ఇవి తద్భవాలని చెప్పటమే తప్ప దీనికి నిర్వచనం ఇవ్వలేదు కేతన. తర్వాతి కాలంలో కొందరు పండితులు తత్+భవము 'దానినుండి పుట్టినది' అనే వ్యుత్పత్తి అర్థాన్నీ, 'తత్' అన్నమాటను 'సంస్కృతం' అనీ వివరించారు. అయితే ఈ ప్రక్రియ వెనక ఉన్న వర్ణ విధేయ సూత్రాలను ఎవరూ ప్రత్యేకించి వివరించినట్లు లేదు. కానీ ఈ తద్భవరూపాల మార్పుల్లో కనిపించే వర్ణభేదాలు భాషాశాస్త్రంలో వర్ణశాస్త్రజ్ఞులు గుర్తించిన, ప్రపంచ వ్యాప్తంగా కనిపించే వర్ణవిధేయ సూత్రాల అన్వయమే కనిపిస్తుంది. కొన్ని ఉదాహరణలు:

1.	గుణము	→	గొనము	ఉ → ఒ	అచ్చు నిమ్నీకరణం
	కులము	→	కొలము		
2.	యక్షులు	→	జక్కులు	య → జ	తాలవ్యీకరణం
	యముడు	→	జముడు		
3.	భంగము	→	బన్నము	మహాప్రాణం → అల్పప్రాణం	
	భాష	→	బాస		
4.	శ్రీ	→	సిరి	సంయుక్తం → అసంయుక్తం	
	ఈర్ష్య	→	ఈరసం		

2.2.3. అచ్చతెనుగుమాటలు

క. తల నెల వేసవి గుడి మడి
పులి చలి మడుఁ గూరు పేరు బూరుగు మగ వాఁ
డలుక యని యెల్ల వారికిఁ
దెలిసెడి యా పలుకు లచ్చ తెనుఁగనఁబరఁగున్. 23

తల = శిరస్సు; నెల = చంద్రుడు; వేసవి = ఎండాకాలం; గుడి = దేవాలయం; మడి = పొలంలో విత్తనాలు నాటడానికి అనువుగా చేసిన భాగం; పులి = వ్యాఘ్రం; చలి = శీతల; మడుగు = ఉతికినబట్ట; చిన్న గుంట; ఊరు = పల్లె; పేరు = నామం; బూరుగు = మెత్తటి దూదిని అందించే చెట్టు; మగవాడు = పురుషుడు, భర్త; అలుక = కోపం; అని = ఈ విధంగా; ఎల్లవారికి = అందరికీ; తెలిసెడి = తెలిసినటువంటి; ఆ పలుకులు = అలాంటి మాటలు; అచ్చతెనుగు = అచ్చతెలుగు; అనబరుగున్ = అనబడుతాయి. ఈ పద్యంలో కేతన ఇచ్చిన మాటలన్నీ తెలుగువారి వ్యవహారంలో శతాబ్దాలుగా ఉన్నవే. ఇవన్నీ అందరికీ తెలిసిన మాటలు; కాబట్టి వీటికి తెలుగులో అర్థాలు చెప్పాలంటే ఒక్కొక్కదాన్ని వివరణాత్మకంగా వివరించాల్సి ఉంటుంది. లేదంటే

సంస్కృత తత్సమ పదాలను పర్యాయంగా ఇవ్వాల్సి ఉంటుంది. ఇక్కడ సౌలభ్యం కోసం రెండోపద్ధతి పాటించడం జరిగింది. కానీ మొదటి పద్ధతిలో చెప్పాలంటే నిఘంటువుల్లో కూడా ఎక్కువ స్థలం కావాల్సి ఉంటుంది. ఉదాహరణకు 'తల' అంటే మనిషి శరీరంలోని అత్యంత ముఖ్యమైన అవయవం, మొండెంపైన ఉండేది' అని చెప్పవచ్చు.

1953లో ముద్రితమైన ఆంధ్రభాషాభూషణము - దివ్యప్రభ వివరణసహితము అనే గ్రంథంలో వివరణకర్త, (చిత్రకవి అని చెప్పుకొన్న) దేవినేని సూరయ్య "శ్రీ శైలము, కాళహస్తి ద్రాక్షారామము అను నీ త్రిక్షేత్రంబుల గల లింగత్రయంబు త్రిలింగ సంజ్ఞగా వ్యవహరించబడును. ఏతత్ త్రైలింగ మధ్యస్థలంబు త్రిలింగ దేశంబు నాబడు. అందువసించు వారాంధ్రులనియు వారిచే వాడబడు భాష ఆంధ్రభాష లేక త్రిలింగభాష (వికృతి తెలుగు) అనియు; మఱియు త్రినగంబులకు మధ్య వాడబడు భాషగానఁ దెనుగనియు గొందఱాధునికులు తలంచుచున్నారు. అయ్యది వాస్తవమునకు విరుద్ధము. తెలుఁగు తెనుఁగు శబ్దములు చూచి త్రిలింగ, త్రినగ శబ్దముల సృష్టించిరి, గాని పూర్వ వాఙ్మయమున నాత్రిలింగ త్రినగ శబ్దములు లేనేలేవు". (పు. 27-28) అన్నారు. అలాగే తెలుగులోని కొన్ని విశేషాంశములు ఉంటూ (1) ఎ, ఒ, చే, జే, ఱ, అరసున్న - ఈయారు అక్షరములు తెలుగునందే యుండును (2) ఋ, ౠ, ఌ, ౡ, విసర్గ, మహాప్రాణ, ఙ, ఞ, అక్షరాలతో గూడిన పదములచ్చతెనుగునందుండవు అనీ (3) య, ణ, ళ, వు వూ, వొ, వో, చై, జై తెనుగున పదముల తొలుత నుండవు. "చైవులసాకిరి, చాయ మగడు" అని యొక్కచో ప్రయోగంబు మాత్రము గానబడెడి అనీ (4) తెలుగు పదములలో బరుష సరళములకు బూర్వమందే బిందువుండును కానీ యితర వర్ణముకు బూర్వమందు బిందువుండదు అనీ (5) వ్యాజ్యెము, ర్యాలి (ఒక గ్రామము) మున్నగు లెక్కకు వచ్చు కొన్ని పదములలో నొక్క రేఫేతర హల్లుతో సంయుక్తమైన వర్ణము తెలుగులో పదాదిననుండదు అనీ (పు. 28-29) 'కొన్ని తెలుగుకు సంబంధించిన ప్రత్యేకతలను ఈ పద్యం వివరణ కింద తెలియజేసారు.

సీ. ఎఱకువ నెత్తమ్మి యెరగలి యెసకంబు
నొస లింతి తేఁటి వెక్కసము నెమ్మి
మక్కువ చెచ్చెర మచ్చిక పొచ్చెము
కడిమి యేడ్తెఱ లగ్గు కలవలంబు
వెన్ను విన్నదనంబు వీనులు వెన్నడి
యెక్కలి తివురుట యుక్కు మేటి
బాగు తొయ్యలి బోఁటి ప్రన్నన సరి జోటి
వేనలి పొలపంబు విన్ను మన్ను

తే. నెల్లి కొఱలుట వీచోపు లుల్ల మువిద
వీఁక కాఱియ గ్రద్దలు వేఁట గ్రేణి
కౌను పాలిండు లొగి మొగి గనయ మిట్టి
తెఱఁగుపలుకులు ధర దేశిదెనుఁగు లయ్యె. 24

ఎఱుకువ = తెలివి; నెత్తమ్మి = మంచితామర, ఎరగలి = కార్చిచ్చు; ఎసకంబు = పొగరు, అతిశయం; నొసలు = నుదురు; ఇంతి = స్త్రీ; తేఁటి = తుమ్మెద; వెక్కసము = అసహ్యం, నెమ్మి = నెమలి; మక్కువ = ఇష్టం; చెచ్చెర = వెంటనే; తొందర (గా); మచ్చిక= దగ్గరగా తీసుకొనడం; లాలన చేయడం; పొచ్చెము = మోసం; కడిమి = పరాక్రమం, గర్వం; ఏడ్తెఱ = ధైర్యం, సామర్థ్యం; లగ్గు = మేలు, మంచి; కలవలము = దిగులు, బెంగ; వెన్ను = వీపు; విన్నదనంబు = చిన్నపోవడం, ఖిన్నం నైరాశ్యం; వీనులు= చెవులు; వెన్నడి = వెంబడి; ఎక్కలి = (వరదలవల్ల ఏర్పడ్డ) ఇసుక, మట్టి; తివురుట = కోరడం; ప్రయత్నం; ఉక్కు = బలమైన, గట్టి; మేటి = గొప్ప; బాగు = అందం, మంచి; తొయ్యలి = స్త్రీ; బోఁటి = స్త్రీ; ప్రన్నన = అందమైన, ఆహ్లాదకరమైన; సరిజోటి = ఈడైన వ్యక్తి; వేనలి = కొప్పు, పొలపంబు = వ్యాపించుట; విన్ను = ఆకాశం; మన్ను = భూమిమీది మట్టి; నెల్లి = ఒక ఆకుకూర (సూ.ని.) కొరలుట = (1) వెలగటం, ప్రకాశించటం, (2) ఉండటం; వీచోపులు = వింజామరలు; ఉల్లము = హృదయం, మనస్సు; ఉవిద = స్త్రీ; వీక = ఉత్సాహం, ధైర్యం; కారియ = నొప్పి, బాధ; గ్రద్దలు = గద్దలు; వేఁట = (జంతువులు మొ॥ వాటిని) వేటాడటం; క్రేణి = (1) ఉన్నతస్థానం, (2) పరిహాసం; కౌను = నడుము; పాలిండులు = రొమ్ములు, చన్నులు; ఒగి = క్రమం(గా), వరుసగా; మొగి = పూనిక, గనయము = పోకముడి (నడుము చుట్టు చీరకు వేసుకొనే ముడి), ఇట్టి తెఱఁగు = ఈ విధమైన; పలుకులు = మాటలు; దేశి తెలుఁగులు = దేశీయమైన (సహజంగా మాట్లాడే) తెలుగు మాటలు; అయ్యెన్ = అయినాయి.

"ఎఱుకువ, నెత్తమ్మి ఎరగలి, కార్చిచ్చు, ఎసకంబు, నొసలు, ఇంతి తేటి వెక్కసము, నెమ్మి, మక్కువ, చెచ్చెర, మచ్చిక, పొచ్చెము, కడిమి, ఎడ్తెఱ, లగ్గు, కలవలము, వెన్ను, విన్న దనము, వీనులు, వెన్నడి, ఎక్కలి, తివురుట, ఉక్కు మేటి, బాగు, తొయ్యలి, బోటి, ప్రక్కన, వేనలి, పొలపము, విన్ను, మన్ను, నెల్లి, కొరలుట, వీచోపులు, ఉల్లము, ఉవిద, వీక, కారియ, గ్రద్దలు, వేట, క్రేణి, కౌను, పాలిండ్లు, ఒగి, మొగి, గనయము మొదలైన ఇలాంటి మాటలన్నీ 'దేశితెలుగులు' అయినాయి".

పై పద్యంలో ఇచ్చిన పదాల వరుసలవల్ల మనకు దేశితెలుగు అంటే ఏమిటో స్పష్టంగా అర్థం బోధపడే అవకాశం లేదు. ఈ "దేశి తెలుగు" అనే పదాలకు సంబంధించీ,

ఇంతకుముందు పద్యంలో (23) ఉదహరించిన 'అచ్చతెలుగు' అనే ప్రత్యేక వర్గం కింద ఇచ్చిన ఉదాహరణ పట్టికలోని మాటలు, దీని తర్వాత సీస పద్యంలో కనిపించే "దేశ్యపు తెనుగులు" అనే పదాల పట్టికలోని మాటలు వాటి మధ్య ఏం తేడా ఉందో ఏ వ్యాకర్తకానీ, ఏ నిఘంటు కారుడు గానీ, స్పష్టంగా వివరించలేదు. ఈ మాటల్ని నిర్వచించనూ లేదు. అయితే ఈ పద్యంలోని (దీని తర్వాత 25వ పద్యంలోని) చాలా మాటలు ఒక విధంగా చూస్తే జన వ్యవహారంలో కన్నా కావ్యాలలోనే ఎక్కువగా కనిపిస్తాయేమోనని మాత్రం అనుమానం కలుగుతుంది. జాగ్రత్తగా గమనిస్తే ఐదు తెఱగులు అన్న విభజన ఇచ్చిన కేతన ఒక్క తత్సమాన్ని నిర్వచించి, మిగిలిన వాటన్నింటికీ కేవలం ఉదాహరణలే ఇవ్వటం ఇక్కడ మనం గమనించాల్సిన ముఖ్యవిషయం. తర్వాత వారందరూ కూడా ఇంచుమించు ఇదే పాటించినట్లు కనిపిస్తుంది.

'తివురుట' అంటే ప్రయత్నం – దీన్ని మనం 'తివిరి ఇసుమున తైలంబు దీయవచ్చు' అనే పద్యంలో చూస్తాం.

సీ. తెమ్మెర లెలమావి తెలిగన్ను క్రొన్నన
వలరాజు రేతేఁడు వాలుఁగంటి
యలరులపిండు తెక్కలికాఁడు క్రొమ్మించు
కెమ్మోవి కెంజాయ కమ్మతావి
కడలి తామరకంటి వెడవిల్తుఁ డెడకాఁడు
నలువ కలువకంటి నాన సెగ్గ
మెలనాఁగ ముద్దియ చెలువ చిగురుబోఁడి
తెఱవ తలిరుబోఁడి మెఱుఁగుబోఁడి

తే. పదరు విసువుట పరి గమి పసలు నసదు
పొద్దు రేయెండ తబ్బిబ్బు పోటు ముట్టు
తనివి వలవంత చెంత మంతన మనంగఁ
దేరనాడిన దేశ్యంపుఁ దెనుఁగు లయ్యె. 25

తెమ్మెరలు = పిల్లగాలులు; ఎలమావి = లేతమామిడి; తెలిగన్ను = స్వచ్ఛమైన కన్ను, క్రొన్నన = కొత్త చిగురు; వలరాజు = మన్మథుడు; రేతేఁడు = రాత్రికిరాజు – చంద్రుడు; వాలుగంటి = వాలుకన్నులు గలది, స్త్రీ; అలరుల పిండు = పూల రాశి; టెక్కలికాఁడు = దొంగ; క్రొమ్మించు = కొత్త మెరుపు; కెమ్మోవి = ఎర్రని పెదవి; కెంజాయ= ఎర్రనిరంగు; కమ్మతావి = మంచి వాసన; కడలి = సముద్రం; తామరకంటి =

తామరపూలవంటి కన్నులు గలది, స్త్రీ; వెడవిల్తుఁడు = మన్మథుడు; ఎడకాఁడు = తార్చేవాడు; నలువ = బ్రహ్మ; కలువకంటి = కలువపూలవంటి కన్నులు గలది - స్త్రీ; నాన = సిగ్గు; సెగ్గము = రోత; ఎలనాగ = యువతి, స్త్రీ; ముద్దియ = స్త్రీ; చెలువ = స్త్రీ; చిగురుబోఁడి = లేత ఆకు (చిగురు/చివురు) వంటి శరీరం కలది స్త్రీ; తెఱవ = స్త్రీ; తలిరుబోఁడి = స్త్రీ; మెఱుగుబోఁడి = మెరుపువంటి శరీర కాంతి గలది స్త్రీ; పదరు = వేగంగా, త్వరగా; విసువుట = విసుక్కోవడం, చిరాకు; పరి = సేన; గమి = గుంపు; పసలు = నైపుణ్యం, చాతుర్యం; అసదు = కొంచెం; ప్రొద్దు = ఉదయం, సూర్యుడు; రేయెండ =వెన్నెల; తబ్బిబ్బు = ఉప్పొంగు, తత్తరపాటు; పోటుముట్టు = యుద్ధసాధనం, ఆయుధం; వలవంత = ప్రేమ వ్యథ/బాధ; చెంత = దగ్గర; మంతనము = రహస్యం; అనంగన్ = అని; తేరన్ = స్పష్టంగా, తేటపడునట్లుగా; ఆడినన్ = మాట్లాడితే, పలికితే; దేశ్యంపు దెనుఁగులు = దేశీయ తెలుగు మాటలు; అయ్యెన్ = అయినాయి.

"తెమ్మెరలు, ఎలమావి, తెలికన్ను, క్రొన్నన, వలరాజు, రేఁతేఁడు, వాలుగంటి, అలరులపిండు, తెక్కలికాఁడు, క్రొమ్మించు, కెమ్మోవి, కెంజాయ, కమ్మతావి, కడలి, తామరకంటి, వెడవిల్తుఁడు, ఎడకాఁడు, నలువ, కలువ కంటి, నాన, సెగ్గము, ఎలనాగ, ముద్దియ, చెలువ, చిగురుబోఁడి, తెఱవ, తలిరుబోఁడి, మెఱుగుబోఁడి, పదరు, విసువుట, పరి, గమి, పసలు, అసదు, పొద్దు, రేయెండ, తబ్బిబ్బు, పోటు ముట్టు, తనివి, వలవంత, చెంత, మంతనము ..... మొదలైన మాటలన్నీ దేశ్యంపు తెలుగులు అయ్యాయి".

కేతన ఈ సీసపద్యంలో ఉదాహరించిన పదాలలో మనకు ఎక్కువగా కనిపించేవి 'స్త్రీ' అనే అర్థాన్ని తెలిపే అనేక మాటలు. ఇవన్నీ కూడా కావ్యాలలో కనిపించేవి మాత్రమే. కేతన ఈ వ్యాకరణ గ్రంథంలో స్పష్టంగా చెప్పినట్లు ఇది కావ్య భాషా వ్యాకరణ లక్షణ గ్రంథమే తప్ప సాధారణభాషా వ్యాకరణం కాదు కాబట్టి మనకు స్త్రీకి సంబంధించిన పదాలు పై రెండు పద్యాలలోనూ ఎక్కువగా కన్పిస్తాయి. తర్వాతి కాలంలో 16-17 శతాబ్దాలలో అచ్చతెలుగు నిఘంటువులు పద్యరూపంలో రూపొందించిన వారందరూ ఈ మాటలనే ఏరి 'స్త్రీ' అనే అర్థానికి (భావానికి) పర్యాయపదాలుగా ఇచ్చారు. (చూ.నిఘంటుత్రయం (పైడిపాటి లక్ష్మణకవి ఆంధ్రనామ సంగ్రహము; గణపవరపు వేంకటకవి ఆంధ్రనామ శేషము; కస్తూరి రంగకవి సాంబ నిఘంటువు) పై రెండు పద్యాలనూ కలిపి మొత్తం పన్నెండు పదాలు కనిపిస్తాయి. ఈ 'అచ్చ తెలుగు' పేరుతో వచ్చినవన్నీ కూడా తత్సమేతర పదాలన్నింటినీ (అన్యదేశ్యాలతో సహా) అచ్చ తెలుగుగా వ్యవహరించినవే. పైనే చెప్పుకొన్నట్లు 'అచ్చ తెలుగు, దేశి, దేశ్యం' ఈ మూడింటికీ గల భేదం మాత్రం స్పష్టంగా తెలియరావడం లేదు. కనీసం తద్భవాలకు తత్సమపదాలతో

సామ్యం చూపగలం; కానీ ఈ మూడింటికి భిన్నమైన పేర్లు ఎందువల్ల వచ్చాయో, సాంకేతికంగా వాటిమధ్య భేదం ఏమిటో మాత్రం చెప్పడం కష్టం. అయితే జాగ్రత్తగా చూస్తే, నిత్య జీవన వ్యవహారంలోని మాటలు కావ్యాలలో ఉన్నా, కావ్యాలలో వాడిన, దేశి, దేశీయ అచ్చ తెలుగు మాటలుగా పేర్కొన్నవి మాత్రం నిత్య జీవన వ్యవహారంలో ఉన్నాయా అన్నది సందేహమే. ఇందులో ఇచ్చిన చాలా తెలుగు సమాస పదాలు సంస్కృత పదాలకు అనువాదాలుగా గుర్తించవచ్చు. ఈ పద్ధతినే తర్వాత 17 వ శతాబ్దంలో "అచ్చ తెలుగు కావ్యాలు" రాసిన కవులు అనుసరించారు.

2.2.5. గ్రామ్య పదాలు:

సీ. పంచాకుమయ్య తోపించాకుమయ్య వీ
టీదెచ్చుతారు మమ్మూదలంచి
యేగ గొంటూరమ్ము యేదాలు వోదాలు
మోసేటి వారాస సేసువారు
వాడి విరాళితో బాడిగ వోకుమీ
యీడేకదా మమ్ము యినుతిసేసె
పంపేరు తెంపేరు పాడేరు సూసేరు
యిందాము కందాము పొందు మిస్తి

ఆ. అటుకు దవ్వు వెగడు నఘువలె నిఘువలె
నాడ నీడ నేడ నచ్చు నిచ్చు
నోయ గాయ వేయకుండాడు బామ్మఁడు
గద్ద గుద్దు నాఁగ గ్రామ్య మయ్యె 26

పంచాకుమయ్య = పంచకుము (కావ్య) పంచకు (ఆధు) = పంచి పెట్టకు; తోపించాకుము + అయ్య = తోయకు, తొయ్యకు; వీటీ తెచ్చుతారు = 1. వీటి ని తెస్తారు, 2. తాంబూలం తెస్తారు; మమ్మూదలంచి = మమ్మల్ని గుర్తు చేసుకొని, తలచుకొని; యేగ= వేగంగా; కొంటూరమ్ము = తీసుకురా; యేదాలు = వేదాలు, వోదాలు = వాదాలు, మోసేటివారు = (పల్లకీ మొ॥ ఏదైనా బరువు) మోసేవారు; ఆససేసువారు = ఆశపడేవాళ్లు; వాడి విరాళితో = గాఢమైన ప్రేమతో; పాడిగ = న్యాయంగా, పోకుమీ = పోవద్దు సుమా; యీడేకదా= వీడే కదా; మమ్ము = మమ్మల్ని; యినుతిసేసె = పొగిడాడు; పంపేరు= పంపించారు; తెంపేరు = కోసారు; పాడేరు – పాడినారు/ పాడారు; సూసేరు = చూసారు, ఇందాము = విందాం; కందాం = చూద్దాం; పొందుము = తీసుకో; ఇస్తి = ఇచ్చాను;

అటుకు = అటక; తవ్వు = (గునపం మొ॥) గుంట తీయడం; (లేదా దవ్వు = దూరం) వెగడున్= వెగటు; అషువలె = అట్లా, ఆ విధంగా; ఇషువలె = ఇట్లా, ఈ విధంగా; ఆడ = అక్కడ; ఈడన్ = ఇక్కడ; ఏడన్ = ఎక్కడ; అచ్చున్ = అక్కడ; ఇచ్చున్ = ఇక్కడ; నోయ= బాధ, నొప్పి; కాయ = (చెట్టు కాయ అయితే ఇది గ్రామ్యం కాదు) కాపలా; వేయక = వేయకుండా; ఉండాడు = ఉన్నాడు; బామ్మఁడు = బ్రాహ్మణుడు; గద్ద = గద్ద అనే పక్షి (గ్రద్ద అనాలి అని) గుద్దు = పిడికిలి బిగించి వేసే దెబ్బ; నాఁగ = ఇలాంటివి; గ్రామ్యము - అయ్యె = 'గ్రామ్య' పదాలు (వాడకూడనివి) అయ్యాయి.

"పంచాకుమయ్య, తోపించాకుమయ్య... ఇలాంటివన్నీ 'గ్రామ్యాలు' ".

ప్రతిభాషలోనూ ప్రజలు మాట్లాడే భాషలో కూడా సభ్యసమాజంలో మాట్లాడకూడని, వాడకూడని మాటలు ఉంటాయి. ముఖ్యంగా తిట్టుమాటలు, బూతులు మొదలైనవి. అయితే 'గ్రామ్యం' అంటు కేతన ఇచ్చిన ఉదాహరణలే అప్పటినుండీ అనేక వ్యాకర్తలు ఉదాహరిస్తూ వచ్చారు. ఉపయోగించకూడదంటూ ఇచ్చిన ఈ పదపట్టికలో వివిధ మాండలికాల వ్యక్తీకరణలు కూడా మనకు కనిపిస్తాయి. కొన్ని ప్రాంతాలలో 'పంచకు' అనే వ్యవహార పదాన్ని 'పంచవాకు; పంచబోకు' అనికూడా వ్యవహరిస్తారు. అలాగే పైన తద్భవాల విషయంలో చెప్పినట్లే వీటిలో కూడా మనం వర్ణసూత్రాల ద్వారా ఏయే భేదాలున్నాయో గుర్తించవచ్చు. 1. 'పంచాకు, తోపించాకు' లలో "దీర్ఘం" రావడం; 2. యేదాలు, యీడే, యేగ, యినుతిలలో వ-యగా మారటం; 3. సేసె, సెప్పెలలో; చ - స భేదం; 4. తెంపేరు, పంపేరు లలో కావ్య భాషలోని 'ద' లోపించి సంధిలో దీర్ఘం వచ్చి (ఇ+అ=ఏగా) మారడం, 5. అషు, ఇషులలో మూర్ధన్య[ట] మూర్ధన్య[ష]గా మారటం ఇలాంటి రూపాలే కనిపిస్తాయి. ఇవన్నీ తెలుగుభాషలో చారిత్రకంగా వచ్చిన మార్పులే అని శాసనభాషా కాలం నుండి లభ్యమవుతున్న భాషను పరిశోధించిన వివిధ భాషావేత్తలు తెలిపారు (చూ. తెలుగు భాషా చరిత్ర, 1974). ఈ ఉదాహరణ పట్టికలో కేతన నెల్లూరు - చిత్తూరులలో భూతకాలంలో వాడే "ఉండాడు" నీ, గోదావరి జిల్లాలలో వాడే "అషు ఇషు"లనూ ఉదాహరించడం ప్రాంతీయ మాండలికాలతో ఆయనకున్న పరిచయాన్ని తెలియజేస్తుంది. చిన్నయసూరి వీటిలో కొన్ని తన ఉదాహరణల్లో ఇస్తూ "లక్షణ విరుద్ధంబయిన భాష గ్రామ్యంబు" (సంజ్ఞ - 22) అని నిర్వచించాడు. కావ్యభాషా వ్యాకర్తలు దేనిని గ్రామ్యమని నిషేధించి సూత్రీకరించారో అదే జన వ్యవహారంలో ఉన్న విషయాన్ని 19వ శతాబ్దంలో పాశ్చాత్య పరిపాలకులుగా తెలుగునాట పనిచేసి, తెలుగు నేర్చుకున్న వారెందరో (విలియం బ్రౌన్, సి.పి.బ్రౌన్, గెలెటి, కాంబెల్ మొ॥) గుర్తించి, కావ్యభాషను వదిలి తెలుగువారు వ్యవహారభాషకే ప్రాధాన్యం ఇవ్వాలని, రెండింటిమధ్య ఉన్న వ్యత్యాసం వల్ల గ్రాంథిక భాష నేర్చుకుని వ్యవహార తెలుగులో వ్యవహరించడం కష్టమౌతోందనీ గుర్తించారు.

ఈ వాదనలోని ఔచిత్యాన్ని గుర్తించిన గిడుగు, గురజాడలు వ్యవహారభాషోద్యమానికి నాంది పలికారు. తర్వాత తెలుగు వాడకంలో ఎన్నో మార్పులు వచ్చి, పరిపాలన, విద్య, ప్రసార మాధ్యమాలలో తెలుగు వినియోగంలో 'ప్రామాణిక' భాషకు బీజం పడింది. గురజాడ కన్యాశుల్కంలో అషు, ఇషు వంటి మాటలే వాడాడు. అయినప్పటికీ, 60, 70 దశకాలలో వచ్చిన తెలుగు సినిమాలలో పాటలలో కావ్యభాషాఛాయలూ, ప్రయోగాలూ, వ్యక్తీకరణలూ అనేకం కనిపిస్తాయి. ముఖ్యంగా పాడేందుకు అనువుగా ఎలా ఉంటుందనుకుంటే అలాంటి క్రియలనే కావ్య, వ్యవహార, మాండలికాలనుండి ఎంపిక చేసుకోవడం ఇప్పటికీ కనిపిస్తుంది. 13వ శతాబ్దంలో కేతన ఇచ్చిన ఈ పట్టిక భాషా శాస్త్ర రంగంలో కృషి చేసేవారికి ఎంతో సంతోషాన్ని కలిగిస్తుంది.

ఈ పట్టికలో గుద్దుకు పాఠాంతరభేదంగా 'గుద్ద' అనే మాట కనిపిస్తుంది. ఇది మరీ ఎక్కువగా నిషేధింపబడ్డ బూతు మాట కాబట్టి నేను మొదటి రూపాన్ని తీసుకున్నాను.

ఆ. తత్సమంబు దక్క తక్కిన నాలుగు
నచ్చ తెనుఁగు లందు రఖిలజనులు
నందులోన గ్రామ్య మనఁగ నెవ్వరు నొప్ప
రొరులఁ దెగడుచోట నొప్పు నదియు. 27

తత్సమంబు దక్క = తత్సమాలు తప్ప; తక్కిన = మిగిలిన; నాలుగున్ = నాలుగుభేదాలు; అచ్చ తెనుఁగులు = అచ్చ (దేశ్య) తెలుగులు; అందురు = అంటారు; అఖిల జనులు = అందరు ప్రజలు, అందులోన = వాటన్నింటిలోనూ; గ్రామ్యమనగా = గ్రామ్యమనే భేదాన్ని; ఎవ్వరున్ = ఎవరూ కూడా; ఒప్పరు = ఒప్పుకోరు; ఒరులన్ = ఇతరులను; తెగడుచోట = తిట్టే చోట; ఒప్పున్ అదియు = అది (గ్రామ్యం) కూడా అంగీకారమే.

"తత్సమం తప్ప తక్కిన నాలిగింటినీ ప్రజలంతా "అచ్చతెలుగు" అంటారు. వాటిలో కూడా గ్రామ్యం ఎవ్వరూ హర్షించరు; అయినా ఇతరులను తిట్టేచోట అది కూడా అంగీకారమే".

తెలుగుమాటలకు సంబంధించి, చివరగా ఈ పద్యంలో కేతన చేసిన ద్విధా (రెండు విధాలైన) వర్గీకరణే ఆనాటినుండీ నేటివరకూ కూడా అందరికీ ఆమోద యోగ్యంగా ఉంది. ఆధునికులు కొంత అన్యదేశ్యాలను వేరుచేసి చెప్పినా, అది కేవలం అవి ఇతర భాష నుండి వచ్చిన పదాలని తెలియాలన్న ఉద్దేశమే తప్ప మరేమీకాదు. ఎందుకంటే 'భాషా వ్యవస్థ లేదా నడవడిక' రీత్యా చూస్తే ఒక్క తత్సమాలే తెలుగు వ్యాకరణపద్ధతులకు లోబడకుండా ప్రవర్తిస్తాయి. మిగిలిన అన్నీ తెలుగువ్యాకరణ పద్ధతులలో ఒదిగి

వ్యవహరిస్తాయి. అందుకే "నాలుగు, అయిదు" రకాలు అంటూ చెప్తూనే చివరికి వ్యాకర్తలంతా రెండే భేదాలుగా తేల్చారు. ఒకటి తత్సమం; రెండోది అన్నీ కలిసిన తెలుగు (దేశ్యం) అంతే. అంటే తత్సమేతరాలైన తద్భవం, అచ్చ తెలుగు, దేశ్యం (దేశీయ, దేశ్యంపు), గ్రామ్యం - అన్నీ కలిసి 'తెలుగు' అయింది. అందుకే కేతన తన 14వ పద్యంలో సంస్కృతంవల్ల కొంత కనబడింది, కొంత తానే కలిగి ఉంది. అంతా కలిసి తెలుగు పేరుతో ప్రసిద్ధి కెక్కింది అన్నాడు. గ్రామ్యంలోకూడా కవులు ప్రయోగించిన వాటిని స్వీకరించవచ్చని చిన్నయసూరి (ఆర్య వ్యవహారంబు గ్రాహ్యంబు) సూత్రీకరించాడు. అచ్చ తెలుగు కవులంతా కూడా వారి కావ్యాలలోనూ, నిఘంటువు ల్లోనూ ఈ విభజనే పాటించారు. అందువల్ల వాళ్లు సంస్కృత పదాలను పేర్లతో సహా తెలుగు మాటలలో అనువాదం చేసుకున్నారు. పంచాననుడు ('ఐదు ముఖములు కలవాడు' శివుడు) అనే మాటను "అరపది మోములవాడు" అనీ, మన్మథుడు (శుకవాహనుడు) అనడానికి 'చిలుక తత్తడి రౌతు' అనీ, 'చిలుకవజీరు' అనీ మార్చుకున్నారు. అయితే వీళ్లు తమ కావ్యాల పేర్లు మాత్రం సంస్కృత (తత్సమ) పదాలతోనే వ్యవహరించారు. ఉదా: యయాతిచరిత్ర (పొన్నిగంటి తెలగన్న). అచ్చ తెలుగు నిఘంటువుల గురించి ఇంతకుముందే వివరించడం జరిగింది. అయితే ఇది తత్సమ వ్యతిరేక విప్లవమా లేక కేవలం ప్రయోగ భేదమా అని ప్రశ్నించుకున్న పరిశోధకులు ఇది కేవలం 'ప్రయోగభేదమే' అని అన్నారు. (సుందరాచార్యులు, 1989-)

2.3. సంస్కృత పదాలను తత్సమాలుగా మార్చే విధానం:

వ. అనంతరంబ సంస్కృతపదంబులు తెనుంగు గావించు తెఱం గెఱింగించెద. 28

అనంతరంబ = తర్వాత, పిమ్మట; సంస్కృత పదంబులు = సంస్కృత పదాలను తెనుంగు = తెలుగు; కావించు = చేసే; తెరంగు = విధానం; ఎఱింగించెద = తెలియజేస్తాను.

"సంస్కృత పదాలను తెలుగు పదాలుగా మార్చే విధానాలను ఇప్పుడు తెలియజేస్తాను".

ఈ 29వ పద్యం మొదలుకొని, 42వ పద్యం వరకూ అంటే 14 పద్యాలలో సంస్కృతంలోని మాటలు తెలుగులో ఎలా మార్పు చెందుతాయో కేతన వివరించాడు.

సీ. వృక్షేణ దక్షాయ పక్షిభిః పుత్రస్య
యనువిభక్తులు దెనుంగునకుఁ జొరవు
అస్తి ప్రయాతి గాయంతి భుంక్తే సంతి
నయతి స్మరతి యనుక్రియలు సొరవు

గత్వా హసిత్వా ప్రకాశ్య సంత్యజ్య నాఁ
దనరు త్వాంతల్యబంతములు సొరవు
గంతుంపురీం రిపుంహంతుం సుతంపాతు
మనుతుమున్నంతంబు లరయఁ జొరవు

తే. అపి చ తు హి వై న వా నను లనఁగఁ బెక్కు
లవ్యయంబులు చొర వెందు నాంధ్రకవితఁ
బెఱపదంబులతోడను దొరలినిల్చు
నవి తెనుంగులు గావింతు నభిమతముగ. 28

వృక్షేణ = సంస్కృత వృక్ష శబ్దం తృతీయా విభక్తి; దక్షాయ = సంస్కృత చతుర్థి విభక్తి ప్రత్యయంతో దక్షశబ్దం (రెండూ ఏ.వ.); పక్షిభిః = పక్షి, తృ. బహు.; పుత్రస్య = పుత్ర, షష్ఠి, ఏ.వ.; అను = అనే; విధమైన విభక్తులు = సంస్కృత విభక్తి ప్రత్యయాలు; తెనుంగునకు = తెలుగు భాషలో; చొఱవు = చేరవు; అస్తి = ఉండు (అస్) + ప్ర.పు.వర్తమానం; ప్రయాతి = తృ.పు.వర్త. ప్రయాతి –గాయంతి = పాడుతారు తృ. బహు.వర్త.; భుంక్తే = (ఆత్మనేపదం) (ఉ.పు.ఏ.వ.); సంతి = ప్ర.పు.బ.వర్త. కా.; నయతి= నయ్ ప్ర.పు.ఏక.వర్త; స్మరతి = స్మర – ప్ర.పు. ఏక.వర్త; అను = అనేటటువంటి; క్రియలు = క్రియా పదాలు (పనిని తెలిపేవి); సొరవు = చేరవు; గత్వా = క్త్వార్థంలో గచ్ఛ ధాతువు = వెళ్లి; హసిత్వా = నవ్వి; ప్రకాశ్య = ప్రకాశించి; సంత్యజ్య = వదిలి; నాన్ = అని; తనరు = ఉండే, ఒప్పే; త్వాంతల్య బంతములు = క్త్వార్థక ప్రక్రియలు; సొరవు = చేరవు; గంతుం పురీం = పూరు వెళ్లడానికి; రిపుం హంతుం = శత్రువును చంపడం; సుతం పాతుం = పుత్రుణ్ణి రక్షించడం; అను = అనే విధమైన; తుమున్నంతంబులు = 'తుమున్నర్థక' పదాలు; అరయన్ = తెలియగా; సొరవు = చేరవు; అపి, చ, తు, హి, వై, న, వా, నను = ఇవన్నీ సంస్కృతంలో అవ్యయాలు (అపి = అయినప్పటికీ, చ = మరియు, కూడా, తు = కూడా, హి = నిశ్చయంగా, వా = లేదా, నను = నిజంగా) అనగన్ = అనేటటువంటి; పెక్కులు = అనేక; అవ్యయములు = అవ్యయాలకు చెందిన మాటలు; చొరవు = చేరవు; ఎందున్ = ఎక్కడా కూడా; ఆంధ్ర కవితన్ = ఆంధ్ర భాషలోని కవిత్వంలో/కావ్యంలో; పెఱపదంబులతోడను = ఇతర పదాలతో; దొరలి = కలిసిపోయి; నిలుచున్ = ఉండే; అవి = వాటిని మాత్రమే; తెనుంగులు = తెలుగు పదాలు (గా); కావింతున్= చేస్తాను; అభిమతముగ= సమ్మతంగా, అంగీకారయోగ్యంగా.

"సంస్కృత విభక్తులు, సంస్కృత క్రియా విధానం, క్త్వార్థక, తుమున్నర్థక, అవ్యయ రూపాలు సంస్కృతంలో ఉన్నవి ఉన్నట్లు తెలుగులో చేరవు. తెలుగుతో కలిసి అవి తెలుగుగా ఉండే విధాన్ని ఆమోద యోగ్యంగా ఉండేలా తెలియజేస్తాను"

సంస్కృతంలో నుండి తెలుగులోకి వచ్చి చేరిన పదాలంటే వాటికి సంబంధించి స్త్రీ, పురుష, నపుంసక; ఏక, ద్వి, బహు వచన రూపాలన్నింటితోను చేరిన నామాలు కానీ, కాల, లింగ, పురుష వచన బోధక ప్రత్యయాలతో గూడిన క్రియారూపాలు గానీ, క్త్వార్థక, తుమున్నర్థక రూపాలు గానీ, అవ్యయాలు గానీ యథాతథంగా తెలుగులో వాడడానికి వీలులేదు. అవి తెలుగు పదాలతో కలిసి ఎలా ప్రయోగింప బడుతాయో తెలిసేవిధంగా, అందరికీ అంగీకార యోగ్యంగా వివరిస్తాను అని ఈ పద్యంతో కేతన సంస్కృత పదాలు తత్సమాలుగా ఎలా మార్పులు చెంది తెలుగులో ఉపయోగించబడతాయో (ముందు పద్యాల ద్వారా) వివరిస్తానని తెలియజేస్తున్నాడు. అంటే సంస్కృతంలోని కొన్ని వ్యాకరణాంశాలు తెలుగులో చేరినప్పటికీ (ముఖ్యంగా సంధులు, సమాసాలు), నామ నిష్పన్న, క్రియా నిష్పన్న విధానాలు మాత్రం చేరలేదనీ, అవ్యయాలు కూడా తెలుగులో అలాగే వాడడం కుదరదనీ చెప్తున్నాడన్న మాట.

క. ఇల సంస్కృతపదములపై
నెలకొని నిల్చినవిసర్జనీయంబులు సు
న్నలు నిలువవు తెనుఁగులలో
నలవడఁగాఁ బల్కుచోట నభినవదండీ. 29

ఇల = (ఈ) భూమిమీద; సంస్కృత పదములపై = సంస్కృత పదాలపై; నెలకొని= ఏర్పడి; నిల్చిన = ఉన్నటువంటి; విసర్జనీయంబులు = విసర్గలు; సున్నలు = పూర్ణబిందువు లనబడే 'సున్న'లు; నిలువవు = నిలబడవు; తెనుఁగులలోన్ = తెలుగు మాటలలో; అలవడగాన్ = అనువైనట్లుగా; పలుకుచోటన్ = పలికే (మాట్లాడే) చోట్ల; అభినవదండీ= అభినవదండి అనే పేరుగల కేతనా!

"సంస్కృతంలో ఉన్నటువంటి విసర్గ, పూర్ణ బిందువులు ఆ సంస్కృత శబ్దాలను తెలుగుగా వ్యవహరించినపుడు ఉండవు"

ఈ పద్యం నుండీ కేతన తన బిరుదు 'అభినవదండి'ని తానే పద్యమకుటంగా శతకాలలో వలె పలుసార్లు ఉపయోగించుకొంటాడు. మొదటి పద్యాలలో సంస్కృత విభక్తి ప్రత్యయాలు, క్రియాప్రత్యయాలూ, అవ్యయాలు తెలుగులో అలాగే వాడడానికి కుదరదని తెలిపిన కేతన ఈ పద్యంలో సున్న, విసర్గలు కూడా సంస్కృతంలో ఉన్నట్లుగా

తెలుగులో ఉపయోగింప బడవు అని తెలియజేసాడు. ఉదా : రామః లో విసర్గ పోయి, 'రామ' మాత్రమే తీసుకోవడం జరుగుతుంది. వనమ్ 'వనము'గా మారుతుంది. కావ్యభాషలో 'వనం' అని 'సున్న'తో రాయకుండా ముకారాంతాలుగా రాయడం ఇక్కడ గమనించాల్సిన అంశం.

క. లలి నేకాక్షరపదములు
వెలిగాఁ దక్కినపదముల వెలసినతుద య
చ్చుల నిడుపు లుడుపఁ దెనుఁ గగు
నిల నెప్పటియట్ల యుండు నీయంతంబుల్. 30

లలిన్ = వరుసగా, క్రమంగా; ఏకాక్షర పదాలు = ఒకే ఒక అక్షరం పదంగా ఉండేమాటలు; వెలిగాన్ = దూరంగా; తక్కిన = మిగిలిన; పదముల = మాటలలో; వెలసిన = ఉండేటటువంటి; తుద = చివరి; అచ్చుల = అచ్చు అక్షరాల; నిడుపులు = దీర్ఘాలు; ఉడుపన్ = తగ్గించివేస్తే; తెనుఁగు = తెలుగు; అగున్ = అవుతాయి; ఇలన్ = భూమిమీద; ఈ అంతంబుల్ = ఈ చివరలు (అంటే దీర్ఘంగా ఉండేవి); ఎప్పటియట్ల = ఎప్పటి వలెనే, యథాతథంగా; ఉండున్ = ఉంటాయి.

"ఒకే అక్షరంతో ఉన్న పదాలు ఇతర పదాలన్నింటికీ దూరంగా (వెలిగా) (భిన్నంగా), వాటి చివర ఉండే దీర్ఘాలతో, సంస్కృతంలో వలెనే యథాతథంగా ఉంటాయి, కానీ మిగిలిన వాటికి దీర్ఘాంతాలు హ్రస్వాలవుతాయి."

సంస్కృతంలో స్త్రీ వాచక శబ్దాలలో ముఖ్యంగా ఆకారాంత (అకారాంతాలు స్త్రీ శబ్దాలు లేవు), ఈకారాంత మొదలైనవి తెలుగులోకి తీసుకున్నప్పుడు అవి ఏకాక్షర పదాలు కానట్లయితే వాటి చివర ఉండే దీర్ఘాలు హ్రస్వాలుగా మార్పు చెందుతాయి. ఏకాక్షర పదాలయినట్లయితే యథాతథంగా (ఎప్పటివలె) దీర్ఘాంతాలు గానే (చివర అక్షరం దీర్ఘంగా అలాగే) ఉంటాయి – అని కేతన ఈ పద్యంలో సూత్రాన్ని వివరిస్తున్నాడు. ఉదాహరణలు తరువాతి పద్యంలో ఉంటాయి.

క. స్త్రీయన ధీ యన శ్రీ యన
నీయేకాక్షరపదంబు లీక్రియఁ జను గౌ
రీ యన గౌరి యగున్ వా
ణీ యన వాణియగు మణి మణీ యనుచోటన్. 31

స్త్రీయన = స్త్రీ అనే; ధీయన = 'ధీ' అనే; శ్రీయన = శ్రీ అనే; ఈ ఏకాక్షర = ఈ ఒక్క అక్షరంతోనే ఉండే; పదంబులు = మాటలు; ఈ క్రియన్ = ఈ విధంగానే; చనున్ =

ఉంటాయి, చెల్లుతాయి (వాడబడతాయి); గౌరీ యన = ఈకారాంతమైన గౌరీ అనేమాట; గౌరి = గౌరి అని హ్రస్వాంతంగా; అగున్ = అవుతుంది; వాణీ యన= వాణీ అన్న పదం; వాణి = వాణి అని; అగు = అవుతుంది; మణి = మణి అని హ్రస్వాంతంగా; మణీ = మణీ అనే దీర్ఘాంతం; అనుచోటన్ = అనేచోట; (అగున్ = అవుతుంది).

"స్త్రీ, ధీ, శ్రీ ఇలాంటి ఏకాక్షర పదాలు దీర్ఘాంతాలుగానే తెలుగులోనూ ఉంటాయి కానీ గౌరీ, వాణీ, మణీ అనే మాటలు గౌరి, వాణి, మణి అని హ్రస్వాంతాలు అవుతాయి."

కేతన చెప్పిన ఈ సూత్రాన్నే తర్వాతి వ్యాకర్తలందరూ, చిన్నయసూరితో సహా మళ్లీ తమ వ్యాకరణాల్లో చెప్పారు. ఏకాక్షర పదాలైన స్త్రీ, ధీ, శ్రీ లలో తెలుగు వాళ్లు స్త్రీ, శ్రీ అనే రెండు మాటలను విరివిగా వాడుతుంటారు. ఇవి ఇలాగే దీర్ఘాంతాలుగానే తెలుగులో చేరిపోయాయి. కానీ ఈకారాంత (దీర్ఘంతాలైన) గౌరీ, వాణీ, మణీ, మొదలైన మాటలు మాత్రం వాటి చివరి దీర్ఘాలను హ్రస్వంగా మార్చుకుని తెలుగువారి వ్యవహారంలో ఉపయోగించబడుతూ వస్తున్నాయి. కేతన ఇక్కడ అన్నీ 'ఈ' కారాంత పదాలే ఇచ్చినా 'రమా', 'ఉమా' లాంటి 'ఆ' కారాంత స్త్రీలింగ శబ్దాలు కూడా హ్రస్వాలుకానే ఉపయోగిస్తాం. ఇంతకు పూర్వమే అబలా అబల అవుతుందని చెప్పాడు (పద్యం 20). అంటే ఏకాక్షర, పదాలకూ ఇతర పదాలకూ ఉన్న తేడాను స్పష్టంగా సూత్రీకరించి చెప్పడంలో కేతన సఫలీకృతుడయ్యాడు.

ఒక పద్యంలో సూత్రం, మరో పద్యంలో ఉదాహరణ (లు) లేదా ఒకే పద్యంలో సూత్రం వెంటనే ఉదాహరణ ఇవ్వడం వర్ణనాత్మక భాషాశాస్త్ర వ్యాకరణాల రచనా పద్ధతి. ఇలాంటి పద్ధతిలో రాసిన కేతన వ్యాకరణం చదువుతూంటే తెలుగు భాషతో పరిచయం ఉన్న వారికెవరికైనా క్లిష్టంగా అనిపించదు. అదే చిన్నయసూరి పద్ధతి దీనికి భిన్నం. అందువల్ల విద్యార్థులు, ఇతర తెలుగు భాషా ప్రేమికులు కూడా ఆ వ్యాకరణాన్ని క్లిష్టమైందిగా భావిస్తారు. పద్య రూపంలో ఉన్న 'కేతన' వ్యాకరణమే సులభంగా అర్థమయ్యే పద్ధతిలో ఉంది అంటే దానికి ఆయన పాటించిన వర్ణనాత్మక సూత్రం - ఉదాహరణలు అన్న పద్ధతే కారణం అని చెప్పవచ్చు.

క. లక్షణములు దెలిపెడిచో
నక్షరములు దెలియుకొఱకు నను వైనక్రియన్
శిక్షార్థముగాఁ బల్కెద
లాక్షణికులు తప్పుగాఁ దలంపకుఁడు మదిన్. 32

లక్షణములు = భాషా స్వరూపం (వ్యాకరణాంశాలు); తెలిపెడిచోన్ = తెలిపేటప్పుడు, వివరించే సమయంలో; అక్షరములు = అక్షరాలు; తెలియుకొఱకున్ = తెలిసేందుకు; అనువైనక్రియన్ = వీలయిన విధంగా; శిక్షార్థముగాన్ = నేర్చుకొనేందుకు వీలుగా (శిక్ష (సంస్కృతం) ధ్వనిశాస్త్ర సంబంధమైన); పల్కెద = చెప్తాను; లాక్షణికులు = వ్యాకరణవేత్తలు; తప్పుగాన్ = తప్పని; తలంపకుఁడు = అనుకోకండి, భావించకండి; మదిన్= మనస్సులో.

"భాషా సంబంధమైన లక్షణాలను వివరించేటప్పుడు చెప్పే అక్షరాలు స్పష్టంగా తెలియడానికి, నేర్చుకునేందుకు వీలుగా కొన్ని సంజ్ఞలు ఉపయోగిస్తాను; వాటిని ఇతర లాక్షణికులైన మీరు మీ మనస్సులో తప్పుగా తలంపకండి."

ప్రతిభాషా వ్యాకర్తకూ భాషను గురించి తెలపడానికి (వర్ణించడానికి) భాషే ఆధారం. అందువల్ల సూత్రీకరణకోసం ప్రత్యేకమైన పరిభాష కొంత అవసరం అవుతుంది. దీన్నే భాషా శాస్త్రంలో మెటా-లాంగ్వేజ్ (Meta - language) అన్నారు. పాణిని మొదలైన ప్రాచీన వ్యాకరణపండితులు వీటిని "సంజ్ఞలు" (ఇత్సంజ్ఞలు) అన్నారు. అందువల్ల కేతన తాను కొత్తగా వాడే పరిభాషను గురించి "మీ మనస్సులో తప్పుగా అనుకోకండి" అంటూ ఇతర లాక్షణికులను పద్యంలో వేడుకొన్నాడు. ఆ సంజ్ఞలు ఎలాంటివో తర్వాతి పద్యం ద్వారా తెలుస్తుంది.

క. వుఌగు నుఌంతముపై
ముఌగు నఌంతశబ్దములపై రెంటన్
డుఌగుఁ బురుషాఖ్యలపై
న ఌ ఌగు నట్టియెడల నభినవదండీ. 33

వుఌ+అగున్ = "వు" అనేవర్ణం వస్తుంది; ఉఌఅంతముపై = 'ఉ' అనే వర్ణం చివర వచ్చే పదాలపై (అంటే ఉకారాంత పదాలకు 'వు' వస్తుంది); ముఌ+అగు = 'ము' అవుతుంది; అఌ+అంతశబ్దములపై = అకారాంత శబ్దాలపైన; రెంటన్ = రెండింట అనగా ఉకారాంత, అకారాంత పదాలు రెండింటిపైన; డుఌ+అగున్ = 'డు' కారం వస్తుంది; పురుష+ఆఖ్యలపైన్ = పురుషుల పేర్లపైన; అఌ+ఉఌ అగున్ = అకారం ఉకారం అవుతోంది; అట్టియెడలన్ = అట్లాంటి సందర్భాలలో (అంటే అకారాంతంగా ఉండే పురుషుల పేర్లకు 'డు' ప్రత్యయం చేరినప్పుడు 'అ' 'ఉ'గా మారుతుంది); అభినవ దండీ = అభినవ దండి అనే పేరుగల కేతనా!

"సంస్కృతంలోని 'ఉ'కారాంత శబ్దాలు తెలుగులో 'వు' కారాంతంగానూ, 'అ'కారాంత శబ్దాలు 'ము' కారాంతంగానూ మారుతాయి. అకారాంతాలైన పురుష నామాలపై 'డు'

ప్రత్యయం వస్తుంది. అట్లా 'డు' ప్రత్యయం చేరినప్పుడు నామంలోని 'అ'కారం 'ఉ'కారంగా మారుతుంది."

ఈ పద్యంలో కేతన ప్రథమా విభక్తి ప్రత్యయాల గురించి చెప్తున్నాడు. సంస్కృతంలో స్త్రీం, పుం, నపుంసక భేదాలతో భాషాగతంగానే నామ పదాలన్నీ విభజింపబడుతాయి. అందువల్ల మొదటి 33, 34, పద్యాలలో స్త్రీలింగ శబ్దాలను గురించి స్త్రీ, గౌరీ, మొ॥ క్లుప్తంగా సూత్రీకరించిన కేతన ఈ పద్యంలో 'ఉ' కారాంతమైన సంస్కృత శబ్దాలన్నీ తత్సమీకరణలో 'వు' కారాంతాలవుతాయనీ, అలాగే 'అ' కారాంత శబ్దాలకు 'ము' కారం వస్తుందనీ, పురుషుల పేర్లకు ఈ రెండు చోట్ల అంటే 'ఉ' కారాంత 'అ'కారాంత శబ్దాలకు రెండింటికీ 'డు' ప్రత్యయం వచ్చి చేరుతుందనీ, అట్లా చేరినప్పుడు దానికి ముందున్న 'అ' కారం 'ఉ' కారం అవుతుందనీ సూత్రీకరించాడు. అంటే 'గురు' తెలుగులో 'గురువు' అనీ, 'వృక్ష' వృక్షము అనీ; 'రామ' శబ్దానికి 'డు' ప్రత్యయం చేరి 'రావుడు' కాకుండా రాముడు (అ–ఉ గా మారి) అవుతుందనీ అర్థం. (చూ.పద్యం 35)

క. వానునకున్ వంతుండును
మానునకును మంతుఁడును గ్రమంబున నగు శ
బ్దానీకాంతనకారము
మానించి విభక్తు లెక్కుమఱియొక్కొకచోన్. 34

వానునకున్ = 'వాన్' అని చివరలో ఉన్న శబ్దాలకు; వంతుండును = 'వంతుండు' అనీ; మానునకున్ = 'మాన్' అని శబ్దం చివర వచ్చేవాటికి; మంతుండును = 'మంతుడు' అనీ; క్రమంబున = వరుసగా; అగున్ = అవుతుంది; శబ్దానీక = శబ్దాలగుంపు (సముదాయంలో); అంత = చివర్లోని; నకారము = 'న' కారాన్ని; మానించి = తగ్గించి; విభక్తులు = విభక్తి ప్రత్యయాలు; ఎక్కు = వస్తాయి, చేరుతాయి; మఱియొక్కొకచోన్ = ఇంకా కొన్ని చోట్ల (అక్కడక్కడా).

"సంస్కృత శబ్దాలలో 'వాన్' చివర వచ్చే పదాలకు 'వంతుడు' అనీ, 'మాన్' చివర వచ్చే పదాలకు 'మంతుడు' అనీ చేరుతాయి. శబ్దం చివరన చాలాచోట్ల వచ్చే 'న' కారాన్ని తొలగించి ఒక్కొక్క సారి విభక్తి ప్రత్యయాలు చేరుతాయి.

ఈ సూత్రంలో మూడు విషయాలున్నాయి. (i) వాన్ అని ఏయే శబ్దాల చివర్లో వస్తుందో అవన్నీ 'వంతుడు' అని అవుతాయి; (ii) అలాగే – మాన్ అంతంలో వచ్చే శబ్దాలన్నీ 'మంతుడు' గా మారుతాయి. (iii) సంస్కృతంలో చాలా శబ్దాల్లో వచ్చే చివరి నకారం ఒక్కొక్కసారి విభక్తి ప్రత్యయం చేరినప్పుడు తొలిగిపోతుంది.

పై విషయాలను మొట్టమొదటి సారిగా ఇంత స్పష్టంగా చెప్పిన వ్యాకర్త కేతనే. తర్వాతి వ్యాకర్తలందరూ దీనినే స్వీకరించారు. ఈ సూత్రాలన్నింటికీ ఉదాహరణలు తర్వాత కింద చెప్పే పద్యంలో చూస్తాం.

క. తరువు తనువు ధన మర్థము
గురుఁడు పురుషుఁడు త్తముండుగుణవంతుఁడు సు
స్థిరమతిమంతుఁడు యశమున
నరుదుగ హనుమంతుఁ డన నుదాహరణంబుల్. 35

తరువు = (< తరు) చెట్టు; తనువు = (< తను) శరీరం; ధనము = (<ధన) డబ్బు; అర్థము = (< అర్థ) (i) డబ్బు. (ii) శబ్దానికి ఉండే భావం; గురుఁడు = (< గురు) అభ్యాసకుడు, బోధించేవాడు; పురుషుఁడు (<పురుష) = మనిషి; ఉత్తముండు (< ఉత్తమ)= మంచివాడు; గుణవంతుఁడు = (<గుణవాన్) = మంచిబుద్ధి గలవాడు; సుస్థిర = గట్టియైన; మతిమంతుఁడు (< మతిమాన్) = మనసు గలవాడు; యశమునన్ = (యశ) కీర్తిలో; అరుదుగ = ఒక్కొక్కసారి, ఒకానొకచోట; హనుమంతుఁడు = (< హనుమ) ఆంజనేయుడు; అనన్ = అనేటటువంటి; ఉదాహరణంబుల్ = ఉదాహరణలు.

"తరువు, తనువు, ధనము, అర్థము, గురుడు, పురుషుడు, ఉత్తముడు, గుణవంతుడు, యశమున సుస్థిర మతిమంతుడు, అరుదుగా హనుమంతుడు అని ఉదాహరణలు."

ఈ పద్యంలో ఇచ్చిన ఉదాహరణల్లో సూత్రాల ప్రకారం వర్తించేవే కాకుండా అరుదుగా కనిపించే (exception) ఉదాహరణ కూడా చూపించాడు. దీనిలో ఇంతకు ముందు పద్యంలో చెప్పిన 'వాన్, మాన్'లకు సంబంధించిన ఉదాహరణలు కూడా (వంతుడు, మంతుడు అని ఇంతకు పూర్వం 34వ పద్యంలోపేర్కొన్న వాటికి) ఇచ్చాడు.

34వ పద్యంలోని సూత్రాల ప్రకారం :

(i) ఉకారాంతాలపై 'వు' ఉదా. తరు = తరువు, తను = తనువు. (ii) అకారాంతాలపై 'ము' కారం – ఉదా :– ధన = ధనము, అర్థ = అర్థము (iii) అకారాంత ఉకారాంతాలకు 'డు' వర్ణం. ఉదా : గురు–డు, పురుష+డు = పురుషుడు; (iv) వాన్ = వంతుడు; ఉదా: గుణవాన్ = గుణవంతుడు; (v) మాన్ = మంతుడు, ఉదా :< మతిమాన్= మతిమంతుడు; (vi) కానీ అరుదుగా హనుమంతుడు. హనుమంతుడి ఉదాహరణ అరుదుగా అని ఇచ్చినప్పటికీ దేవినేని సూరయ్య 'మాన్' కు 'హనుమాన్' = హనుమంతుడు అని తప్పుగా అర్థం చేసుకున్నట్లు కనిపిస్తోంది. (పు.41). గుణవాన్‌లో గుణ+వాన్ అని మతిమాన్‌లో

మతి+మాన్, వాన్, మాన్‌లను ప్రత్యయాలుగా గుర్తించి అవి వంతుడు, మంతుడుగా తెలుగులోకి మారుతాయని గ్రహించాలి. కానీ హనుమంతుడులో 'హనుమ'లోని 'మ'కారం పేరుకి చెందిందే తప్ప ప్రత్యయానికి (ఉపసర్గకు) చెందింది కాదని కేతన చెప్పిన 'అరుదుగ' అనే దాని అర్థం. హనుమా! అని అంటాంకానీ 'హను' అనం కదా! కానీ 'మతి' అంటాం కానీ 'మతిమ' అనం కదా? ఈ భేదాన్ని కేతన చక్కగా గుర్తించి వివరించారు. అందువల్ల సంస్కృతంలోని ద్వితీయా విభక్తి రూపం నుండి తెలుగులో హనుమంతుడనే తత్సమం ఏర్పడిందని పండితులు చెప్తారు.

తే. ఇల ముకారమునకు ద్విత్వమేని బిందు
పూర్వకబుకారమేనియుఁ బొసఁగియుండు
ఖగ మన ఖగ మ్మనంగా ఖగం బనంగ
ఝష మన ఝష మ్మనంగా ఝషం బనంగ. 36

ఇల = ఈ భూమిమీద; ముకారమునకు = ముకారాంత శబ్దాలకు; ద్విత్వం ఏని = ఒకే హల్లు జంటగా రావడం కానీ; బిందుపూర్వక బుకారంబు ఏనియు = సున్నాతో కూడిన 'బు' కారం కానీ; పొసగియుండు = కలిసి / చేరి ఉంటాయి; ఖగము అన = 'పక్షి' అనడానికి వాడే ఖగ+ము అనే మాటను; ఖగమ్ము= ఖగమ్ము అని ద్విత్వంతోగానీ; ఖగంబు = ఖగంబు అని సున్నాతో కూడిన బు కారంతోగానీ; అనంగా = అనే విధంగా; ఝషము+అన = చేప అనే అర్థం ఉన్న తత్సమ పదం 'ఝషము' అనీ, ఝషమ్ము అనగా = ఝషమ్ము అని ద్విత్వంతో కానీ; ఝషంబు+అనంగ= ఝషంబు అని బిందుపూర్వక (సున్నాతో కూడిన) బుకారంతో కానీ; (ఉంటుంది).

" 'ము'కారాన్ని అంతంగా తీసుకునే శబ్దాలకు మరో రెండు రకాల రూపాలు కూడా ఉన్నాయి. ద్విత్వం అంటే 'మ్ము' అనీ, లేదా బిందుపూర్వక బుకారం అంటే 'ంబు' అనీ మొత్తం కలిపి మూడు రూపాలు. వీటికి ఖగము - ఖగమ్ము - ఖగంబు అనీ, ఝషము - ఝషమ్ము - ఝషంబు అనీ ఉదాహరణలు"

అకారాంత సంస్కృత శబ్దాలు తెలుగులో ఉపయోగించినప్పుడు వాటికి - ము కారం చివర చేరుతుందని ముందు చెప్పిన సూత్రానికి ఇది మరో చేర్పు. దీని ప్రకారం, ము కారంత మైన తత్సమ పదాలన్నీ కూడా మరో రెండు రూపాంతరాలను సంతరించుకుంటాయి. (i) ద్విత్వం కావడం అంటే -మ్ము అని అవడం (ii) బిందుపూర్వక అంటే సున్నాతో కూడిన 'బు'కారం అంటే 'ంబు' అని చివర రావడం. ఈ సూత్రం వల్ల 'ఖగ', 'ఝష' వంటి సంస్కృత శబ్దాలు 'ఖగము', ఝషము' అనే కాకుండా 'ఖగమ్ము', 'ఖగంబు' అనీ 'ఝషమ్ము', 'ఝషంబు' అనీ కూడా వాడవచ్చు. ఇలాంటి రూపాలు కావ్య

రచనల్లో గణాల కోసమూ, ప్రాస-యతుల కోసమూ కవులకు అవసరమయ్యాయి. 'ఖగము' అనేది మూడు హ్రస్వాలతో 'న' గణమైతే, ఖగమ్ము, ఖగంబు అనే రూపాలలో మధ్య 'గురువు' వచ్చి లఘువు-గురువు-లఘువు (।∪।) అని 'జ' గణంగా మారుతుంది.

క. తుద నాకారము లుడిపినఁ
గదిసిన ఋఌంతపద మొకండును వెలిగా
ముదమున డులు తల మోచును
విదితపుఁబురుషాఖ్యలందు వివరింపంగన్. 37

తుదన్ = చివరన (ఉండే); ఆకారములు = 'ఆ' అక్షరాలు; ఉడిపినన్ = తగ్గిస్తేనూ; కదిసిన = కలిపినా (వచ్చి చేరినా); ఋఌ+అంత పదం = 'ఋ' కారం అంతమందుండే పదం; ఒకండును = ఒక్కటి; వెలిగాన్ = లేకుండా (బయట ఉంచి); ముదమున = చక్కగా; డులు = 'డు' కారాలు; తలమోచును = వచ్చి చేరుతాయి; విదితపున్ = స్పష్టంగా; పురుష+ఆఖ్యలు+అందు = పురుషుల పేర్లలో; వివరింపంగన్ = వివరించినట్లైతే;

"పురుషుల పేర్లుగల శబ్దాల చివర ఉండే 'ఆ' కారాలను తగ్గించినా, కలిపినా వాటి చివర 'డు' వచ్చి చేరుతోందనేది స్పష్టం. అయితే '-ఋ' కారంతో అంతమయ్యే పదాలకు మాత్రం ఇది వర్తించదు. అవి వేరుగా ఉంటాయి."

పై సూత్రం ప్రకారం ఆకారాంత పురుషుల పేర్లను తెలిపే అన్ని పదాలకు చివర 'డు' వచ్చి చేరాలి. అలా చేరినప్పుడు 'ఆ' కారం 'ఉ' కారంగా మారుతుందని కూడా కేతన ముందు చెప్పాడు. అయితే అకారాంతంగా కనపడే కొన్ని పురుషనామాలు నిజానికి అకారాంత శబ్దాలు కాకపోవడం వల్ల, అవి - ఋకారాంత పదాలు కావడం వల్ల వాటి ప్రథమా విభక్తి ఏక వచన రూపాలు 'అ'కార అంతాలుగా కనిపించినా వాటికి 'డు' వచ్చి చేరదు అని పై సూత్రానికి అర్థం. దీనికి గాను ఉదాహరణలు కింది పద్యంలో కనిపిస్తాయి.

ఆ. హోత ధాత యనఁగ నేత దాత యనంగ
బ్రహ్మవేత్త యనఁగఁ బరఁగుచుండుఁ
బూరితాత్ముఁ డనఁగఁ బుణ్యకర్ముఁ డనంగఁ
బుష్పధన్వుఁ డనఁగఁ బొలుచు జగతి. 38

హోత = యజ్ఞాలు చేసేవాడు; ధాత = బ్రహ్మదేవుడు; అనఁగ = అనీ; నేత = నాయకుడు; దాత = దానం చేసేవాడు; అనఁగ = అనీ; బ్రహ్మవేత్తయనఁగన్ = బ్రహ్మాన్ని తెలిసినవాడు అనీ; పరఁగుచుండున్ = తెలుస్తున్నాయి / ఉపయోగించబడుతున్నాయి; పూరితాత్ముఁడు+అనఁగ = స్వచ్ఛమైన మనస్సు కలవాడు అనీ, పుణ్యకర్ముఁడు+అనంగన్=

పుణ్య (మంచి) కార్యాలు (పనులు) చేసినవాడు అనీ; పుష్పధన్వుఁడు+అనఁగన్ =పువ్వు విల్లుగా గలవాడు అనీ; పొలుచు = తెలుసు; జగతి = ప్రపంచంలో.

"ప్రపంచంలో హోత, ధాత, నేత, దాత, బ్రహ్మవేత్త అనే రూపాలున్నాయనీ, అలాగే పూరితాత్ముడు, పుణ్యకర్ముడు, పుష్పధన్వుడు అనీ (-డు కారాంత) రూపాల శబ్దాలున్నాయనీ తెలుసు"

సంస్కృతంలో ఋకారాంత పుంలింగం అంటూ చెప్పుకొనే హోతృ, ధాతృ మొ॥ శబ్దాల ప్రథమా విభక్తి ఏకవచన రూపాలు ఋత్వంలో ఉండవు. అందువల్ల ధాతు రూపంలో ఉండే హోతృ, ధాతృ, నేతృ, దాతృ, బ్రహ్మవేతృ పురుష నామ శబ్దాల ప్రథమైక వచనాలు హోతా, ధాతా అన్న విధంగా 'ఆ' కారాంత దీర్ఘాలుగా ఉంటాయి. ఇవి తెలుగులో తత్సమాలుగా మారినప్పుడు హోత, ధాత, నేత, మొదలైన 'అ' కారాంతాల వలె కనపడే (రామ, కృష్ణ మాదిరిగా) శబ్దాలుగా మారుతాయి కానీ వీటికి -డు ప్రత్యయం చేరదు. హోతుడు, ధాతుడు అనే విధంగా వీటిని వాడరు; హోత, ధాత మొ॥ విధంగానే వాడుతారు. కానీ పూరితాత్మ, పుణ్యకర్మ, పుష్పధన్వ అనే రూపాలలోని 'అ' 'ఉ' గా మారుతూ వాటికి పురుష బోధక ప్రత్యయమైన '-డు' చేరుతుంది. ఇవి 'న' కారాంత శబ్దాలు.

ఆ. గురువు ప్రభువు నాఁగ గురుఁడు ప్రభుం డన
శర్మ వర్మ నాఁగ శర్ముఁ డనఁగ
వర్ముఁ డనఁగఁ జెల్లు వటువును మనువును
బటువు డులకుఁ బాసి పరఁగుచుండు. 39

గురువు = బోధకుడు; ప్రభువు = యజమాని; నాఁగ = అని, (వలె); గురుఁడు = గురు శబ్దమే 'డు' కారాంతం; ప్రభుఁడు = ప్రభుశబ్దమే 'డు' కారాంతం; శర్మ, వర్మ = శర్మ, వర్మ అనేమాటలు; నాఁగ = వలె; శర్ముఁడు+అనగ = శర్ముడు అని కూడా; వర్ముఁడు+అనగాన్ = వర్ముడు అని కూడా; చెల్లు = వ్యవహరించబడుతాయి; వటువు = ఉపనయనమైనవాడు (-వటు); మనువు = 'మను' అనే మనిషి; బటువు = (-బటు) (ఉంగరము) (అనే పుంలింగ శబ్దం); డులన్ = 'డు' అనే ప్రత్యయానికి; పాసి = దూరంగా; పఱగుచుండు = ఉంటాయి.

"గురువు, ప్రభువు అనే రూపాలు గురుడు, ప్రభుడు అని కూడా వాడబడతాయి. అలాగే శర్మ, వర్మ అనే పేర్లు శర్ముడు, వర్ముడు అని కూడా వ్యవహరింపబడుతాయి, కానీ, వటువు, మనువు, బటువు మాత్రం -డు ప్రత్యయం తీసుకోక అలాగే ఉంటాయి"

ఉకారాంత పుంలింగ శబ్దాలైన గురు, ప్రభు అనేపదాలు రెండు రకాల రూపాలనూ అంటే –వు, –డు ప్రత్యయాంతాలతో గురువు అని కానీ గురుడు అని కానీ వాడవచ్చు; అలాగే ప్రభువు అని కానీ ప్రభుడు అని కానీ వాడవచ్చు. అదేవిధంగా 'అ'కారాంత శబ్దాలైన శర్మ, వర్మలకు కూడా –డు ప్రత్యయం చేరి శర్ముడు, వర్ముడు అనవచ్చు. కానీ వటువు (–వటు), మనువు (–మను), బటువు (–బటు) అనే పులింగ రూపాలకు 'వు' చేరుతోంది కానీ –డు ప్రత్యయం చేరదు.

తే. ద్విట్పదమునకు ద్విషుఁ డగు విద్విషుండు
విత్పదమునకు విదుఁ డగు వేదవిదుఁడు
భుక్పదమునకు భుజుఁ డగు భూభుజుండు
దిక్పదమునకుఁ గుఙ్గుఁ దెలియు దిక్కు 40

ద్విట్+పదమునకు = ద్విట్ అనే శబ్దానికి; ద్విషుఁడు+అగు = 'ద్విషుడు' అని అవుతుంది; విద్విషుండు = విద్విషుండు (అనికూడా అనవచ్చు); విత్ పదమునకు = 'విత్' అనే శబ్దానికి; విదుఁడు+అగు = విదుడు అని అవుతుంది; వేదవిదుఁడు కూడా (వేదం తెలిసినవాడు); భుక్ పదమునకు = 'భుక్' అనే సంస్కృత శబ్దానికి; భుజుఁడు+అగు = భుజుడని మారుతుంది. అదే విధంగా భూభుజుఁడు కూడా; దిక్ పదమునకున్ = దిక్ అనే శబ్దానికి; కుఙ్+అగు = 'కు' వర్ణం వచ్చి చేరుతుంది (అందువల్ల); తెలియు = తెలుస్తుంది; దిక్కు = దిక్కు (అని). (దిక్+కు = దిక్కు)

"సంస్కృతంలోని 'ద్విట్' ద్విషుడు, విద్విషుండు అనీ; 'విత్' పదము విదుడు, వేద విదుడు అనీ, భుక్ అనే శబ్దం భుజుడు, భూభుజుండు అనీ; దిక్ పదం మాత్రం "–కు' చేరి దిక్కు అనీ మారుతాయి."

'ద్విట్, విత్, భుక్, దిక్,' అనే సంస్కృత శబ్దరూపాలు తెలుగులో ఎలా ఉపయోగించాలి అన్న విషయం ఈ పద్యం ద్వారా తెలుస్తోంది. దానికి అప్పటికే ఏర్పడిపోయిన ప్రయోజన రూపాలు ఉండటం వల్ల వీటిని సూత్ర రూపంలో కాకుండా 'పదాంశ విధేయసూత్రాలలో వలె' 'ద్విట్' కి ద్విషుడు, విద్విష(ం)డు అనీ; విత్‌కి విదుడు, వేదవిదుడు అనీ, భుక్ కి భుజుడు, భూభుజుండు అనీ అవుతాయి; కానీ దిక్‌కు మాత్రం 'కు' అదనంగా చేరి 'దిక్కు', అనీ అవుతుందని కేతన చెప్పాడు. (చిన్నయసూరి కూడా ఇవే ఉదాహరణలు చూపించాడు 1857.)

క. తెలుఁగున సంస్కృతపదములు
పలికెడి తెఱఁ గెఱిఁగినంత ప్రవ్యక్తముగాఁ
దెలిపితిఁ దెలుపనిపదములు
గల వవి సంస్కృతముతోడఁ గలయుఁ దెనుఁగునన్. 41

తెలుఁగునన్ = తెలుగులో; సంస్కృత పదములు = సంస్కృతంలోని శబ్దాలు (మాటలు); పలికెడితెఱఁగు = పలికే విధానం; ఎఱిఁగినంత = తెలిసినంతమట్టుకు; ప్రవ్యక్తంగా= స్పష్టంగా; తెలిపితి = తెలియజేసాను; తెలుపని పదములు = ఇంకా చెప్పని (తెలుపని) మాటలు; కలవు = ఉన్నాయి; అవి = అలాంటి మాటలు; సంస్కృతము తోడన్ = సంస్కృతంతోనే; కలయున్ = చేరుతాయి; తెనుఁగునన్ = తెలుగులో.

"తెలుగులో సంస్కృత పదాలు కలిసే తీరు తెలియజేసాను. అయినా ఇంకా చెప్పని పదాలు ఎన్నో ఉన్నాయి. అవన్నీ సంస్కృతంతోనే (వాటి వలెనే) తెలుగులో చేరుతాయి."

సంస్కృత శబ్దాలను తత్సమములుగా మార్చే క్రమంలో కొన్ని సూత్రాలను కేతన ఉదాహరణపూర్వకంగా తెలియజేసాడు. అయినా తాను చెప్పని మరెన్నో సంస్కృత పదాలు తెలుగులో ఉన్నాయనీ, అవి పైన పేర్కొన్నట్లుగా సంస్కృత పదాలవలెనే తెలుగులో వ్యవహరిస్తాయని తెలియజేస్తూ కేతన ఈ అధ్యాయాన్ని ముగించాడు.

★ ★ ★

అధ్యాయం - 2

సంధి

వ. అనంతరంబ సంధు లెఱింగించెద. 42

అనంతరంబ = తర్వాత; సంధులు = సంధి సూత్రాలు; ఎఱింగించెద = తెలియజేస్తాను.

"తర్వాత సంధుల గురించి తెలియజేస్తాను"

ఈ 44వ పద్యంనుండీ 68 వ పద్యం వరకూ కేతన సంధుల గురించి చెప్పాడు.

క. మొదలిపదము తుదివర్ణము
వదలక పైపదము మొదలివర్ణముతోడం
గదియఁగ సంధులు నాఁ దగు
విదితపుఁదత్సంధు లెల్ల వివరింతుఁ దగన్. 43

మొదలి = మొదటి; పదం = మాట; తుది = చివరి; వర్ణం = అక్షరం; వదలక = విడువకుండా; పై పదము = తర్వాతపదము; మొదలివర్ణముతోడన్ = మొదటి అక్షరంతో; కదియగ = కలవగా; సంధులు = పదాలకలయికలు; నాన్‌దగు = అనబడుతాయి; విదితపు = స్పష్టమైన; తత్ = ఆ సంధులు; ఎల్ల = అన్నీ; వివరింతున్ = వివరిస్తాను; తగన్ = చక్కగా.

"మొదటి పదంలోని చివరి అక్షరం రెండవ పదంలోని మొదటి అక్షరంతో విడువకుండా కలిస్తే అలా ఏర్పడ్డ వాటిని సంధులు అంటారు. అలాంటి సంధుల గురించి స్పష్టంగా, చక్కగా వివరిస్తాను".

ప్రాచీన భారతదేశ వ్యాకరణ సంప్రదాయంలో 'సంధి' గురించి చాలా విస్తృతమైన నిర్వచనాలు, వివరణలు, చర్చలు లభ్యమవుతున్నాయి. ఆధునిక భాషా శాస్త్రవేత్తలు కూడా ఈ పారిభాషిక పదాన్ని ఇలాగే స్వీకరించారు. (చూ. బ్లూమ్ ఫీల్డ్ 1933). కేతన కూడా వారి నుండే ఈ వ్యాకరణ పారిభాషిక పదాన్నీ, నిర్వచనాన్నీ, తీసుకొని తెలుగు సంధులను వివరించాడు. అందువల్ల కేతనలో తెలుగులో వాడే సంస్కృత సంధులు కనిపించవు.

2.1.1. ఉత్వసంధి

క. ఉత్వము క్రియల కినులపై
నిత్వము పెఱరూపు దాల్చు నీవే ననఁగా
సత్త్వముఁ గలిగెడి నూరి క
తిత్వరితము పొందు నాఁగఁ దెల్లం బగుచున్. 44

ఉత్వము = ఉకారం; క్రియల = క్రియారూపాల; కినులపై = కి అనే (షష్ఠీ) విభక్తి ప్రత్యయం పైన, ను అనే ద్వితీయపైనా లేదా 'కిను' లతో కూడిన పదాలపై; ఇత్వము = ఇకారం; పెఱరూపు = 'పర' రూపాన్ని; తాల్చున్ = పొందుతుంది; నీవేననఁగా = నీవ్ + ఏన్ + అనగా = నీవు నేను అన్నట్లు (సంధి చూపిస్తూ, ఉదాహరణ కోసం) సత్త్వమున్ = బలము; కలిగెడిని = కలుగుతుంది; ఊరికి = పల్లెకు; అతిత్వరితము= తొందరగా; పొందు = వెళ్లండి. నాఁగన్ = వలె; తెల్లంబు = స్పష్టం; అగుచున్ = అవుతూ.

"ఉకారాంత క్రియలపై వచ్చే కి, ను లపైని ఇత్వము రెండవ రూపాన్ని పొందుతుంది. ఎలాగంటే నీవు+ ఏన్ + అనగా = 'నీవే ననగా'; సత్త్వము గలిగెడిని+ఊరికి + అతిత్వరితముపొందు అనే ఉదాహరణల్లో ఈ విషయం తేటతెల్లం అవుతోంది".

పైన చెప్పిన సూత్రానికి సంబంధించి అర్థం చేసుకోవాలంటే ఉదాహరణలను జాగ్రత్తగా గమనించాలి.

ఉత్వానికి:

(i) నీవు+ఏను (+అనఁగా) = నీవేననగా

(సత్త్వము) కలిగెడిని+ ఊరికి+ అతిత్వరితము (పొందు) = కలిగెడి నూరికతి త్వరితము

పై ఉదాహరణలో 'ఉ' కార సంధి 'ఇ' కార సంధి, 'కి' షష్ఠి సంధి మూడింటికీ ఉదాహరణలు ఇచ్చాడు. ఒక మంచి విషయం చెప్తున్నట్లుగా ఉదాహరణ వాక్యాలను ఇవ్వడం కేతన ప్రత్యేకత. హరి శివకుమార్ గారి (1973) ప్రకారం కేతన మధ్యమ పురుష 'ఇ' కారానికి సంధి నిత్యముగా జరుగునని చెప్పి "సత్త్వము చెందితి రూరికతి త్వరితముగా" అని రూపాంతరంతో ఉదాహరించినారు (పు. 109). బహుశా ఆయన దగ్గర ఉన్న వ్యాకరణంలో ఈ రూపాంతరం ఉండి ఉంటుంది.

క. అచ్చుగ నఱ్ఱి ఱ్ఱు ఱ్ఱను
నచ్చులె యంతమునఁ దెనుఁగుటభిధానములన్
విచ్చలవిడిఁ బలుకులఁ బెఱ
యచ్చులు చనుదెంచుమానవాఖ్యలయందున్. 45

అచ్చుగన్ = తేటతెల్లంగా; అఱ్ఱు=అకారం; ఇఱ్ఱు = ఇకారం; ఉఱ్ఱు = ఉకారం; అను= అనే; అచ్చులె = అచ్చు అక్షరాలే (స్వరాలే); అంతమునన్ = చివరన; తెనుఁగు+ అభిధానములన్ = తెలుగు పేర్లలో; విచ్చలవిడి = ఇష్టం వచ్చినట్లు; పల్కుటన్ = పలకడం వల్ల; పెఱ యచ్చులు = వేరే అచ్చులు; చనుదెంచు= వచ్చి చేరు; మానవ+ ఆఖ్యల + అందున్ = మనుష్యులపేర్లయందు.

"అకారాంత, ఇకారాంత, ఉకారాంత అచ్చులే తెలుగుపేర్ల చివర ఉంటాయి; ఇష్టం వచ్చినట్లు పలకడం వల్ల మనుష్యులపేర్లలో వేరే అచ్చులు వచ్చి చేరుతాయి".

తెలుగులో అ, ఇ, ఉ, ఎ, ఒ అనే అయిదు హ్రస్వాచ్చులున్నప్పటికీ వీటిలో 'అ, ఇ, ఉ' ల కున్న ప్రాచుర్యం ఎ, ఒ లకు లేదని ఆధునిక భాషావేత్త లెందరో తెలియజేసారు. భాషాశాస్త్రంలో 80 దశకంలో వచ్చిన "బలాబలాల సూచిక (స్కేలు)" అనే సిద్ధాంతం (Strength/Week, Foley, 1977) ఆధారంగా ఒక్కొక్క భాషలోని అచ్చులలో కొన్ని ఎంత బలహీనమైనవంటే అవి చేరడం, తొలగడం చాలా సామాన్య విషయంగా జరుగుతుంది. మరికొన్ని అంత తొందరగా మారవు (ఉషాదేవి, 1978 & 1981). అందువల్లనే ఏదైనా పరభాషా పదం ఆదానంగా తెచ్చుకొన్నప్పుడు 'ఉ' కారం చేర్చుకొని వాడుకొంటాం. (ఉదా: సాల్ట్ (ఉప్పు) = సాల్టు; బస్ = బస్సు; ఫ్యాన్ = ఫ్యాను) అలాగే వేగంగా మాట్లాడుతూ సంధి చేస్తే ముందుగా పోయేదీ 'ఉ' కారమే. దీని తర్వాత స్థానం 'అ, ఇ'లది. 'ఎ, ఒ'లకు బలం ఎక్కువ అందువల్ల మారవు; పైగా వాటితో రూపాలూ (మాటలు) తక్కువే. ఈ విషయాన్ని కేతన 13వ శతాబ్దం లోనే గుర్తించి తన పద్ధతిలో చెప్పాడు.

2.1.2. సంధి జరిగే విధాలు:

వ. తత్సంధి క్రమం బెట్టిదనిన. 46

తత్ = ఆ, సంధిక్రమం = సంధి జరిగే విధం, ఎట్టిది అనినన్ = ఎలా ఉంటుందంటే.

"ఆ సంధి జరిగే విధానం ఎలా ఉంటుందంటే"... (తెలియజేస్తాను)

సంధిని నిర్వచించి, చాలా సాధారణంగా వచ్చే ఉత్వసంధినీ, దానికి ఉదాహరణనీ చెప్పిన పిమ్మట కేతన మిగిలిన సంధులన్నింటినీ 49వ పద్యంనుండి వివరించాడు.

తే. అవనినాథుఁడు దయఁ జూడ కనిపినాఁడు
రాజు దయ లేక యున్నాఁడు రమణియెడను
అలరు బంతిది మేల్బంతి యది యనంగ
నెల్లకృతులను మిక్కిలి చెల్లుఁ గాన. 47

అవనినాథుఁడు = రాజు; దయన్‌చూడక = కనికరం లేకుండా; అనిపినాఁడు = పంపించాడు; రాజు = రాజు; దయలేక ఉన్నాఁడు = కనికరం లేకుండా ఉన్నాడు; రమణియెడను = భార్య లేదా ప్రియురాలి పట్ల; అలరు బంతి + ఇది = ఇది పూలబంతి; మేల్+బంతి+ అది = అది మంచి శ్రేష్ఠమైన బంతి; అనంగన్ = అనే విధంగా; ఎల్లకృతులను= అన్ని కావ్యాలలోను; మిక్కిలి = ఎక్కువగా; చెల్లున్ + కాన = చెల్లుతోంది కాబట్టి.

"అవనినాథుడు దయజూడక + అనిపినాడు; రాజు దయలేక యున్నాడు రమణి యెడల; అలరుబంతిది, మేల్బంతి యది అని ఇలా అన్ని కావ్యాల్లోనూ చెల్లుతోంది కాబట్టి".

చిన్నయసూరి బాలవ్యాకరణం ఉదాహరణల్లో అంతటా రామాయణాన్ని మొదటినుండి చివరి వరకు వరుసక్రమంలో క్రమం చెడకుండా కథంతా చెప్పాడని బాలవ్యాకరణం గురించి మాట్లాడే పండితులంతా అంటూంటారు. అయితే ఏకవాక్యంలో కథను మొత్తం చెప్పడం కేతన రహస్య పద్ధతేమో అనిపిస్తుంది. ఇక్కడకూడా ఆయన ఇచ్చిన ఉదాహరణలను చూస్తే, ఈ పద్యంలో "అవనినాథుడు దయజూడక+ అనిపినాడు" అని చెప్పిన వాక్యంలోని అంశం ఉత్తర రామాయణంలో రాముడు సీతను అడవికి నిర్దాక్షిణ్యంగా పంపివేయడం (ఈ కథను కావ్యంగా సమకాలికుడైన తిక్కన రాసాడు) అన్న 'ధ్వని' అంటే సూచన కనిపిస్తుంది. బహుశా ఈ వాక్యం ఆ కావ్యంనుండి గ్రహించిందేమో పరిశీలించాలి. ఈ పద్యంలో ఆశ్చర్యంగా "ఉన్నాడు" క్రియ కనిపిస్తుంది. ఇలాంటి క్రియారూపాలను తిక్కన, కేతన తమ కావ్యాలలో వాడిన దాఖలాలున్నాయి.

క. అచ్చుగఁ బెఱయచ్చుల పై
నచ్చు యకారంబుఁ దాల్చు నబలా యేలే
యిచ్చ యపూర్వమొకో యిది
యచ్చెరువై యునికి నా నుదాహరణంబుల్. 48

అచ్చుగ = స్పష్టంగా; పెఱ అచ్చులపైన్ = ఇతర అచ్చుల మీద (ఉన్న); అచ్చు = అచ్చు (స్వరం); యకారంబున్ = 'య' కారాన్ని; తాల్చున్ = పొందుతుంది; అబలా = స్త్రీ; ఏలే = అబలాయేలే; ఇచ్చ + అపూర్వము + ఒకో = యిచ్చయపూర్వమొకో; ఇది +

అచ్చెరువు + ఐ = యిది యచ్చెరువై (ఆశ్చర్యమై); ఉనికి = యునికి; నాన్ = అని; ఉదాహరణంబుల్ = ఉదాహరణలు.

"అచ్చులమీద వచ్చిన అచ్చులు 'య' కారాన్ని పొందుతాయి. ఉదాహరణకు: "అబలా యేలే యిచ్చ యపూర్వమొకో యిది యచ్చెరువైయునికి" అన్న విధంగా".

చిన్నయసూరి బాలవ్యాకరణంలో "సంధిలేని చోట స్వరంబుకంటెంబరంబయిన స్వరంబునకు యడాగమంబగు" అని చెప్పాడు కానీ కేతన మాత్రం 'య' కారాగమాన్ని సంధి లేనిచోట అని ప్రత్యేకంగా చెప్పకుండానే ఏకవాక్య ఉదాహరణంలో సంధి లేని, సంధి రాని పదాలను చూపించాడు. ఇక్కడ కేతన ఇచ్చిన ఉదాహరణలో చారిత్రక కథనం, ఉన్నట్లు భావించవచ్చు. ఎందుకంటే భారతదేశంలో ఏ సామ్రాజ్యాన్ని పాలించినవాళ్లైనా అందరూ పురుషులే. ఒకే ఒక్క మహిళ కాకతీయ సామ్రాజ్యాన్ని పరిపాలించింది. అదీ తిక్కన - కేతనలకు సమకాలీనంగా. బహుశా కేతన దానినే ఈ ఉదాహరణలో పొందుపరిచినట్లు భావించడంలో తప్పులేదు. "అబలాయేలేయిచ్చ యపూర్వమొకోయిది యచ్చెరువై యునికి" అని అన్నీ యకారాగమ రూపాలు ఉదాహరణలుగా ఇచ్చినా, దీనిలో ఒక స్త్రీ తన ఇష్టాపూర్తిగా ఏలిందనీ, అది అపూర్వం, ఆశ్చర్యకరం అనీ చేసిన వ్యాఖ్యానం వల్ల ఆ స్త్రీ తప్పకుండా రుద్రమదేవి అనే అనుకోక తప్పదు. (ఈమె కాక రజియా సుల్తానా ఢిల్లీని (హస్తినాపురాన్ని) పాలించింది తర్వాత చాలా కాలానికి.) ఈ చారిత్రక ఘట్టాన్నంతా ఏక వాక్య ఉదాహరణలో ఇచ్చాడు కేతన.

తే. ఒనర నుఙ్ఙంతషష్ఠిపై నున్నయచ్చు
మొదలఁ బొల్లునకారంబు గదిసి నిల్చు
కొడుకునా ల్గూఁతునొడమి నాఁ గూడుఁ గాని
కూఁతొడమి కొడుకా లనఁ గూడ దెందు. 49

ఒనరన్ = విశదంగా, (స్పష్టంగా); ఉఙ్+అంతషష్ఠి పైన్ = ఉకారాంత షష్ఠీమీద; ఉన్న అచ్చు = ఉన్నటువంటి అచ్చు; మొదలన్ = మొదట; పొల్లు న కారంబు = 'న' కారపొల్లు (న్); కదిసినిల్చు = చేరినిలుస్తుంది. కొడుకున్+ఆలు = కొడుకునాలు, కొడుకు యొక్క భార్య; కూతున్ + ఒడమి = కుమార్తె యొక్క అభిమానం (ప్రేమ); నాన్ = అంటే; కూడుగాని = సరిగ్గా ఉంటుంది కానీ; కూతు+ ఒడమి = కూతొడమి, కొడుకు+ ఆలు = కొడుకాలు; అనగూడదు = అనరాదు; ఎందున్ = ఎక్కడా కూడా.

"షష్ఠీ (తత్పురుష) సమాసంలో ఉకారాంతం చివర పొల్లు నకారం తప్పనిసరిగా వస్తుంది. "కొడుకునాలు, రూతునొడమి" అనడమే సరియైనవి తప్ప ఎక్కడా కూడా 'కూతొడమి, కొడుకాలు' అని అనగూడదు".

కావ్య భాషకు సంబంధించి (వ్యవహారంలో కన్నా) ఈ సూత్రం ఎక్కువగా వర్తిస్తుంది. రెండు పదాలను కలిపినప్పుడు ఏర్పడే రూపాల్లో షష్ఠీ సంబంధమైన వాటిలో ఎప్పుడూ 'న' కారప్పొల్లు (న్) కలిసి వచ్చి నిలుస్తుంది. నకారం లేకుండా సంధి చేయరాదన్నమాట. అందువల్ల కొడుకు+ఆలు = కొడుకు నాలు అవుతుందే తప్ప 'కొడుకాలు' అని ఎక్కడా రాదు; అలాగే కూతు+ఒడమి = కూతునొడమి అని వస్తుందే తప్ప కూతొడమి అని అనరాదు. ఇట్లా చెప్పే విధానం – ఏది సమ్మతమైనదో ఏది అసమ్మతమైనదో – ఆధునిక కాలంలో నోమ్ చామ్‌స్కీ పరివర్తన వ్యాకరణం ద్వారా ప్రారంభమయిందని ఆధునిక భాషా శాస్త్రవేత్తలు చెప్తూ వ్యాకరణ, వ్యవహార అసమ్మతికి సంబంధించి చుక్క గుర్తు (★) పెడుతూ చూపిస్తారు; కానీ కేతన తెలుగుభాషకు సంబంధించినంత వరకూ దీనిని ప్రథమంగా వ్యాకరణంలో చూపించాడని చెప్పవచ్చు. దీనిని ఆధునిక పద్ధతిలో చెప్పాలంటే ఈ కింది విధంగా చెప్పాల్సి ఉంటుంది.

కొడుకు+ఆలు = కొడుకునాలు (★) కొడుకాలు

కూతు+ఒడమి = కూతునొడమి (★) కూతొడమి

అయితే షష్ఠీ సమాసంలో 'ఋ' కారానికి కూడా అచ్చుపరమైనప్పుడు 'ను' గాగమం వస్తుందని చిన్నయసూరి సూత్రీకరించాడు (బా.వ్యా. సంధి. సూ.34). దీనిని దేవినేని సూరయ్య కూడా ఎత్తి చూపాడు (పు.54).

క. అది యిఙ్ఙంతముమీఁదన్
గదిసిన నాద్యచ్చుడుగు వికల్పముతోఁ గా
లిది కాలియది యనఁగఁ జే
తిది చేతియది యని పలుకఁ దెల్లం బగుచున్. 50

అది = 'అది' అన్నది; ఇఙ్+ అంతము మీదను = 'ఇ'కారాంతంపైన; కదిసినన్ = చేరితే; ఆది అచ్చు = మొదటి అచ్చు అక్షరం; ఉడుగు = లోపిస్తుంది; వికల్పముతో = వికల్పంగా (వైకల్పికం = ఒక్కొక్కసారి, అప్పుడప్పుడు); కాలిది = కాలి+అది = కలిది; కాలియది = కాలి+అది = కాలికి చెందింది (యడాగమం); అనగ = అనేటటువంటి; చేతిది = చేతి+అది; చేతియది = చేతి+అది, చేతికి చెందింది; అని = అనేవిధంగా; పలుకన్ = మాట్లాడగా; తెల్లంబు అగుచున్ = స్పష్టం అవుతూ.

"ఇ కారాంతంపైన అది శబ్దం చేరితే మొదటి అచ్చు వైకల్పికంగా లోపిస్తుంది; కానీ 'ఇది' చేరితే సంధి జరుగుతుంది. ఉదా: "కాలిది, చేతిది. కానీ 'అది' చేరి కాలియది, చేతియది" అవుతుంది.

ఇకారాంత పదాలపైన. అది చేరినప్పుడు మొదటి అచ్చు వైకల్పికంగా లోపిస్తుంది. (చిన్నయసూరి కూడా ఈ విషయాన్ని ఇలాగే చెప్పాడు) అని కేతన సూత్రీకరించాడు.

కాలు+అది = కాలిది

కాలి+అది = కాలియది

చేతి+అది = చేతిది

చేతి+అది = చేతియది

సంధి జరగనప్పుడు ఇంతకు పూర్వమే చెప్పిన సూత్రం ప్రకారం 'య'కారం వచ్చి చేరుతోంది. అందువల్ల దీనిని 'వికల్ప' సంధి అన్నాడు కేతన.

క. అచ్చుగఁ బై హ ల్లుండక
యచ్చుండినఁ దద్ద్వితీయ కంత్యనకారం
బచ్చోఁ బాయక నిల్చును
విచ్చలవిడిఁ బోవు నచ్చు వేఱొక టైనన్. 51

అచ్చుగన్ = స్పష్టంగా; పైన్ = మీద; హల్లుండక = హల్లు+ఉండక = వ్యంజనం ఉండకుండా; అచ్చుండినన్ = అచ్చు అంటే స్వరం ఉంటే; తత్ ద్వితీయకు = ఆ ద్వితీయా విభక్తికి; అంత్యనకారంబు = చివర ఉండే 'న' కారం; అచ్చోన్ = ఆచోట; పాయక = వదలకుండా; నిల్చును = నిల్చి ఉంటుంది; విచ్చలవిడిన్ = ఇష్టానుసారంగా; పోవున్ = పోతుంది; అచ్చు = స్వరం; వేఱొకటైనన్ = వేరే ఇంకేదైనా (ద్వితీయ కాకుండా) అయినట్లయితే.

"ద్వితీయావిభక్తి ప్రత్యయం తర్వాత హల్లు ఉండకుండా అచ్చు ఉన్నట్లయితే దాని (ద్వితీయ) చివర ఉండే నకారం అక్కడే తొలగిపోకుండా, విడవకుండా నిలిచి ఉంటుంది; కానీ వేరే ఇంకేదైనా (అచ్చుకానిది అంటే హల్లు) ఉన్నట్లయితే (ఆ నకారము) ఇష్టానుసారంగా పోతుంది".

ఈ పద్యంలో ద్వితీయావిభక్తికి చెందిన 'న' కారం (అర్థరహిత నకారం కాదు) ఆ విభక్తి ప్రత్యయం తర్వాత చేరే పదం అచ్చుతో ఉన్నట్లయితే ఆ విభక్తి న కారం నిలిచి ఉంటుంది; కానీ అచ్చు కాకుండా వేరే ఇంకేదైనా ఉన్నట్లయితే (అచ్చుకానిది = హల్లు) అది ఇష్టానుసారంగా పోతుంది. (దేవినేని సూరయ్య కూడా ఈ విషయాన్ని వివరించాడు (పు. 55).)

నుగాగమసంధి

క. సుతు నడిగె సుతుని నడిగెను
సుతు ననిచె న్సుతుని ననిచె సుతునిం గెలిచెన్
సుతు గెలిచెc బోరిలోను
ద్ధతు డొకc దన వరుసతో నుదాహరణంబుల్. 52

సుతునడిగె = సుతున్ + అడిగె = కొడుకును అడిగాడు; సుతనినడిగెను = సుతునిన్ + అడిగెను; సుతుననిచెన్ = సుతున్ + అనిచెన్ = కుమారుణ్ణి పంపించాడు; సుతునిననిచె = సుతునిన్ + అనిచె; సుతునిం గెలిచెన్ = కుమారుణ్ణి జయించాడు; సుతుగెలిచెన్; పోరిలోన్ = యుద్ధంలో; ఉద్ధతుడు = పరాక్రమవంతుడైన; ఒకడు = ఒక వ్యక్తి; అనన్ = అనేవి; వరుసతోన్ = క్రమంగా; ఉదాహరణంబుల్ = దృష్టాంతాలు.

"(పై సూత్రానికి) ఉదాహరణలు వరుసగా – సుతునడిగె, సుతునినడిగె; సుతుననిచెన్, సుతునిననిచె; సుతునింగెలిచెన్, సుతుగెలిచె".

ద్వితీయా విభక్తికి సంబంధించి పైన 53వ పద్యంలో చెప్పిన సూత్రానికి ఈ పద్యంలో ఇచ్చినవన్నీ ఉదాహరణలు. పద్యపూరణకోసమూ, ఔచిత్యంగా ఉంటుందనీ 'ఉద్ధతుడొకడు' అని ఒక కర్తను చేర్చాడు. ఎందుకంటే ఉదాహరణల్లో ద్వితీయ లన్నీ 'కర్మ'కు చెందగా దానికి 'సంధి' జరిగింది క్రియతో. కాబట్టి కర్మ, క్రియలను అన్వయిస్తూ ఒక కర్తను కూడా సృష్టించి, అర్థాన్ని పూరిస్తూ, ఒక కథనం వలె కేతన ఈ ఉదాహరణలిచ్చాడు. పై సూత్రం ప్రకారం

"(i) హల్లు కాకుండా అచ్చు ఉన్నప్పుడు ఆ ద్వితీయలోని చివరి 'న' కారం పోకుండా, (నిశ్చలంగా) నిలుస్తుంది;

(ii) అచ్చుకానిదేదైనా (=హల్లు) ఉన్నప్పుడు అది తన 'ఇష్టానుసారం' ఉంటుంది; లేదా పోతుంది.

ఉదాహరణలు:

(i) అచ్చు ఉండడంవల్ల నిలిచే 'న' కారం:

(అ) సుతున్+అడిగె = సుతునడిగె
సుతునిన్ + అడిగె = సుతునినడిగె

(ఆ) సుతున్+అనిచెన్ = సుతుననిచెన్

సుతునిన్ + అనిచెన్ = సుతునిననిచెన్

(ii) అచ్చుకాని దాని (హల్లు) వల్ల ఇష్టానుసారం ఉండేది పోయేది:

సుతునిం+గెలిచెన్ = సుతునింగెలిచెన్

సుతు (నిన్→<) + గెలిచెన్ = సుతుగెలిచెన్

అన్ని రకాల రూపభేదాలను ఒకే పద్యం ఒకే కర్మ (కర్త కూడా) తో మూడు భిన్న క్రియలను అందులోనూ రెండు అచ్చుతోనూ, ఒకటి హల్లుతోనూ ఉన్న వాటిని తీసుకొని ఉదాహరించిన తీరు వ్యాకరణ సూత్రం, ఉదాహరణ నేర్చుకోవడంలో అనాసక్తతను తొలగించి ఉత్సాహం నింపే విధంగా ఉంది. (దేవినేని సూరయ్యకూడా వీటిని గ్రాంథికభాషలో ఇలాగే వివరించాడు (పు.55-56).)

సరళాదేశసంధి

క. నాంతం బైనపదంబుల
పొంతం బై నున్న శబ్దముల కచటతపల్
దొంతి గజడదబ లగు న
య్యంతనకార మగు సున్న యభినవదండీ. 53

నాంతంబైన = 'న' కారంతో అంతమయ్యే; పదంబుల = మాటల; పొంతన్= దగ్గర, వద్ద; పైనున్న శబ్దముల = పక్కనే ఉన్న మాటల; కచటతపల్ = క, చ, ట, త, ప; దొంతిన్ = వరుసగా; గజడదబలు = గ, జ, డ, ద, బ అని; అగున్ = అవుతాయి; అయ్యంత = ఆ+అంత = ఆ చివరి; నకారము = 'న' కారం; అగు సున్న = సున్నా అవుతుంది; అభినవదండీ!

"మొదటి పదం నకారాంతమై రెండవ పదం క, చ, ట, త, ప లలో ఒకదానితో మొదలైనట్లైతే ఆ కచటతపలు వరుసగా గజడదబలుగా మారుతాయి. అప్పుడు మొదటి పదంలోని నకారం లుప్తమౌతుంది. (పోతుంది)."

ఈ సంధి తెలుగులో లిఖిత భాషలోనే కాకుండా మౌఖిక భాషలోనూ ఎక్కువగానే కనిపిస్తుంది. కేతన నకారాంత మనే వాడినా తరువాతి కాలంలో లాక్షణికులు, వ్యాకర్తలు దీనిని 'ద్రుతము' (నకారంబు ద్రుతంబు బా. వ్యా. సూ. సంజ్ఞా-11) అన్నారు. దీని ఆధారంగానే తెలుగులోని మాటలన్నింటినీ రెండుగా విభజించి ద్రుత ప్రకృతికములు -

కళలు అని కూడా పేర్లు పెట్టారు. ఈ 'న' కారం. పూర్వపదం చివర ఉన్నప్పుడు ఉత్తర(తర్వాత) పదం ప్రారంభంలో 'క, చ, ట, త, ప' అనే వర్గాక్షరాలలో ప్రథమాక్షరం ఉన్నట్లయితే వాటిస్థానంలో వర్గాక్షర తృతీయాలైన 'గ, జ, డ, ద, బ' లు వరసగా వస్తాయన్న మాట. అంటే క→గ గా; చ→జ గా; ట→డ గా, త→ద గా, ప→బ గా మారుతాయి.

తెలుగులో ఈ సంధి ఎంతో ఎక్కువగా రావడం వల్ల సి.పి.బ్రౌన్ లాంటి తెలుగు సాహిత్యం చదువుకుని, తెలుగు వ్యాకరణ, నిఘంటువులు రాసిన పండితుడు కూడా 'తెలుగులో ఒకేమాట రెండు వర్గాక్షరాలతోనూ కనిపిస్తుందని' భ్రమపడి వర్గాక్షరక్రమంలో తన తెలుగు ఇంగ్లీషు నిఘంటువు రూపొందించే నిర్ణయం తీసుకున్నాడు. (చూ. తెలుగు ఇంగ్లీషు నిఘంటువు - సి.పి.బ్రౌన్ - 1857) ఈ నకారం (ద్రుతం) సంధి జరిగిన పిమ్మట పోతుందని కేతన చెప్పినప్పటికీ తెలుగుభాష లిఖిత సాహిత్యంలో దీని ఉనికిని తెలిపే అరసున్న వాడటం కూడా ఈ సంధి దశ నుండే ప్రారంభమయిందని చెప్పవచ్చు.

ఆ. వానిఁ గనియెఁ జేరె వానిఁ డక్కరిఁ జేసె
వానిదానిఁ దెగడెఁ వానిఁ బొగడె
ననఁగ వరుస నివి యుదాహరణంబులు
నుతగుణాభిరామ నూత్నదండి. 54

వాని+గనియెఁ జేరె = వానిన్ + కనియెన్ + చేరెన్ = వాణ్ణి చూసాడు, దగ్గరగా వెళ్లాడు; వానిఁడక్కరిఁజేసె = వానిన్+టక్కరిన్+చేసె = వాణ్ణి మాయ (మోసం) చేసాడు; వానిఁదానిఁదెగడె = వానిన్+దానిన్+ తెగడె = వాణ్ణి, దాన్ని తిట్టాడు; వానిఁబొగడె = వానిన్ + పొగడెన్ = వాణ్ణి కీర్తించాడు (వానిఁబొదవె నని ఇంకో రూపం దీని అర్థం వాణ్ణి కౌగిలించుకున్నాడు అని); అనగ = అనే విధంగా; వరుసన్ = క్రమంగా; ఇవి = ఇవన్నీ; ఉదాహరణంబులు = దృష్టాంతాలు, ఉదాహరణలు. నుతగుణాభిరామ నూత్నదండి!

"పైన చెప్పిన సూత్రానికి వానిఁగనియె, వానిఁజేరె, వానిఁడక్కరి (చేసె), వానిఁదానిఁదెగడె, వానిఁబొగడె అనే వన్నీ వరుసగా ఉదాహరణలు".

తెలుగు లాక్షణికులు దీనిని సరళాదేశసంధి అని పేర్కొన్నారు. ద్రుత సంధుల్లో ఇది ఒకటి అని చెప్పవచ్చు. ఆధునిక భాషాశాస్త్రంలో దీనిని 'అనునాసికాంతంలో చేరే శ్వాస స్పర్శాలు నాదస్పర్శాలుగా మారుతాయి' అన్న సూత్రం ద్వారా వివరిస్తారు.

న్+క/చ/ట/త/ప ⇒ ఁగ/ఁజ/ఁడ/ఁద/ఁబ

'న'కారం తర్వాత ఒక్కొక్క వర్గ ప్రథమాక్షరానికి వర్గ తృతీయాక్షరం వచ్చే ఉదాహరణలు వరుసగా:

i) వానిన్+కనియెన్ = వానిఁగనియెన్

ii) వానిన్+చేరెన్ = వానిఁ జేరె

iii) వానిన్+టక్కరిన్ + చేసె = వానిఁ డక్కరిఁ జేసె

iv) వానిన్+దానిన్+తెగడె = వానిఁ దానిఁ దెగడె

v) వానిన్+పొగడె/పొదివె = వానిఁ బొగడె/బొదివె.

తెలుగులో కళలు, ద్రుతప్రకృతికాల వివరాల పట్టిక దేవినేని సూరయ్య 'విశేషాంశములు' అంటూ ఈ పద్యం కింద ఇచ్చారు (పు. 57-58). ఆధునిక కాలంలో ఈ ద్రుతాంతాలు, కళలు అనే భేదం తెలియకపోవడంవల్లా, అరసున్నాల వాడకం పోవడం వల్లా ఈ సూత్రం తీరుతెన్నులు విద్యార్థులకు, తెలుగు నేర్చుకునేవారికి అర్థం కాని పరిస్థితి ఏర్పడింది.

క. కుఱుచలతుది హల్లులకున్
బిఱుఁద న్నెలకొన్న యట్టిబిందువు లెల్లన్
నెఱయఁగ నూఁదుచుఁ దేలుచు
నొఱపై యిరుదెఱగుఁ జెల్లుచుండున్ గృతులన్. 55

కుఱుచల = హ్రస్వాంతాలైన; తుది = చివరి; హల్లులకున్ = హల్లు (వ్యంజన)లకు; పిఱుఁదన్ = వెంట; నెలకొన్న యట్టి = ఉన్నటువంటి; బిందువులెల్లన్ = సున్నాలన్నీ; నెఱయగన్ = తరచుగా; అప్పుడప్పుడూ; ఊదుచున్ = ఊనికతో (ఊతం); తేలుచున్ = తేలిపోతూ; ఒఱపై (ఒఱపు + ఐ) = చక్కగా; ఇరుదెఱఁగున్ = రెండు విధాలుగా; చెల్లుచుండున్ = చెల్లుతాయి; కృతులన్ = కావ్యాలలో.

"హ్రస్వాక్షరాలైన హల్లుల చివర వచ్చే సున్నాలు కొన్ని సార్లు (ఊనికతో) ఊదుచూ (పూర్ణ బిందువుగాను) మరికొన్నిసార్లు తేలుచూ (అర్ధ బిందువుగానూ) రెండు విధాలుగానూ కావ్యాలలో ఉంటాయి".

'సున్న' లేదా పూర్ణబిందువుగా రాసే రూపం నిజానికి వర్గాక్షరాలతో సమన్వయించి అనునాసికాలకు బదులుగా రాసే తటస్థమైనరూపం. అంటే క, గ – ఙ; చ, జ – ఞ; ట, డ –ణ; త, ద–న; ప, బ – మ ఈ విధంగా అనునాసికాలు వాటితో ఉచ్చారణలో

ఏకరూపత ఉన్న స్పర్శాలతోనే కలిసి వస్తాయే తప్ప ఏ అనునాసికమైనా ఏ ఇతర స్పర్శంతోనైనా రాదు. అందుకే అనునాసికాలను కూడా వర్గాక్షరాలతో కలిపే ఐదక్షరాలుగా చెప్తారు. తరువాతి లాక్షణికులు "బిందు సంశ్లేషలు విభాషనగు' (చి.సూరి. సూత్రం. సంధి - 17) అన్నప్పటికీ కేతన సంశ్లేష అంటే అనునాసికాక్షరంతో కూడిన వర్గాక్షర హల్లు ('ఙ్క', 'ఙ్గ'; ఞ్చ, ఞ్జ; ణ్ట, ణ్డ; న్త, న్ద; మ్ప, మ్బ - మహా ప్రాణాలతో కూడా ఇలాగే) గురించి ఈ వ్యాకరణంలో ఎక్కడా చెప్పలేదు.

హరి శివకుమార్ (1973) కూడా 'సంశ్లేష' గురించి కేతన చెప్పలేదనీ, అలా చెప్పకపోవడానికి నన్నయని తన సూత్రాలకు లక్ష్యంగా కేతన ఎంచుకున్నాడనీ, నన్నయ 'సంశ్లేష' వాడలేదనీ, అందువల్ల బహుశా 'సంశ్లేష' అర్వాచీనమేమోననీ అభిప్రాయాన్ని వెలిబుచ్చారు. "(నన్నయలో) సంశ్లేషరూప మొక్కటియు కనిపించదు. అందువల్ల సంశ్లేష రూపమర్వాచీనమనవలెను." (పు. 112)

"హ్రస్వాంతములపైనున్న బిందువు వికల్పముగా నొకపరి ఖండముగను మఱి యొకపరి పూర్ణముగను నుండును" అని దేవినేని సూరయ్య గారి వ్యాఖ్య (పు. 59).

పూర్ణ, హ్రస్వ బిందువుల భేదం ఛందోనియతికి అవసరం. దీనివల్ల గణాల్లో తేడా వస్తుంది. అదెలాగో ఉదాహరణలను కింది పద్యంలో చూసినప్పుడు తెలుసుకుందాం.

క. నను(గను నన్నుంగను దా
ఘను(డు ఘనుం డన(గ(జెల్లు(గవ్యనుమతిచే(
దను బో(టి లోభివా(డిత(
డన నిడుపులమీ(ది బిందు లరబిందు లగున్. 56

నను(గను = ననున్+కను = నన్ను చూస్తాడు/చూస్తుంది; (లేదా) నన్నుంగను; తా ఘను(డు = తాను గొప్పవాడు; (లేదా) ఘనుండు (ఘను(డు; ఘనుండు); అనగన్ = అనే విధంగా; చెల్లున్ = సరిపోతాయి; (వ్యవహరింపబడుతాయి); కవ్యనుమతిచే = కవి+ అనుమతిచే = కవులకు అంగీకార యోగ్యంగా; తనుబో(టి = తనతో సమానమైన; లోభివా(డిత(డు = లోభివాడు+ ఇతడు = పిసినారి ఈయన; అనన్ = అనే విధంగా; నిడుపులమీది = దీర్ఘాలపైన; బిందులు = సున్నాలు; అరబిందు = అర్ధబిందువు లేదా అరసున్నలు; అగున్ = అవుతాయి.

"నను(గను లేదా నన్నుంగను అనీ, తా ఘను(డు లేదా ఘనుండు అనీ, అరసున్న, సున్నలతో రెండువిధాలుగా వాడవచ్చు, అయితే కవుల అనుమతితో దీర్ఘాక్షరాల మీది

సున్నాలు మాత్రం "తనుబోఁటి, లోభివాఁడు + ఇతడు" అనే విధంగా అరసున్నలు అవుతాయి".

ఇంతకుముందు పద్యంలో చెప్పిన సూత్రానికి ఉదాహరణలు ఇస్తూ దానికి సంబంధించే మరో సూత్రాన్నీ, ఉదాహరణలనూ కూడా ఈ పద్యంలో ఇచ్చాడు కేతన. హ్రస్వాక్షరాల హల్లుల తర్వాత సున్న, అరసున్న ఏదైనా రావచ్చు. దీర్ఘాక్షరాల తర్వాత కవులు సాధారణంగా అరసున్నాలే ఎక్కువగా వాడుతారు అని చెప్తూ వాటన్నింటికీ రెండేసి ఉదాహరణలు ఇచ్చారు.

హ్రస్వాలకు : i) న<u>నుఁగ</u>ను; న<u>న్నుంగ</u>ను
ii) (తా) ఘ<u>నుఁ</u>డు; ఘ<u>నుం</u>డు

దీర్ఘాలకు : i) తను <u>బోఁ</u>టి
ii) లోభి <u>వాఁ</u>డు (ఇతడు)

ఈ రెండు పద్యాలకు సంబంధించి దేవినేనిసూరయ్య కూడా ఇలా చెప్పారు.

"హ్రస్వముమీది అర్ధబిందువు 'వైకల్పికము'గా పూర్ణబిందువగుఁగాని దీర్ఘము మీఁది అరసున్న అరసున్నగానే యుండును. వాఁడు అనినప్పుడు 'వా' దీర్ఘాక్షరముగాన వాఁడు అని యగును గాని వాండు అని కాదు. అట్లే తాఁజెప్పె, నేఁ జెప్పితి సరియగు రూపములనియు తాంజెప్పె, నేంజెప్పితి రూపములు తప్పనియుఁ దెలిసికొననగు. బహువచనమున మాత్రము కొన్ని యెడల నరసున్న నిండుసున్నగా మాఱును. వాంఱ్రు, వీంఱ్రు, తేంట్లు, ఱేండ్లు మొ॥(పు.60)

దేవినేని సూరయ్య ఆధునిక వ్యాకరణ దృష్టితో కేతన వాడిన 'ఊదుచు', 'తేలుచు' అనే వాటికి బదులుగా 'వైకల్పికముగా' అనే పారిభాషిక పదాన్ని వాడాడు. దీర్ఘాల తర్వాత బిందువులు అరసున్న లవుతాయి అని మాత్రమే కేతన చెప్పగా, సూరయ్య 'వాంఱ్రు, తేంట్లు' అనే ప్రయోగాలను చూపుతూ కొత్త సూత్రాన్ని "బహువచనమున మాత్రము కొన్ని యెడల నిండుసున్నగా మాఱును" అని చెప్పాడు. అయితే పైన కేతన చెప్పిన సూత్రాన్ని మనం సరిగ్గా అర్థం చేసుకోవాల్సి ఉంది. శాసన కాలంనుండే నన్నయ, కేతన కాలాల వరకూ దీర్ఘాలమీద కూడా నిండు సున్నలు ఉపయోగించేవారని మనకు భాషలో చారిత్రక ఆధారాలున్నాయి. అవి క్రమక్రమంగా 'అరసున్న'లతో మాత్రమే కవుల కావ్యాలలో ప్రయోగింపబడటం, నిండుసున్నల ప్రయోగం అప్పటికి పోవటం (ముఖ్యంగా కావ్యాల రచనల్లో) పరిగణనలోకి తీసుకొని కేతన ఈ సూత్రాన్ని చేసినట్లు మనం గ్రహించాలి.

అందువల్ల వాండు అనే రూపం వాఁడుకన్నా ప్రాచీనమైనదనీ, వాఁడు రూపం కావ్యభాషలో (గ్రాంథికం) కనిపిస్తుందనీ, దీని ఆధునిక రూపం అర్ధబిందువులేని 'వాడు' అనీ గ్రహించాలి. (చూ. తెలుగుభాషా చరిత్ర, 1974). ఇక్కడ ఇంకో విషయం కూడా గుర్తించాలి. హ్రస్వంపైన బిందువు ఉంటే గురువవుతుంది; కానీ దీర్ఘమే గురువుకాబట్టి బిందువు ఉన్నా, లేకున్నా తేడా ఉండదు.

క. కుఱుచలపై యరబిందులు
నెఱయఁగ నూఁదినను జెల్లు నిడుపులమీఁదన్
నెఱయవు గద్యంబులలో
నెఱబిందువు లూఁదుబద్యనికరములోనన్. 57

కుఱుచలపైన్ = హ్రస్వాక్షరాలమీద; అరబిందులు = అరసున్నలు; నెఱయఁగన్ = ఎక్కువగా; ఊదినన్ = ఊనికపెట్టినా; చెల్లు = వ్యవహరింపబడవచ్చు; నిడుపులమీఁదన్= దీర్ఘాక్షరాలమీద; నెఱయవు = చెల్లవు; గద్యంబులలో = వచనాలలో; నెఱబిందువులు = నిండు సున్నలు; ఊదున్ = ఊనికతో; పద్యనికరములోనన్ = పద్య సమూహాలలో.

"హ్రస్వాక్షరాల మీద అరసున్నలను నిండుసున్నలుగా పలికినా చెల్లుతాయి; కానీ దీర్ఘాక్షరాలమీద నిండుసున్నలు వచనాలలో చెల్లవు; పద్యాలలో మాత్రం చెల్లుతాయి".

ముందు పద్యాలలో చెప్పిన సూత్రాన్నే మరింతగా ఆలోచించి, కొద్దిగా మార్పు చేసి ఈ పద్యంలో హ్రస్వాక్షరాలమీది అరసున్నలను నిండు సున్నలుగా పలికినా చెల్లుతుందనీ, కానీ దీర్ఘాక్షరాల మీద నిండుసున్నలు వచనాలలో సరికాదనీ, పద్యాలలో ఉపయోగించ వచ్చుననీ తెలియజెప్పాడు కేతన. అంటే ఈ సూత్రం ప్రకారం 10-11 శతాబ్దాల వరకూ వాడుకలో ఉన్నటువంటి 'వాండు' మొదలైన దీర్ఘాక్షరం తరువాత పూర్ణబిందువుల వాడుక క్రమంగా తగ్గి, అవి పద్య రచనల్లో కవులు వాడినా, గద్యాలలో మాత్రం వాడకూడదన్న సూత్రీకరణకు వచ్చిందంటే సూత్రం గద్యభాషలో (వచనంలో) నిలకడ పొందిందని అర్థం.

ఈ పద్యానికి అర్థాలను ఇవ్వడంతోపాటు వ్యాఖ్యానించిన దేవినేని సూరయ్య "(హ్రస్వము మీది ఖండ బిందువు పూర్ణ బిందువగునని యర్థము) అని మొదటి సగం సూత్రాన్ని కుండలీకరణాల్లో చెప్పి, అన్ని అర్థాల చివర "అనగా వచనములలో దీర్ఘము మీదఁ బూర్ణబిందువుండ రాదనియుఁ బద్యములలో దీర్ఘముమీద బూర్ణబిందువు లుండవచ్చు ననియు దీని భావము. పద్యములలో దీర్ఘములమీది పూర్ణబిందువులు శివకవుల ప్రయోగము లందును, నేటికి వెలువడిన ప్రసిద్ధాంధ్రచ్ఛందో గ్రంథము లందును బ్రయోగింపబడి

యున్నవి అని చెప్పారు (పు.60-61). (అయితే దీని చివర (చూ.పీఠిక) అని ఉండటం వల్ల బహుశా ఇది సూరయ్యగారిది కాక దీనికి పీఠిక రాసిన వడ్లమూడి గోపాలకృష్ణయ్య గారిదే ఈ అర్థవివరణ కావచ్చునేమో అని అనుకోవాల్సి వస్తుంది).

ఈ సూత్రం గురించి హరి శివకుమార్ చర్చించలేదు.

క. నన్నును నిన్నునుఁ దన్నును
న న్నందుల కునుల కినులయందును మును పై
నున్న నకారపుఁ బొల్లులు
పన్నుగఁ బోఁ జూపు నచ్చుపై నున్నయెడన్. 58

నన్నును = ఉత్తమ పురుష ఏకవచనం నేను కు ద్వితీయా విభక్తి; నిన్నును = మధ్యమ పురుష ఏకవచనం నీవు/నువ్వు కు ద్వితీయావిభక్తి; తన్నున్ = ప్రథమ పురుష ఏకవచనం ద్వితీయకు; అన్నన్ = అనేటటువంటి; అందుల = వాటిలో; కునుల = 'కు, ను', అనే విభక్తి ప్రత్యయాలకు; కి,నిల = 'కి ని'ల; అందును = వాటిలో; మును = పూర్వం, ముందు; పైనున్న = ముందు ఉన్నటువంటి; న కారపున్ పొల్లులు = (ద్రుతాలు అన్ - చివరవచ్చేవి); పన్నుగన్ = స్పష్టంగా; పో జూపున్ = పోతాయి; అచ్చు పైన్ = స్వరంమీద; ఉన్న యెడలన్ = ఉన్నట్లయితే.

"ద్రుతాంతాలైన న కారపు పొల్లు దాని తర్వాత వచ్చే పదం అచ్చుతో ప్రారంభమై నట్లయితేను, కు ను, కి, ని అనే విభక్తి ప్రత్యయాలు కలిసినప్పుడూ (ఒక్కొక్కసారి) పోవడానికే చూస్తుంది".

ఆధునికంగా ద్వితీయావిభక్తిలో ఉపయోగించే నన్ను, నిన్ను, తన్ను అనే ఉత్తమ, మధ్యమ, ప్రథమ పురుష రూపాల చివర కావ్యభాషలో ద్రుతం అంటే 'న కార పొల్లు' ప్రయోగం ఉండేది. అంటే నన్నున్, నిన్నున్, తన్నున్ అనే విధంగా. వాటి తర్వాత పదం అచ్చుతో ప్రారంభమైనట్లయితే ఈ ద్రుతం జారిపోతుంది అని ఈ పద్యం చెప్తుంది. అలాగే విభక్తి ప్రత్యయాలైన 'కు, ను' గానీ 'కి, ని' గాని వచ్చినప్పుడు కూడా ఈ నకార పొల్లు పోవడానికే చూస్తుంది.

దేవినేని సూరయ్య ఈ పద్యానికి ప్రతి పదార్థాలేమీ ఇవ్వకుండా వివరణ మాత్రమే అంటే "నన్నున్, నిన్నున్, తన్నున్ అనుశబ్దములపై నున్న నకారపుఁబొల్లులు అచ్చుపై నున్న యెడల ఉండును; పోవును. ఇట్లే కువర్ణక కివర్ణకముల పై నున్న ద్రుతము గూడ వికల్పముగ లోపించును" (పు 61) - అని చెప్పారు.

హరి శివకుమార్ దీనిని ద్రుత సంధి కింద చూపించి, కేతన ద్రుతసంధిని నాల్గు భాగములుగా చేసెను అంటూ మూడవ భాగంలో "నన్ను, నిన్ను, తన్ను, కును, కిని - వీనిపై నున్న నకారము అచ్చు పరమగునపుడు వికల్పముగ లోపించును (పు. 111) అని చెప్పారు. ఈయన ఇంకా "ఈతడు (కేతన) నేను, తాను పదములలో 'ను వర్ణకము' ద్రుతమని భావించినట్లు కన్పించుచున్నది" అని వ్యాఖ్యానించారు (పు. 112). కానీ ఇది నిజం కాదు. కేతన భావించిన 'ను' నన్నును, నిన్ను<u>ను</u>, తన్ను<u>ను</u> అని సర్వనామాంతాల 'ను' కారం తర్వాతి 'ను' కారాన్ని మాత్రమే అని మనం గుర్తించాలి.

క. న న్నెఱుఁగు నన్ను నెఱుఁగున్
దన్నె ఱుఁగుచుఁ దన్ను నెఱుఁగుఁదత్త్వజ్ఞుఁడిలన్
ని న్నె ఱుఁగు నిను నెఱుంగును
నన్నం బరువడిగ నివి యుదాహరణంబుల్. 59

నన్నెఱుఁగు = నన్నున్ + ఎఱుఁగు = నా గురించి తెలుసు; నన్ను నెఱుఁగున్ = నన్నున్ + ఎఱుఁగున్ (ఇది రూపాంతరం); తన్నెఱుఁగుచున్ = తన్ను + ఎఱుఁగుచున్ = తనను తెలుసుకుంటూ (లేదా) తన్నున్+ఎఱుఁగున్; తత్త్వజ్ఞుఁడిలన్ = తత్త్వజ్ఞుఁడు+ ఇలన్ = తాత్త్వికుడు ఈ భూమిలో; నిన్నెఱుఁగు = నిన్నున్ + ఎఱుఁగు = నువ్వు తెలుసు; (లేదా) నినున్ + ఎఱుంగును; అన్నన్= అనేటటువంటివి; పరువడిగన్ = స్పష్టంగా; ఇవి = ఇట్లాంటివి; ఉదాహరణంబుల్ = ఉదాహరణలు.

"(పైన పేర్కొన్న సూత్రానికి) ఉదాహరణలు; (1) నన్నెఱుగు/నన్నునెఱుగును; (2) తన్నెఱుగు/తన్నునెఱుగు (3) నిన్నెఱుగు/నిను నెఱుంగును".

"ద్రుతం" ఉండటం, ఉండకపోవటం అనే ఎంపిక వల్ల పైన పేర్కొన్న రెండేసి రూపాలలో అంటే నన్నెఱుగు లేదా నన్ను నెఱుగులలో ఏదైనా సాధ్యమే. అయితే ఇలాంటి 'వికల్పాల' వల్ల ఒక 'మాత్ర' ఉండటం, లేకపోవటం ఛందస్సు అవసరాలకు, గణాలకు దోహదపడుతుంది. అంటే నన్నెఱుగులో ఒక గురువు, మూడు లఘువులు ఉంటే, నన్ను నెఱుగులో ఒక గురువు 4 లఘువులుంటాయి. అలాగే నిన్నెఱుగులో ఒక గురువు మూడు లఘువులుంటే, నినునెఱుంగులో మూడు లఘువులు, ఒక గురువు, తరువాత ఒక లఘువు ఉంటాయి.

నన్నెఱుఁగు　　　　నన్ను నెఱుఁగు

U I I I　　　　U I I I I

నిన్నెఱుఁగు　　　　నినునెఱుంగు

U I I I　　　　I I I U I

అయితే ఈ పద్యంలో కూడా ఒక తాత్త్విక చింతనను ప్రదర్శించాడు కేతన. అదే ఏక వాక్యంలో "తన్నెఱుఁగుచుదన్ను నెఱుఁగు తత్త్వజ్ఞుఁడు ఇలన్" అని "తాత్త్వికుడు తనను తాను తెలుసుకొంటాడు" – అని పూరించడం వల్ల ఆ 'ఎరగటం అనే' చింతన/ అవగాహనను తెలిపాడు. 'అయితే ఉదాహరణలు పూర్తికానందువల్ల రెండోపద్యంలోకూడా కును, కినుల గురించిన ఉదాహరణలు చూపించాడు.

క.　తన కెనయె తనకు నెనయే
　　ముని కెనయే మునికి నెనయె మూర్ఖుం డనఁగాఁ
　　గునులకుఁ గినులకు జగతిన్
　　దనరంగా వరుసతో నుదాహరణంబుల్.　　60

తనకెనయె = తనకు+ఎనయె = 'తనకుసాటియా?' (లేదా) తనకున్+ఎనయే = తనకునెనయే; మునికెనయే = మునికి+ఎనయే= మునికిన్+ఎనయె; మునికిసాటి ఎవరు? మూర్ఖుండు = తెలివి తక్కువవాడు; అనగాన్ = అన్నట్లు; కునులకు = కును ప్రత్యయం పైనా; కినులకు = కిని ప్రత్యయంపైనా; జగతిన్ = భూమిమీద; తనరంగా = చక్కగా; వరుసతో = క్రమంగా; ఉదాహరణంబుల్ = ఉదాహరణలు.

"కును, కినులకు ఉదాహరణలు వరుసగా : (1) తనకెనయె/తనకు నెనయే (2) మునికెనయే/మునికినెనయె – అనేవి".

పైపద్యంలో "తత్త్వజ్ఞుడు తనను తాను ఎఱుగును" అని చెప్పిన కేతన ఈ ఉదాహరణల్లోనూ చిట్టి నీతి చెప్పాడు. 'కిని' ప్రత్యయం 'ఇ' కారాంతాలపై వస్తుంది కాబట్టి 'ముని' అనే ఇకారాంత పద్యం తీసుకుని మునికెనయే? లేదా మునికినెనయె అని ఉదాహరణలు ఇచ్చి ఊరుకోకుండా "మూర్ఖుండు" అని పూరణ పదంతో కలిపి "మూర్ఖుడు మునికి సాటి వస్తాడా?" అనే అర్థం వచ్చేటట్లు చేసారు. ఇకారాంతంకాని ఇతరాలకు పచ్చే 'కును' ప్రత్యయానికి ఉదాహరణగా తనకనయ/తనకు నెనయే! అన్న రూపాంతరాలతో కూడిన ఉదాహరణ ఇచ్చాడు. ఆధునిక భాషా శాస్త్రంలో వర్ణనాత్మక

వ్యాకరణం పై రెండు రూపాలను కును, కినులను సపదాంశాలుగా గుర్తించి వాటి పరిసరాలను వర్ణిస్తుంది. అంటే ఇకారాంత పదాలపై 'కు' 'కి' గా మారుతుందని చెప్తుంది. దీనినే పరివర్తన వర్ణ సిద్ధాంతం మరో విధంగా 'ధ్వని' లక్షణాలతో 'స్వర సమీకరణం'గా విశ్లేషించి వివరిస్తుంది. వాటి ప్రకారం సూత్రరచనలు ఇలా ఉంటాయి.

వర్ణనాత్మక వర్ణశాస్త్రంలో:

కు→కి/ 'ఇ'- కారాంత పదాల తర్వాత.

గది, పులి, పిల్లి, కాకి, ములికి మొ॥ ఇకారాంత పదాలు. ఇలాంటి పదాలకు 'కి' 'ని' వస్తాయి. మిగిలిన అచ్చులున్న చోట్ల 'కు' వస్తుందని అర్థం.

పరివర్తన వర్ణశాస్త్రంలో:

అచ్చు → α అచ్చు/ α అచ్చు - అంటే ఒక అచ్చు ఒకే ధ్వని లక్షణాలున్న మరో ధ్వని పరిసరాల్లో ఆ ధ్వని అచ్చుగా మారుతుంది అని.

క. పొసఁగం బల్కెడు నెడ బొ
ల్పెసగిన ప్రథమాంతములపయిం గదిసి కదున్
బసనారు కచటతపలను
గసడదవల్ ద్రోచి వచ్చుఁ గవిజనమిత్రా! 61

పొసగన్ = చక్కగా (పొందికగా); పల్కెడునెడన్ = మాట్లాడేటప్పుడు; పొల్పు+ఎసగిన= మంచిగా ఉండే విధంగా; ప్రథమ+అంతముల పయిం = ప్రథమావిభక్తి చివరన; కదిసి= చేరి; కదున్ = ఎక్కువగా (మిక్కిలిగా); పసనారు = ప్రభావితంచేస్తూ (ప్రభావం చూపుతూ); కచటతపలను = శ్వాస వర్ణాలైన క, చ, ట, త, ప లను; గసడదవల్ = నాదాలైన గ, స, డ, ద, వ,లు; త్రోసి = తొలగించి; వచ్చున్ = వస్తాయి; కవిజనమిత్రా = కవులకు స్నేహితుడా.

"మాట్లాడేటప్పుడు ప్రథమావిభక్తి ప్రత్యయాల చివరన శ్వాసవర్ణాలైన క, చ, ట, త, ప లు వచ్చినట్లయితే, అవి వరుసగా గ, స, డ, ద, వ లుగా మారుతాయి!"

సాధారణంగా భాషల్లో శ్వాసాలు నాదాలుగా మారే ప్రక్రియ ఉంది. ఆ ప్రకారం క, చ, ట, త, పలు. గ, జ, డ, ద, బ లుగా నాదాంతాలపై మారే అవకాశం అనేకభాషల్లో ఉంది. కానీ తెలుగులోని ఈ సంధి ప్రక్రియ దానికి భిన్నమైంది. 'క, చ, ట, త, ప లు' 'గ, జ, డ, ద, బ లు' గా మారినప్పుడు దానిని 'సరళాదేశ సంధి' అని తెలుగు వ్యాకర్తలు అన్నారు. కానీ ఈ సంధిని పూర్తి వర్ణాలతో కలిపి 'గ స డ ద వాదేశ సంధి' అన్నారు.

రెండింటినీ పోల్చి చూస్తే నకారాంతాలపైనా, ప్రథమావిభక్తులపైనా కూడా క, ట, త లు గ, డ, ద లుగా మారుతున్నట్లు, కానీ (చ, ప) లు మాత్రం నకారాంతాలపై 'జ, బ' లుగానూ, ప్రథమల పై స, వ లుగానూ మారుతున్నట్లు గుర్తించాలి.

ఈ రూపాలు శాసన కాలం నుంచీ కనిపిస్తాయి. ఈనాటి భాషలో కూడా జన వ్యవహారంలో ఈ సంధితో కూడిన రూపాలు వినిపిస్తాయి.

దీనిని గురించి హరిశివకుమార్ "(కేతన) ఇచట తెలుగు పదములని గాని, సంస్కృత పదములనిగాని, విశదముగా చెప్పక, అన్నిటికి సరిపోయినట్లు పద్యరచన గావించినాడు. చిన్నయసూరి ప్రథమమీది పరుషములకు గసడదవలు బహుళముగా విధించియు, తరువాతి సూత్రమున "తెనుగుల మీది సాంస్కృతిక పరుషములకు గసడదవలు రా" వని నిషేధించినాడు. కేతన మాత్రము ఎంతో జాగ్రత్తగా సూత్రించినాడు" (పు. 113) అంటూ శాసనాల నుండీ, నన్నయ భారతం నుండీ ఉదాహరణలు చూపించారు.

సూరయ్య ఈ పద్యానికి అర్థంకానీ వివరణగానీ రాయలేదు. దీనినీ దీనికింది పద్యాన్నీ కలిపి ఒకే వివరణ ఇచ్చారు.

తే. సుతుఁడు గడువేగమున వచ్చె సుతుఁడు సనియె
సుతుఁడు డక్కరితోఁడఁదా జుట్ట మయ్యె
సుతుఁడు దండ్రికిఁ బ్రణమిల్లె సుతుఁడు వుట్టె
ననఁగ నివి యుదాహరణంబు లయ్యెఁగృతుల. 62

సుతుడు గడు = సుతుడు + కడు – సుతుడు = కుమారుడు; కడు = మిక్కిలి; వేగమున = త్వరగా; వచ్చెన్ = వచ్చాడు; సుతుడు సనియె = సుతుడు + చనియె = కొడుకు వెళ్లాడు; సుతుడు డక్కరితోడ = సుతుడు + టక్కరితోడ = పుత్రుడు టక్కరి వానితో; తాన్ = తాను; చుట్టమయ్యె = స్నేహం చేసాడు; సుతుడుదండ్రికి = కుమారుడు తండ్రికి; ప్రణమిల్లె = నమస్కరించాడు; సుతుడు వుట్టెన్ = కొడుకు పుట్టాడు; అనగన్ = అనేటువంటి; ఇవి = ఇలాంటివి; ఉదాహరణంబులు+అయ్యెన్ = ఉదాహరణలయ్యాయి; కృతుల = కావ్యాలలో.

"కావ్యాలలో ఇలాంటి ఉదాహరణలు కనిపిస్తాయి. సుతుడు గడు వేగమునవచ్చె; సుతుడు సనియె; సుతుడు డక్కరితోడ దాజుట్టమయ్యె; సుతుడు దండ్రికి బ్రణమిల్లె; సుతుడు వుట్టె"

కేవలం పదాలను కాకుండా చిన్న చిన్న వాక్యాలను ఉదాహరణలుగా తీసుకునే ప్రత్యేకత కేతనది. అందువల్లనే గ, స, డ, ద, వలు ఏ విధంగా ఆదేశంగా వస్తాయో చూపడానికి ప్రథమావిభక్తి 'డు' కారాంత ప్రత్యయం చేరే 'సుతుడు' అనే మాటను తీసుకొని, దానికి వివిధ క్రియావిశేషణాలు, క్రియలు చేర్చి సంధి రూపాలను నిష్పన్నం చేసాడు:

i) సుతుడు+కడువేగమున వచ్చె → సుతుడు గడు వేగమునవచ్చె
క → గ.

ii) సుతుడు+చనియె → సుతుడు సనియె
చ → స.

iii) సుతుడు+టక్కరితోడ దా జుట్టమయ్యె
→ సుతుడు డక్కరితోడ దా జుట్టమయ్యె
ట → డ.

iv) సుతుడు+తండ్రికి ప్రణమిల్లె → సుతుడు దండ్రికి బ్రణమిల్లె
త → ద; ప్ర → బ్ర

v) సుతుడు+పుట్టె → సుతుడువుట్టె
ప → వ.

పై ఉదాహరణలన్నీ కూడా సంస్కృత ప్రథమావిభక్తి శబ్దానికి తెలుగుమాటలు కలిసినప్పుడు ఏర్పడిన రూపాలే. అందువల్ల ఒక విధంగా చిన్నయసూరి సూత్రీకరణ (చిన్నయసూరి : సంధి – 13, 14 సూత్రాలు) సరియైనదే అనుకోవచ్చు. కానీ శాసనాలలో "అరియవట్టనమున" వంటివీ, నన్నయలో "పెద్దగాలంబు" వంటివీ తెలుగుపై సంస్కృతశబ్దాలు సమసించగా ఏర్పడిన సంధిని చూపిస్తున్నాయి. అంటే అప్పటికే ఇలాంటి సంధి రూపాలు భాషలో స్థిరపడ్డాయని అనుకోవాల్సి ఉంటుంది.

క. తెలుఁగులలో నచ్చంబులు
డులు రులు నులు పదముతుది నడుమఁ గలిగిన ని
మ్ముల దానిమీఁది యుత్వము
పొలుపుగ హ ల్లుండెనేనిఁ బోవు న్నిలుచున్. 63

తెలుగులలోన్ = తెలుగుమాటలలో; అచ్చంబులు = అచ్చతెలుగు పదాలు; డులు, రులు, నులు = డు, రు, ను అనే వర్ణాలు; పదముతుది = పదాల చివరన; నడుమ = మధ్యలోను; కల్గినన్ = ఉన్నట్లయితే; ఇమ్ముల = సరిగా; దానిమీది = (పైన చెప్పినటువంటి)

డు, రు, ను ల మీద ఉన్నటువంటి; ఉత్వము = ఉకారము; పొలుపుగ = చక్కగా; హల్లు-ఉండెనేని = హల్లు ఉన్నట్లయితే; పోవున్ నిలుచున్ = పోతుంది; ఉంటుంది.

"తెలుగు మాటలలోని డు, రు, ను అనే వర్ణాల చివర 'ఉ'కారం పదాల చివరనా, మధ్యనా కూడా హల్లు పరిసరాలలో కొన్నిసార్లు పోతుంది, (మరికొన్నిసార్లు) ఉంటుంది".

ఏ భాషలోనైనా అచ్చులు కానీ హల్లులు కానీ అన్నీ సమత్వం కలిగినవి కావు. వీటి ప్రవర్తనలను, వ్యవస్థలనూ, అధ్యయనం చేసిన వర్ణనిర్మాణశాస్త్రవేత్తలు (ఫొనాలజిస్టులు), ధ్వనిసామ్యం ఆధారంగా కొన్ని సైద్ధాంతిక సూత్రీకరణలు ప్రతిపాదించారు. అవి చాలా భాషలకు వర్తించాయి కూడా. వీటిలో రెండు ప్రధాన సిద్ధాంతాలు : (1) ప్రాగ్ (దేశ) భాషా శాస్త్రజ్ఞుడైన రోమన్ యాకొబ్సన్ ద్వారా ప్రతిపాదితమై, ఇంగ్లీషు, ఇతర భాషల విషయాల ఆధారంగా నోమ్‌చామ్‌స్కీ, మారిస్‌హాలె అనే పండితులు సముద్ధరించిన ప్రత్యేక-సామాన్య సిద్ధాంతం (Marked - Unmarked theory) (2) ఫోలే (Foley) అన్న వర్ణ శాస్త్రవేత్త ప్రతిపాదించిన బలాబలాల (Strong vs Weak) సిద్ధాంతం. ఈ రెండింటిలోనూ కొన్ని పోలికలు, కొన్ని భేదాలు ఉన్నాయి. వివరాల్లోకి వెళ్లకుండానే, తెలుగు భాషలోని 'అచ్చుల' గురించి ఈ సిద్ధాంతాల ఆధారంగా చెప్పాలంటే తెలుగుభాషలో 'ఉ' అనే అచ్చు అతి సామాన్యమైనది లేదా అత్యంత బలహీనమైనది. అంటే హల్లుల మధ్యన, పదాల చివరన ఉంటే ఉంటుంది; లేదా లోపిస్తుంది. అన్య దేశ పదాన్ని ఆధారంగా తెచ్చుకున్నప్పుడు తెలుగుమాటగా మార్చేందుకు చివరన ఇదే ఎక్కువగా వచ్చి చేరుతుంది (ఉషాదేవి, ఎ. 1978; 1981).

(1) ఉదా: పలుకు → పల్కు   పదమధ్య లోపం
చిలుక → చిల్క

(2) వాడు + ఎక్కడ? → వాడెక్కడ?   పదాంతలోపం
నేను + అన్నాను → నేనన్నాను

(3) బస్ → బస్సు
పెన్ → పెన్ను   అన్యదేశ్యపదాల చివరలో 'ఉ' చేరిక.
మీటర్ → మీటరు

తెలుగులో ఉ కారాంత, ఇ కారాంత, అ కారాంత పదాలు ఉన్నట్లుగా 'ఎ' కారాంత, 'ఒ' కారాంత పదాలు ఉండవు (చాలా తక్కువ). అత్వసంధి, ఇత్వసంధి, ఉత్వ సంధి వలె 'ఎ' త్వ సంధి, 'ఒ' త్వ సంధి జరుగవు. దీనిని వివరించేందుకై పై సిద్ధాంతాలు మనకు

దోహదపడుతాయి★. ఈ సూత్రానికి కేతన ఇచ్చిన ఉదాహరణలు కింది పద్యంలో ఉన్నాయి.

"అచ్చ తెలుగు పదములలోఁ బదమధ్యమునను, బదాంతమునను ఉండు డు, రు, ను అను నక్షరముల పైనున్న కొమ్ము హల్లు పరంబగునపుడు వికల్పముగా లోపించును – అని భావము" అని సూరయ్య వివరణ. (పు. 65).

ఆ. మారుమండఁ జొచ్చె మార్మండె వ్రేల్మట్టె
వ్రేలు మట్టె వేడ్క వేడు కయ్యె
కాఱుకాల మనఁగఁ గాఱ్కాల మనఁ గాన్పు
కానుపనఁగ నెల్లకడలఁ జెల్లు 64

మారుమండన్ చొచ్చె/మార్మండె = వేరే కొమ్మలో దూరాడు; వ్రేల్మట్టె – వ్రేలు మట్టె = వేలుకు తొడిగే ఆభరణం, మట్టెలు; వేడ్క–వేడుక – అయ్యె = వేడ్క నే 'వేడుక' అవుతుంది. కాఱుకాలము = వర్షాకాలం; అనగ = అన్నా; కాఱ్కాలము (ఱు+కా= ఱ్కా) అని కలిపి అన్నా; కాన్పు–కానుపు = ప్రసవానికి రెండు రూపాంతరాలు; అనగన్ = అంటే; ఎల్లకడల = అన్ని చోట్లా; చెల్లు = చెల్లుతుంది.

"మారుమండనే మార్మండ అనీ; వ్రేల్మట్టె – వ్రేలు మట్టె అనీ; వేడ్కనే వేడుక అనీ; కాఱుకాలమే కాఱ్కెలమనీ; కాన్పు అనేమాటే కానుపు అనీ – ఈ రూపభేదాలన్నీ అన్నిచోట్లా కూడా చెల్లుతాయి".

పైన 64వ పద్యంలో చెప్పిన డు, రు, ను, లు లకు ఉదాహరణలు ఈ పద్యంలో చూపించాడు:

మారుమండ – మార్మండ
వ్రేలుమట్టె– వ్రేల్మట్టె పదాంతం
వేడుక – వేడ్క
కానుపు – కాన్పు పదమధ్యం.

ఈ రూపాంతర భేదాలు కూడా కావ్య రచనలో గణాల కోసం అవసరం. వేడుక, కానుపు అనే మాటలు ఒక గురువు, రెండు లఘువులతో భగణం కాగా, వేడ్క, కాన్పు

★ అయితే ఆశ్చర్యకరంగా కేతన పైన వివరించిన విషయాన్ని తన 47 వ పద్యంలో ఆనాడే 'అట్టిట్టుట్టు" లకు మాత్రమే సంధి అని గుర్తించాడు. (చూ. పై.పు. 62–63; పద్యం 45)

అనే రూపాలు 'గలం' లేదా 'హగణం' అవుతాయి. ఇలాంటి రూపాంతరాలను మనం మాట్లాడే భాషలో కూడా చూస్తాం.

ఆ. ఏకపదము నడిమియిత్వ మొక్కొకతటి
నచ్చ తెనుఁగులోన నడఁగుఁ బొడముఁ
గూర్మి తాల్మి యనఁగఁ గూరిమి తాలిమి
యనఁగఁ గృతులఁ జెల్లు చునికిఁ జేసి. 65

ఏకపదము = ఒక పదం (మాట)లోని; నడిమి = మధ్యలోని; యిత్వము = 'ఇ'కారం; ఒక్కొక తటిన్ = ఒక్కొక్కసారి; అచ్చ తెలుగులోనన్ = తెలుగు మాటలలో; అడఁగు = పోతుంది; పొడము = (వస్తుంది) కనిపిస్తుంది. కూర్మి = స్నేహం, మంచితనం; తాల్మి = ఓరిమి, ఓపిక; అనఁగ = అన్నా, (లేక) కూరిమి, తాలిమి; అనఁగ = అన్నా; కృతులన్ = కావ్యాలలో; చెల్లుచు = ఉపయోగించటం; ఉనికి జేసి = ఉండటం వల్ల.

" 'ఇ' కారాంతం మధ్యలో ఉన్న పదాలలోని 'ఇ' వర్ణం కూడా ఒక్కొక్కసారి పోతుంది; ఒక్కొక్కసారి వస్తుంది. వీటిని కావ్యాలలో రెండు రూపాలతోనూ, అంటే కూరిమి - కూర్మి అనీ, తాల్మి - తాలిమి అనీ ఉపయోగించడం ఉంది కాబట్టి (రెండూ సరియైనవే)".

'ఉ'కారం పద మధ్య పదాంతాలలో ఉండటం, పోవడం చేస్తే 'ఇ'కారం మాత్రం పద మధ్యంలోనే పోతుంది; లేదా ఉంటుంది. ఇలాంటి రెండు రూపాల ప్రయోగాలూ కావ్యాలలో విరివిగా కనిపిస్తాయి. అందువల్ల కూర్మి, తాల్మి అని 'గురు-లఘువు'ల జంటగానైనా వాడవచ్చు లేదా కూరిమి, తాలిమి అని గురువు -లఘువు - లఘువులుగా కూడా వాడవచ్చు. ఈ వెసులుబాటు గణాలకు, పద్య నిర్మాణానికి చాలా దోహదం చేస్తుంది.

క. అ ట్టి ఙ్ఙంతంబులపై
యుఙ్ఙగు నన్నయును దల్లియును ననుక్రియ నా
యుఙ్ఙంత మొందుచోటుల
నుఙ్ఙగు మనుమఁడును నందనుండును ననఁగన్. 66

అఙ్ఙు, ఇఙ్ఙు అంతంబులపై = అకార, ఇకారాల చివరన; యుఙ్ఙు+అగు = 'యు'కారం వస్తుంది; అన్నయును, తల్లియును = అన్నా, తల్లీ అనకుండా అన్న'యు'ను, తల్లి'యు'ను; అనుక్రియన్ = అనే విధంగా; ఆ 'యుఙ్ఙు = ఆ'యు'వర్ణం; అంతమొందుచోటులన్ = చివరన వచ్చినప్పుడు; నుఙ్ఙు, అగు = న కారంత కూడిన 'ఉ' కారం అవుతుంది. మనుమడును, నందనుండుసుస్ - మనుమడును; నందనుండును; అనఁగన్ = అనే విధంగా.

"అకారాంత, ఇకారాంత తెలుగు మాటలపై 'యు' వర్ణకం వస్తుంది. అన్నయు, తల్లియు అనే విధంగా. అయితే ఉకారాంతాల చివరను న్+ఉ వర్ణకం వస్తుంది. మనుమడును నందనుండును అన్నట్లుగా".

ఇక్కడ కేతన చేరుతుందని చెప్పిన అ, ఇ ల చివర వచ్చే 'యు' వర్ణకం కానీ, ఉ కారాంతాల చివరన వచ్చే ను వర్ణకం కానీ కేవల వర్ణకాలు కావు. అవి సపదాంశాలై, ఒకే అర్థాన్నిచ్చే ఒకే పదాంశం. 'మరియు' అనే అర్థంలో వాడబడే ఈ పదాంశాన్ని కూడా కేతన సంధిలో చేర్చాడు. అన్న, బల్ల మొ॥ అకారాంతాలకూ, తల్లి, పిల్లి, పులి మొ॥ ఇకారాంతాలకు, 'యు' చేరుతుంది. కానీ మనుమడు, బాలుడు మొ॥ ఉకారాంతాలకు 'ను' (న్+ఉ) చేరుతుంది.; అంటే ఉ చేరడానికి ముందు ద్రుతం కలుస్తుంది.

మనుమడు+ఉ → మనుమడున్+ఉ → మనుమడును

"సముచ్చయార్థమున అ, ఇ అంతమందుగల పదములకు యు వర్ణమును, ఉకారమంత మందు గల పదములకు ను వర్ణమును వచ్చును" అని సూరయ్య వివరణ (పు. 67).

ఇదే విషయాన్ని ఆధునిక పద్ధతిలో ఇలా చెప్పవచ్చు:

[యు] – 'అ, ఇ' చివర గల మాటలకు

[ను] – 'ఉ' తో అంతమయ్యే మాటలకు.

కేతన వర్ణించిన ఈ సంధి సూత్రాలూ, ఉదాహరణలే తర్వాతి వ్యాకర్తలందరూ వాడుకున్నారు.

★ ★ ★

అధ్యాయం - 3

విభక్తి

3.1. తెలుగు విభక్తులు:

వ. అనంతరంబ విభక్తులు చెప్పెదఁ బ్రథమయుఁ ద్వితీయయుఁ దృతీయయుఁ జతుర్థియుఁ బంచమియు షష్ఠియు సప్తమియు సంబోధనంబు నన నెనిమిది తెఱంగుల విభజింపఁబడుటం జేసి విభక్తు లనంబరఁగె. చేయువాఁడు ప్రథమయుఁ, జేయంబడినది ద్వితీయయు, నుపకరణంబు తృతీయయుఁ, జేయించుకొనువాడు చతుర్థియుఁ, బాయుటకు న్బట్టయినది పంచమియు, నొడయండు షష్ఠియు, నునికిపట్టు సప్తమియు, సమ్ముఖంబు సేయునది సంబోధనంబును నగు. వానికి నేకవచన బహువచన భేదంబులన్ బ్రత్యేకంబు రెండు విధంబులఁ జెందు నందుఁ బ్రథమ యెట్లనిన. 67

అనంతరంబ = తర్వాత; విభక్తులు = నామాలతో చేరి వాక్యంలో మాటలమధ్య అర్థాల సంబంధాలను తెలిపే 'విభక్తి' అనే పేరుగల వ్యాకరణాంశాన్ని; చెప్పెదెన్ = తెలియజేస్తాను; ప్రథమయు = ప్రథమా విభక్తి అనీ; ద్వితీయయున్ = ద్వితీయావిభక్తి అనీ, తృతీయయున్ = తృతీయావిభక్తి అనీ, చతుర్థియున్ = చతుర్థీ విభక్తి అనీ, పంచమియు= పంచమీవిభక్తి అనీ; షష్ఠియు = షష్ఠీ విభక్తి అనీ; సప్తమియు = సప్తమీ విభక్తి అనీ; సంబోధనంబును = సంబోధనావిభక్తి అనీ; అనన్ = అనే విధంగా; ఎనిమిది తెఱంగుల = ఎనిమిది విధాలుగా; విభజింపబడుటంజేసి = విభాగింపబడటం వల్ల; విభక్తులు+అనన్+ పరఁగె = విభక్తులు అనే పేరుతో పిలువబడుతున్నాయి. చేయువాఁడు ప్రథమయున్ = చేసేవాడు కర్త 'ప్రథమావిభక్తి' అనీ; చేయంబడినది ద్వితీయయున్ = చేయబడ్డ దానిని 'ద్వితీయా విభక్తి' అనీ; ఉపకరణంబు తృతీయయున్ = సాధనం (ఉపయోగించేది) తృతీయా విభక్తి అనీ; చేయించుకొనువాఁడు చతుర్థియున్ = ఎవరైనా ఏదైనా పని చేయించుకుంటే (తనకోసం) ఆ వ్యక్తికానీ, పదార్థం కానీ చతుర్థీ విభక్తి అనీ; పాయుటకున్ పట్టయినది పంచమియున్= విడిపోవడానికి, (వేరై పోవడానికి) మూలకారణమైనది పంచమీ విభక్తి

అనీ; ఒడయందు షష్ఠియున్ = యజమాని, స్వామి షష్ఠీ విభక్తి అనీ; ఉనికి పట్టు సప్తమియు = ఆధారం లేదా నివాసం అయినది సప్తమీ విభక్తి అనీ; సమ్ముఖము సేయునది సంబోధనంబునున్ = పిలిచే వ్యక్తిగానీ, పదార్థంగానీ సంబోధనా విభక్తి అనీ; అగు = అవుతాయి. వానికిన్ = ఆ విభక్తులకు; ఏకవచన, బహువచన భేదంబులన్ = ఏకవచనం (ఒక్కటి తెలిపేవి) అనీ; బహువచనం (= అనేకం తెలిపేది) అనీ భేదాలతో; ప్రత్యేకంబు = వేరుగా; రెండు విధంబులన్ = రెండు రకాలుగా; చెందున్ = అవుతాయి; అందు = వాటిలో; ప్రథమయెట్లనిన = ప్రథమావిభక్తి ఏ విధంగా ఉంటుందంటే.

"తర్వాత విభక్తులగురించి తెలియజేస్తాను. ప్రథమ, ద్వితీయ, తృతీయ, చతుర్థి, పంచమి, షష్ఠి, సప్తమి, సంబోధన అని విభక్తులు ఎనిమిది రకాలు. వీటిలో ప్రథమ అంటే చేసే వాడు అనీ; ద్వితీయ అంటే చేయబడింది అనీ; తృతీయ అంటే సహాయసాధనం (ఉపకరణం) అనీ, చతుర్థి అంటే (ఎవరికైనా, దేనికైనా ఏదైనా) చేయించుకొనేవాడు అనీ; విడిపోయే దానికి ఆధారమైంది పంచమి అనీ, యాజమాన్యాన్ని తెలిపేది షష్ఠి అనీ, ఉనికికి ఆస్కారమైంది సప్తమి అనీ, పిలిచేందుకు దోహదపడేది సంబోధన అనీ అవుతాయి. వాటిలో మళ్లీ రెండు భేదాలున్నాయి. అవి ఏకవచనం, బహువచనం. అందులో ప్రథమావిభక్తి ఎలాగంటే" (రెండో పద్యంతో అనుసంధానం).

వ్యాకరణ రచనల్లో సంజ్ఞ (వర్ణాక్షరాల, పదాల పరిచయం), సంధి తర్వాత చెప్పే అంశం 'విభక్తి'. 'విభక్తి' నామాలకు సంబంధించింది. వాక్యాలలో అర్థం బోధపడేందుకై పదాల మధ్య సంబంధాన్ని తెలుపుతూ దోహదపడేవి విభక్తులు. ఇవి ప్రధానంగా అర్థ సంబంధమైనవి. అందువల్ల 'విభక్తి' అనేది కేవలం రూపం గల ప్రత్యయం మాత్రమే కాదు; ఒక మాటకు ఒక విభక్తి రూపం చేరినప్పుడు అన్ని సందర్భాలలోనూ ఒకే అర్థం వచ్చే అవకాశం లేదు. అలాగే ఒకే అర్థాన్ని సూచించే విభక్తికి సంబంధించి భిన్న రూపాలు కూడా ఉండవచ్చు. అందువల్ల ప్రాచీన భారతవైయాకరణులు కేవలం 'విభక్తి' అని మాత్రమే అనలేదు; దానితో కలిపి మరో పారిభాషిక పదాన్ని వాళ్లు నిర్దేశించారు; అదే 'కారకం'. విభక్తులు చేరినప్పుడు ఏర్పడే అర్థసంబంధాలే 'కారకాలు'. ఒక్కొక్క విభక్తిలో తెలుగులో రెండుకు మించిన ప్రత్యయాలున్నాయి. అందువల్లనే 'ప్రథమ' అంటే "చేయువాడు" అని కేతన నిర్వచించాడు. 'చేయువాడు' అంటే 'కర్త'. అసలు 'విభక్తి' అంటేనే 'విభజింపబడ్డది' అని నిర్వచనం ఇచ్చాడు కేతన. అలాగే ద్వితీయ అంటే <u>చేయంబడినది</u> అని క్లుప్తంగా చెప్పినా దాని అర్థం మనం 'కర్మ' అనే పారిభాషిక పదంతో అర్థం చేసుకోవాల్సి ఉంటుంది. (తెలుగులో 'బడు' ప్రయోగంపై ఎన్నో విమర్శలున్నాయి. ఇది తెలుగుకు సహజం కాదనీ,

సంస్కృతం నుండి అనువాద క్రమంలో వచ్చిందనీ, 'బడు'ను వాడటం తెలుగుకు లక్షణంకాదనీ ఇలా కొంతకాలం కొంతమంది విద్వాంసులు, కొన్ని పత్రికలు 'బడు' ప్రయోగాన్ని నిషేధించాయి; కానీ తెలుగులో 'బడు' ప్రయోగాలు శాసన కాలం నుంచీ ఉన్నాయి; కావ్యాలలో కూడా కొన్ని ప్రత్యేక సందర్భాలలో దీని ప్రయోగం కనిపిస్తుంది. తిక్కనలోనూ ముఖ్యంగా పోతనలో చాలా ప్రయోగాలు కనిపించాయి. ఇక్కడ కేతన వాడిన 'చేయంబడినది' అన్న ప్రయోగాన్ని ఇంకే విధంగానూ చెప్పి ఇలాంటి 'అల్పార్థ ప్రయోగంతో అనల్పార్థాన్ని' సాధించలేం. 'బడు' అవసరం, ప్రాధాన్యాలపై చేకూరి రామారావు గారి (1981) అవగాహనలూ, వాదనలూ లోతైనవి. ఇంకా ఎక్కువ విషయసేకరణ ద్వారా ఈ విషయం గురించి మరింత లోతుగా ఆలోచించవచ్చు.

తృతీయ అంటే 'ఉపకరణం' అంటే సాధనం. చతుర్థి అంటే 'చేయించుకొనువాడు'. ఇక్కడ గమనించాల్సిందేమిటంటే 'చేయించుకోవడం' అంటే ఏమిటి? 'చేయంబడినది' అంటే ఏమిటి? వాటి మధ్య భేదం ఏమిటి అన్న విషయాలు. 'చేయంబడుట' అంటే ఫలితాన్ని అనుభవించడం; అంటే 'కర్మ' అయితే, 'చేయించుకోవడం' అంటే 'లబ్ధి పొందడం'. అందువల్లనే తెలుగు పాఠశాలల్లో కర్మ గురించి పిల్లలకు సులువుగా అర్థం కావాలని మూడు ప్రశ్నలు నేర్పుతారు; అవి (1) ఎవరిని, (2) దేనిని, (3) వేనిని అని వేసుకోవాలని. అన్నిటి అర్థం ఒకటే. 'ఎవరిని' మనుషులకు, 'దేనిని' మనుష్యేతరాలకు, 'వేనిని' మనుష్యేతర బహువచనానికి వేసే ప్రశ్నలు. 'చేయించుకోవడం'లో 'లబ్ధి ఉండటం'వల్ల లాభమే కానీ, 'కర్మఫలితం' లేదు; ఈ 'లాభం' వల్ల చతుర్థికి 'రెండు' కర్మలు వస్తాయి; ఒకటి లబ్ధి గ్రహీత ఐన ప్రధాన కర్మ; రెండోది లబ్ధి కారకమైన అప్రధానకర్మ; అట్లాగే 'పాయుటకు' అంటే ఒకచోట నుండి విడిపోవడానికి ఆస్కారమైన దానికి 'పంచమీ' విభక్తి వాడుతారు; అలాగే స్వామిత్వ లేదా యాజమాన్య సంబంధం కలిగించే విభక్తి షష్ఠి; ఏది ఆధారమో తెలిపేది సప్తమి; అట్లాగే పిలవడానికి ఉపయోగించే విభక్తి సంబోధన. వీటన్నింటికీ సంబంధించిన వివరాలు కింది పద్యాలలో విశదంగా తెలుస్తుంది.

అందువల్ల ప్రథమ నుండి సప్తమి వరకూ కేవలం ప్రత్యయాలు. అంటే "డు, ము, వు, లు ప్రథమా విభక్తి" అని చెప్తే చాలదు; చిన్నయసూరి దీనినే మరింత విపులంగా చెప్పాడు; అందువల్లనే 'కారకం' అనే దానికి ఎంతో ప్రాధాన్యం ఉంది. ఇక్కడే కేవలం రూపాలతో పదసంబంధాలను నిష్పన్నం చేస్తున్నప్పటికీ అవి ఏయే రకాల అర్థాలను, అర్థభేదాలను ఇస్తున్నాయో తెలియకపోతే కేవలం రూపాలు తెలుసుకోవడంవల్ల భాషను గురించి ఏమీ తెలియకుండా పోతుంది. ఈ విషయంలో 'సంధి' కి సంబంధించిన అంశాల

వలెనే ప్రాచీన భారతీయులు చేసిన కృషిని పాశ్చాత్యులంతా గుర్తించడమే కాకుండా, తమ తమ నూతన సిద్ధాంతాలలో ఈ అంశాలను చేర్చుకున్నారు. అంతే కాదు, 'సంధి' మొదలైన కొన్ని పారిభాషిక పదాలను అనువాదం చేసుకోవడం సాధ్యం కాదు కాబట్టి అలాగే వాడారు కూడా.

నోమ్ చామ్స్కీ భాషాశాస్త్రంలో విప్లవాత్మకంగా గుర్తించే తన పరివర్తన సిద్ధాంతాన్ని ప్రతిపాదించిన రోజుల్లో (ఒక అంతర్ నిర్మాణం నుండి వివిధ సూత్రాలద్వారా అనేక బాహ్య నిర్మాణ వాక్యాలను నిష్పన్నం చేయవచ్చునన్నది దానిలో ముఖ్యమైన ప్రతిపాదన) 'అర్థం' ప్రాధాన్యం గురించి విశేషమైన చర్చ జరిగింది. దానిలో భాగంగానే వేర్వేరు పండితులు వేర్వేరుగా తమ ప్రతిపాదనలను, వాదనలను వినిపించేవారు. వీరందరినీ కలిపి 'పరివర్తన అర్థవిజ్ఞానశాస్త్రవేత్తలు' (జనరేటివ్ సెమాంటిసిస్ట్స్) అని పేరు పెట్టారు. వీరిలో ఫిల్‌మోర్ (Fillmore) అన్నాయన విభక్తి - కారక సంబంధాల గురించి తన ఆలోచనలు ప్రతిపాదిస్తూ, దానిలో భారతీయుల కారకంలోని అంశాలను కూడా చేర్చుకున్నాడు. ఇంగ్లీషులో మనం వాడే prepositions విభక్తులకు సమానార్థకాలు కావు. అయినప్పటికీ విభక్తులు (Cases), విభక్తి సంబంధాలు (Case Relations) అన్న విభజన మొదటగా చేసింది ఫిల్‌మోరే. Case, Case marker అన్నమాటలే అప్పటివరకూ వాడుతూండగా, Case Relations అన్నమాటను ఇంచుమించు కారకానికి సమానార్థకంగా ఉండే పారిభాషిక పదంగా వాడింది ఫిల్‌మోర్ (1968). అందువల్ల ఒక కర్త కేవలం కర్త కాదు - కర్తను Agent (చేసేవాడు), Experiencer (అనుభూతి చెందేవాడు) అంటూ వర్గీకరించాడు. Fillmore ప్రకారం Agent, Object, Patient, Experiencer, Instrumental, Associatve, Source, Goal, Location మొదలైన 'కారక సంబంధాలను' "Subject, Object" అనే వ్యాకరణసంబంధాలకు భిన్నంగా ప్రతిపాదించాడు. "కారకం" అనే పారిభాషిక పదానికి సమానమైనదేదీ ఇంగ్లీషు లాటిన్ భాషల్లో లేనందువల్ల 'Case Relations' అనే పారిభాషిక పదాన్ని తన సిద్ధాంతం (Case theory) లో ప్రవేశపెట్టాడు. (ఈ రెండింటిని పోల్చి చూస్తూ భాషా శాస్త్రంలో కొన్ని అధ్యయనాలు, పరిశోధనలు కూడా భారతదేశంలోనూ, ఇతర దేశాల్లోనూ వచ్చాయి).

కేతన చిన్న చిన్న మాటలతోనే విస్తృతమైన విభక్తి- కారక సంబంధాలను ఒకే వాక్యంలో తెలియజేయడం వ్యాకరణం పట్ల ఆసక్తి గలవారిని ఎంతో సంతోషపెడుతుంది. తర్వాత కాలంలో చిన్నయసూరి దీన్ని ఎంతో వివరంగా ఏయే అర్థాలనిచ్చే కారకాలకు ఏ

ప్రత్యేక విభక్తి ప్రత్యయం వస్తుందో సూత్రీకరించాడు. (చూ. చిన్నయసూరి. కారక పరిచ్ఛేదం- ఉదా: అపాయ, భయ, జుగుప్సా... దానికి 'వలన' వర్ణకంబగు మొ॥)

పద నిర్మాణ శాస్త్రంలో నామ పద నిర్మాణం, క్రియా పద నిర్మాణం ముఖ్యమైనవి. నామ పద నిర్మాణంలో ఏక బహువచన రూప నిర్మాణాలతో బాటు, విభక్తుల చేర్పుతో ఏర్పడే పదాలు కూడా చేరుతాయి. వీటిని కేతన వర్ణించిన విధం కింది పద్యాలలో తెలుసుకుందాం.

3.1.1. ప్రథమా విభక్తి

క. పలుకనుట యేకవచనము
పలుకుపయి న్లులను నిలుప బహువచనంబుల్
నెల నెల లనఁ దల తల లనఁ
జిలుక చిలుక లనఁగ జగతిఁ జెల్లుటవలనన్. 68

పలుకు అనుట = పలుకు (మాట) అనే పదం; ఏకవచనము = ఒకే ఒక వస్తువును తెలిపే 'ఏకవచనం'; పలుకుపయిన్ = పలుకు అనే మాట మీద; లులను = 'లు' లేదా 'ల' అనే వాటిని; నిలుప = చేర్చగా, ఉంచగా; బహువచనంబుల్ = బహువచనాలు అంటే ఒకటి కంటే ఎక్కువ సంఖ్యను తెలిపేవి; నెల నెలలు అనన్ = నెల అనే ఏకవచనానికి నెలలు బహువచనం అనేవిధంగానూ; తల తలలు అనన్ = తల-తలలు అనే విధంగాను; చిలుక చిలుకలు అనగన్ = చిలుక - చిలుకలు అనే విధంగానూ; జగతిన్ = భూమిపై; చెల్లుటవలనన్ = ఉపయోగించటం జరుగుతోంది కాబట్టి.

" 'పలుకు' అనేమాట ఏకవచనం, ఈ పలుకుపైన 'లు' కానీ, 'ల' కానీ చేర్చితే బహువచన రూపాలు ఏర్పడుతాయి. ఎలాగంటే నెల-నెలలు. తల -తలలు; చిలుక-చిలుకలు అనే విధంగా చెల్లుతోంది కనుక!"

ప్రథమావిభక్తికి చెందిన ఏకవచన రూపాలైన 'డు' 'ము' 'వు' లగురించీ, సంస్కృతంలోని దీర్ఘాంతాలైన స్త్రీలింగ పదాలు తెలుగులో ఉపయోగించే తీరు గురించీ పూర్వ అధ్యాయంలోనే (సంస్కృతాన్ని తత్సమంగా మార్చే విధం) చెప్పి ఉన్నందువల్ల ఆ ఏకవచనాలపై 'లు' లేదా 'ల' (ఇది ఇతర విభక్తులు చేరినప్పుడు వాడే బహువచన రూపం) అనేవి బహువచనంలో చేరుతాయి. ఉదాహరణగా చాలా చిన్న చిన్న మాటలు నెల-నెలలు, తల-తలలు, చిలుక- చిలుకలు ఇచ్చాడు. తర్వాత కూడా ఎంతో మంది వ్యాకర్తలు, చిన్నయసూరితో సహా, ఈయన ఇచ్చిన ఉదాహరణలే వాడుకున్నారు.

తెలుగు బహువచన 'పదాంశం' (morpheme) క్లిష్టమైనది. కేవలం 'లు' మాత్రమే కాక, ఇతరమైన వర్ణవిధేయ, పదాంశవిధేయ సూత్రాల ద్వారా, ఇంగ్లీషులోని బహువచనం వలె అనేక సపదాంశాల (allomorphs) కలయికతో తెలుగు బహువచనరూపం రూపొందుతుంది. అందువల్లనే కేతన ఈ ఒక్క పద్యంతో ఆగిపోలేదని కింది పద్యాలద్వారా తెలుసుకుంటాం. అయినా కేతన ఇచ్చినవి కూడా తెలుగు బహువచనాలనన్నింటినీ వర్ణించగలవని భావించలేం. ఆధునిక కాలంలో తెలుగు బహువచనంపై లోతైన చర్చ చేసిన భాషాశాస్త్రవేత్త చేకూరి రామారావు ఒక్కరే (1970/1981). మిగిలినవన్నీ ఆయన పరిశోధనలను ఆధారం చేసుకున్నవే తప్ప ఆధునిక భాషాశాస్త్ర సిద్ధాంతాల ప్రకారం ఆయా రూపభేదాలను ఎలా నిష్పన్నం చేయాలో మౌలికంగా, లోతుగా చర్చించింది చేకూరి రామారావు మాత్రమే (చేరా). (కృష్ణమూర్తి, గ్విన్ (1985) కూడా దీనిపై కొత్త విషయాలేమీ చెప్పలేదు). అయినా దీనిపై ఇంకా పరిశోధన జరగాల్సే ఉంది.

ప్రపంచంలో మానవభాషలు సంక్లిష్టమైనవి. వీటి నిర్మాణాలూ, వ్యవస్థలూ, పరిణామాలూ అన్నీ కూడా ఆలోచించే కొద్దీ ఆశ్చర్యాన్ని కలుగజేస్తాయి. విశ్వరూపాన్ని అర్థం చేసుకోవడం ఎంత కష్టమో మానవ భాషని అర్థం చేసుకోవడం కూడా అంతే కష్టం అనిపిస్తూంటుంది.

క. డుల నెల్లయెడల ద్రోచును
తెలుcగు విభక్తుల క్రమంబుc దెలిపెద ననఘుల్
బలవంతులు ధనవంతులు
కులజులు నయవిదులు భావుకులు ననc జనుటన్. 69

డులను = 'డు' అనే ప్రత్యయాలనన్నింటిని; ఎల్లయెడలన్ = అన్నిచోట్లా; ద్రోచును= తోసేస్తాయి (తొలగిస్తాయి); తెలుగు విభక్తుల = తెలుగు భాషలోని విభక్తి ప్రత్యయాల; క్రమంబు = అనువర్తించే విధం; ఎలా చేరతాయో వరుసగా; తెలిపెదన్ = తెలియజేస్తాను; అనఘుల్ = (< అనఘ+డు = అనఘుడు+లు = 'డు' లోపం = అనఘులు = అనఘుల్) అనఘులు అనే విధంగాను (=పాపరహితులు); బలవంతులు = (< బలవాన్ = బలవంతుడు+లు = బలవంతులు) (=ఎక్కువ బలంగలవారు); ధనవంతులు = (ధనవంతుడు+లు = ధనవంతులు = ధనం గలవారు); కులజులు = (కులజుడు+లు= కులీనులు) మంచి కులానికి చెందిన వారు; నయవిదులు = (< నయవిదుడు + లు= మంచీ చెడూ తెలిసిన వారు, న్యాయకోవిదులు); భావుకులు = (భావుకుడు+లు) కాల్పనిక (ఊహాత్మక) భావాలు గలవారు; అనన్ = అనేవిధంగా, చనుటన్ = వాడటంవల్ల.

"తెలుగు విభక్తులు ఏకవచనంలోని 'డు' ప్రత్యయాలనన్నింటినీ తొలగించిన పిమ్మట చేరుతాయి. ఎలాగంటే 'అనఘులు, బలవంతులు, ధనవంతులు, కులజులు, నయవిదులు, భావుకులు' అనే విధంగా".

మొదటి అధ్యాయంలో తత్సమపదాలలో పురుష వాచకాలకు 'డు' ప్రత్యయం చేరుతుందని చెప్పాడు కేతన. (చూ.పద్యం). ఇప్పుడు బహువచనం చేరే ముందు ఆ ప్రత్యయం పోతుందని సూత్రీకరించాడు. ఆధునిక భాషా శాస్త్రంలో చెప్పే 'సూత్రాలక్రమ' పద్ధతి చాలా తేలికైన పద్ధతిలో కేతన వివరించాడు. సూత్రం దాని వెంటనే ఉదాహరణ – అదీ చాలా సులభంగానూ, అందరికీ మంచి విషయాలే బోధించే విధంగానూ ఉండే ఉదాహరణలతో.

ఏకవచనం	**బహువచనం**
అనఘు<u>డు</u>	అనఘులు
బలవంతు<u>డు</u>	బలవంతులు
ధనవంతు<u>డు</u>	ధనవంతులు
కులజు<u>డు</u>	కులజులు
భావుకు<u>డు</u>	భావుకులు

ఇందులోని రెండు సూత్రాల క్రమం:

1. 'డు' లోపం.

2. 'లు' ప్రత్యయం చేరడం.

క. లులమీఁద లులకు రుఙ్గు
నిలఁ బెక్కిట బాలు రన మహీపాలు రనన్
లలిత దయాళు రనంగా
నలవడ వర్తిల్లుఁగాన నభినవదండీ. 70

లుల మీద = 'లు' 'ల' అంతంలో ఉండే పదాలమీద; లులకు = 'లు' 'ల' అనే బహువచన ప్రత్యయరూపాలకు ; రుఙ్గు+అగున్ = 'రు' కారం వస్తుంది. ఇలన్ = ఈ భూమిపై; పెక్కిట = చాలాచోట్ల; బాలురు + అన = బాలు+లు = బాలురు అనే విధంగా; మహీపాలు<u>డు</u> + లు = మహీపాలురు (= రాజులు); లలిత దయాళురు = లలిత దయాళు<u>డు</u> + లు = లలిత దయాళురు (మృదువైన, కరుణా హృదయం గలవారు); అనంగాన్ = అనే విధంగా; అలవడ – అలవాటుగా; వర్తిల్లున్ = ప్రవర్తిస్తున్నాయి; కాన= కాబట్టి; అభినవదండీ = ఓ అభినవదండీ అనే బిరుదుగల కేతనా!

"లు కారాంతాలైన పదాలపై బహువచన 'లు' కారం రుకారంగా మారుతుంది. ఎలాగంటే బాలురు, మహీపాలురు; లలిత దయాళురు అనే విధంగా".

"లుకారాంత పదాలపై బహువచన ప్రత్యయమైన 'లు' చేరినప్పుడు ప్రాతిపదికలోని 'లు' కాకుండా బహువచన ప్రత్యయమైన 'లు' కారమే మార్పుకు లోనవుతుంది అని ఈ సూత్రం ద్వారా తెలుస్తోంది. ఆ విధంగా లు → రు గా 'లు' కార పదాంతాలకు చేరుతుంది. ఈ సూత్రానికి ఉదాహరణగా బాలుడు, మహీపాలుడు, లలిత దయాళుడు వంటి పదాలను చూపాడు. పై సూత్రం ప్రకారం మూడు మార్పులు జరుగుతున్నాయని గుర్తించాలి.

1. బాలుడు + లు

మహీపాలుడు + లు

లలిత దయాళుడు + లు

మొదటి సూత్రం : 'డు' లోపం

→2. బాలు + లు

మహీపాలు + లు

లలితదయాళు + లు

రెండవ సూత్రం : 'లు' బహువచనం చేరడం

→ బాలు + రు	* బాలులు
మహీపాలు + రు	* మహీపాలులు
లలితదయాళు + రు	* లలితదయాళులు

మూడవ సూత్రం :బహువచన ప్రత్యయం'లు' చేరినప్పుడు లు కారాంతపదాల తర్వాత 'రు' కారంగా మారుతుంది. ల-ర ల మధ్య పరస్పర ప్రభావాలూ, మార్పులూ వ్యత్యయాలూ జరగడం ప్రక్రియగా ఎందరో వర్ణశాస్త్రవేత్తలు గుర్తించారు. తెలుగులో ఇది ప్రత్యేకం ఏమీ కాదు.

దేవినేని సూరయ్య కూడా 'లు కారాంతశబ్ద బహువచన లుకారమునకు రు కార మాదేశమగును', అని వివరణ ఇస్తూ "తత్సమ పదములలో మహద్వాచకములకే దీర్ఘము మీది లకార ళకారములకు మాత్రము ఈ సూత్రము తగి యున్నది. ద్విత్వ యుక్త లాంతంబైన

యొక శబ్దమునకు మాత్రము రేఫంబువైకల్పికముగా గానంబడియెడి. మల్లురు– మల్లులు" అని ఒక అపవాదాన్ని చూపారు.

క. పోఁడిగ బహువచనంబులు
వీఁ డనుచో, వీంద్రు వీరు వీరలు నయ్యెన్
కాఁ డనఁగాం డ్రనఁగా రన
వాఁడునకున్ వాంద్రు వారు వారలు నయ్యెన్. 71

పోఁడిగ = చక్కగా; బహువచనంబులు = అనేకార్థక బహువచనాలు; వీఁడు అనుచో= 'వీడు' అన్న మాటకు (ప్రథమ పురుష ఏకవచనం) వీంద్రు, వీరు, వీరలు – ఈ మూడు రకాల రూపాలు; అయ్యెన్ = అయ్యాయి; కాడు అనన్ = కాడు అనే ప్రత్యయం; కాంద్రు, అనన్ = కాంద్రు అనీ; కారు అనన్ = కారు (గారు) అనీ; వాడునకున్ = వాడు అనే ప్రథమ సర్వనామానికి; వాంద్రు, వారు, వారలున్ – ఈ మూడు రకాల రూపాలు; అయ్యెన్ = అయ్యాయి.

"సర్వనామాలలో ప్రథమ పురుషను తెలియచేసే వాడు, వీడులతోపాటు ప్రత్యయంగా చేరే 'కాడు' వాటికి రూపాంతరాలు కూడా వాడుకలో ఉన్నాయి. 'వీడు' (ఈ మనిషి = ఇతడు) అనే మాటకు వీంద్రు, వీరు, వీరలు అనే మూడు రూపాలూ; –కాడు అనే ప్రత్యయానికి కాంద్రు, కారు, అని రెండు రూపాలూ; 'వాడు' అనే సర్వనామానికి వాంద్రు, వారు, వారలు అనే మూడు రూపాలూ బహువచనాలలో కనిపిస్తాయి".

తెలుగులో సర్వనామాల్లో ప్రథమ పురుష చాలా ఆసక్తికరమైంది. ప్రపంచ భాషల్లో కొన్నింటిలో కేవలం ఒకే ఒక మాట ద్వారానే ప్రథమ పురుషలోని అన్ని స్త్రీ పురుష నపుంసక లింగాలూ వ్యక్తమయ్యే విధం ఉంది. ఉదాహరణకు హిందీ, బెంగాలీ, ఒరియా వంటి భాషల్లో స్త్రీ పురుష భేదాన్ని తెలిపే భిన్న సర్వనామాలు లేవు. ఇంగ్లీషులాంటి భాషల్లో మూడు లింగాలకూ మూడు భిన్నమైన సర్వనామపదాలు He, She, It అని ఉన్నాయి. కానీ తెలుగు వంటి భాషల్లో ఒక్కొక్క లింగానికి ఒక్కమాట అని కాక ఒకే లింగానికి భిన్నమైన పదాలున్నాయి. వీటిని గురించి ఎంత లోతుగా ఆలోచిస్తే, అన్ని కొత్త విషయాలు తెలుస్తాయి. ఆధునిక భాషాశాస్త్రంలో వీటిపై జరిగిన ఆలోచనలు కొత్త కోణాలలో వీటిని వివరించాయి. తెలుగులో ప్రథమ పురుషలోని ఏక, బహువచనాల్లో మూడు లింగాలకు చెందిన మాటలు ఆధునిక భాషలో ఈ కింది విధంగా ఉన్నాయి.

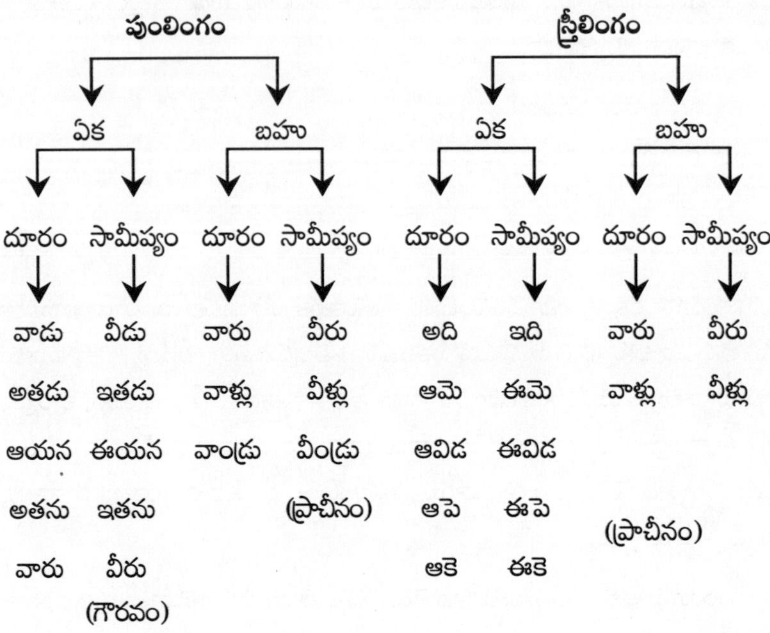

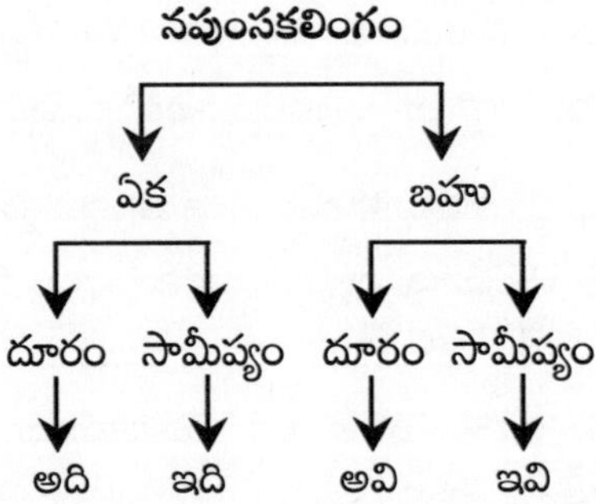

పై వాటిని పరిశీలించి తెలుగు ప్రథమ పురుషను కింది పటంలో మాదిరిగా చూపారు; ఇది క్రియ ఆధారంగా చేసిన విభజన:

ప్రథమ పురుష ఏకవచనం

+ మహత్ (పురుష) – మహత్ (పురుషేతర)

చిన్న వాళ్లకు కిందిస్థాయి వారికి → { వాడు$_1$, వీడు$_2$ }

సాధారణ → { అతడు$_1$, ఇతడు$_2$, అతను$_1$, ఇతను$_2$ }

గౌరవ → { ఆయన$_1$, ఈయన$_2$, వారు$_1$, వీరు$_2$ }

సాధారణ / గౌరవ { ఆమె$_1$, ఆవిడ$_2$ } → { అది$_1$, ఇది$_2$ } స్త్రీ – నీచార్థం నపుం.

సాధారణ / గౌరవ { ఈమె$_1$, ఈవిడ$_2$ }

(వారు, వీరు స్త్రీ, పురుషులిద్దరికీ కూడా గౌరవవాచకాలే)

1 = దూరం 2 = దగ్గర / సామీప్యం

ఆధునిక భాషలో బహువచనంలో ఈ భేదం మనుష్య, మనుష్యేతరగా మారుతుంది.

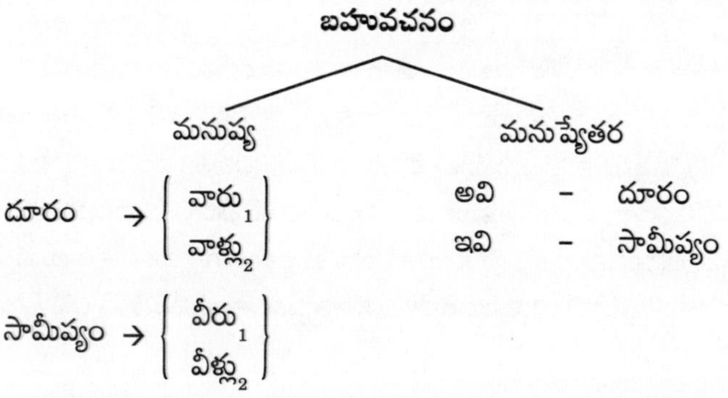

అయితే కావ్య భాషలో వీటికి రూపాంతరాలున్నాయి. వాటికి రెండు కారణాలు. ఒకటి చారిత్రక పరిణామం, రెండు ఛందో అవసరం.

(i) వీండ్రు < వీండు + రు < వీండు + లు

(ii) వీండ్రు → వీరు → వీరు+లు = వీరలు (రెండు మార్లు బహువచనం)

అలాగే

వాండు + లు = వాండ్రు → వారు → వారలు.

కానీ, పదాంత ప్రత్యయంగా వచ్చే 'కాడు'కు మాత్రం రెండే రూపాలు;

కాడు+లు = కాండ్రు = కారు (ఆధునిక 'గారు')

అయితే ఇక్కడ కేతన చెప్పని చిన్నయసూరి చెప్పిన విశేషం ఒకటి ఉంది. అది - కాండ్రు అనే బహువచనం వచ్చినచోట - కారు రాదన్న విషయం. ఉదా: చెలికాండ్రు, సొగసుకాండ్రు అని ఉంటుంది. అంతేకానీ చెలికారు, సొగసుకారు అని తెలుగులో ప్రయోగాలు లేవు.

వాండ్రు/వారు	వారలు
గలం/హగణం	భగణం

తెలుగు బహువచనంలో ప్రాచీన కాలంలో [- ంద్రు] ప్రయోగం ఎక్కువ. ఆధునిక కాలంలో చాలా అరుదు.

ఆ. కొఱను నెఱను నాఁగఁ గొలను నా మ్రానసఁ
గలను గవను కెలను వలను నాఁగఁ
బరఁగు శబ్దములకు బహువచనంబుల
నులకుఁ గులు విధించె నూత్నదండి. 72

కొఱను = ఆవులను మేపేస్థలం; నెఱను = రహస్యం; నాగ = వలె, అనే విధంగా; కొలను = సరస్సు; నా = అన్నట్లుగా; మ్రాను అనన్ = చెట్టు అనే విధంగా; కలను = స్థలం (పొలం); గవను = కోటగుమ్మం; కెలను = వైపు, ప్రక్కన; వలను = వైపు, పక్కన; నాగన్ = అనే విధంగా; పరగు శబ్దములకు = వ్యవహరించే పదాలకు; బహువచనంబుల= అనేకార్థాన్నిచ్చే బహువచనంలో; ను లకు = 'నులు'కు బదులుగా; కులు = కులు వర్ణకాన్ని; విధించె = సూత్రీకరించాడు, నియంత్రించాడు; నూత్నదండి= అభినవదండి అనే బిరుదుగల కేతన.

"నుకారాంత పదాలైన కొరను, నెరను, కొలను, మ్రాను, కలను, గవను, కెలను, వలను వంటి మాటల బహువచనాలకు 'నులు'కు బదులుగా 'కులు' వస్తుందని కేతన సూత్రీకరించాడు".

ఇది పూర్తిగా వర్ణవిధేయ బహువచనం కాదు ఎందుకంటే అన్ని నుకారాంత పదాలకు 'కులు' బహువచనంగా రాదు. అందువల్లనే కేతన పదాలపట్టిక చెప్పి వీటికి 'ను' తర్వాత 'లు' కు బదులు అనకుండా 'నులు' కలిపి చెప్తూ 'నులు' కు బదులుగా "-కులు" బహువచనంగా వస్తుందన్నాడు. అందువల్ల ఇది పదాంశ విధేయ సూత్రంగా గ్రహించాలి. దీని నిష్పన్న విధానం ఇలా ఉంటుంది.

i) కొరను + లు → ★ కొరనులు
బహువచనం - లు

కానీ,

ii) -నులు → -కులు
కొరనులు = కొరకులు
మ్రానులు = మ్రాకులు
కెలనులు = కెలకులు (చూ: కెలకుల నున్న తంగేటి జున్ను. మనుచరిత్ర -పెద్దన)
కొలనులు = కొలకులు

ఈ పట్టికను తర్వాతి పద్యంలో కేతనే స్వయంగా ఇచ్చాడు. చూడండి.

క. కొఱఁకులు నెఱఁకు లనంగా
మఱియుం గొలఁకులును రేఁగుమ్రాఁకులనంగా
మెఱయున్ గలఁకులు గవఁకులు
నెఱకెలఁకులు వలఁకు లనఁగ నెగడెడికతనన్. 73

కొఱకులు, నెఱకులు అనంగా = కొఱకులు, నెఱకులు అనే (పైన చెప్పుకున్న) విధంగా; మఱియుం = ఇంకా; కొలకులును, రేఁగుమ్రాకులును; అనంగా= కొలకులు, రేగు మ్రాకులు అనే విధంగా; మెఱయున్ = ప్రకాశించేట్లు; కలకులు = పొలాలు; గవకులు = కోటగుమ్మాలు; నెఱకెలకులు = రహస్యమార్గాలు; వలకులు = మార్గాలు, పక్కదారులు; అనఁగన్ = అనే విధంగా; నెగడెడి = ఉపయోగించే; కతనన్ = కారణంగా.

"నులు కు బదులుగా కులు ఉపయోగిస్తుండడం వల్ల కొఱకులు, నెఱకులు, కొలకులు, (రేగు) మ్రాకులు; కలకులు, కవకులు, (నెఱ) కెలకులు, వలకులు అనే విధంగానే బహువచనంలో ఉపయోగిస్తారు."

పై పద్యంలోనే వివరించినట్లు పై పదాలలో 'కులు' తో బహువచన ప్రయోగాలు కావ్యాలలో కనిపిస్తాయి. పై పదాలన్నీ ఈనాడు దాదాపు అరుదుగా తప్ప ప్రయోగాలు కనిపించవు.

ఆ. ఇల్లు కల్లు ముల్లు పల్లు విల్లన నివి
బహువచనము లగుచుఁ బరఁగు నెడల
నిండ్లు కండ్లు ముండ్లు పండ్లు విండ్లనఁ జను
నుతగుణాభిరామ నూత్న దండి. 74

ఇల్లు = నివాసస్థలం; కల్లు = రాయి; ముల్లు = మొక్కలలో ఉండే, కుచ్చుకునేభాగం; పల్లు = దంతం, పన్ను; విల్లు = ధనుస్సు; అనన్ = అనేటటువంటి; ఇవి = ఇలాంటివి; బహువచనంబులు; అగుచున్ = బహువచన రూపాలు అవుతూ; పరఁగున్ = ఉపయోగపడే; ఎడలన్ = అప్పుడు, ఆసందర్భంలో; ఇండ్లు, కండ్లు, ముండ్లు, పండ్లు; అనన్ = అనే విధంగా; చనున్ = చెల్లుతుంది. నుతగుణాభిరామనూత్నదండి = ఓ కేతనా!

"ఇల్లు, కల్లు, ముల్లు, పల్లు, విల్లు వంటి మాటలకు వరుసగా ఇండ్లు, కండ్లు, ముండ్లు, పండ్లు, విండ్లు అనేవి బహువచన రూపాలుగా వస్తాయి".

ఇవి కూడా ఒకే సమూహానికి చెంది, ఒకే విధమైన బహువచనాన్ని స్వీకరించే పదాంశ సముదాయం. '-ల్లు' చివరలో ఉండే ఈ పదాంశాలు '-ండ్లు' అనే రూపాన్ని బహువచనంగా పొందుతాయి. అంటే ఇల్లు + లు; కల్లు + లు; ముల్లు+లు; పల్లు+లు; విల్లు+లు అన్నప్పుడు వరుసగా ఇల్లులు, కల్లులు, ముల్లులు, పల్లులు, విల్లులు అనే రూపాలు కాకుండా పైన చెప్పినట్లు ఇండ్లు, కండ్లు, ముండ్లు, పండ్లు, విండ్లుగా మారుతాయి. ఇలాంటి వాటిని వర్ణ విధేయ సూత్రాలద్వారా వివరించడం సాధ్యం కాదు. ఇంగ్లీషులో tooth, foot వంటి పదాలకు teeth, feet వంటి బహువచనాలు వస్తాయి. ఇలాంటి వాటిని ఆయా పదాంశాలతోనే వివరించి, 'పదాంశ విధేయాలు (morphologically conditioned) అని సూత్రీకరించారు, వర్ణనాత్మక భాషాశాస్త్రవేత్తలు. చేరా ఇలాంటి వాటిని అక్షరనిర్మితి (syllable structure) సూత్రాలద్వారా వివరించే ప్రయత్నం చేసాడు. అయినప్పటికీ '-ల్లు' అంతంలో వచ్చేవన్నీ "-ండ్లు" తీసుకుంటాయని కూడా సూత్రీకరించలేం. ఆధునికంగా ఈ బహువచనరూపాల వాడుకపోయి, ఇళ్ళు/ఇళ్లు; ముళ్ళు/ముళ్లు మొదలైన రూపాలు మాత్రమే వాడుతున్నాం. వీటిని వర్ణ విధేయ సూత్రం ద్వారా వివరించవచ్చు, ఉదా:

ఇల్లు → ఇల్ → ఇన్ట్ + లు

ఇన్డ్ఉలు → ఇండ్లు → ఇళ్ళు → ఇళ్లు

'డ' మూర్ధన్యధ్వనిరూపం; దీనికి 'లు' బహువచనం పరమైనప్పుడు (వచ్చి చేరినప్పుడు) మూర్ధన్య లక్షణం 'ల' వర్ణానికి చేరి 'ళ'గా మారడం వర్ణసూత్రాల్లో సహజలక్షణం.

ఎందుకంటే 'మూర్ధన్య' లక్షణం (Retroflex feature) మిగిలిన ఇతరమైన చాలా ధ్వని లక్షణాలకంటే బలమైనది (strong). అందువల్ల అది కలిసి వున్న వర్ణం సంధికి లోనయినా, లోపించినా, తన బలాన్ని కోల్పోకుండా పక్కవర్ణం మీద తన ప్రభావాన్ని వదిలివెళ్తుంది. ఇదే 'బలాబలాల' (Strong vs Weak) సిద్ధాంతం లోని ప్రధానాంశం (చూ. Foley, 1970). ఆ విధంగా ధ్వనులన్నింటినీ కొన్ని సామాన్య సూత్రాలద్వారా కొన్ని బలమైనవనీ, మరికొన్ని బలహీనమైనవనీ 'ఫొలే' ప్రతిపాదించాడు. ఒక్కొక్క భాషలో ఈ బలాబలాలు భిన్నభిన్నంగా వ్యవహరిస్తాయి.

ఇండ్లు → ఇళ్లుగా మారటం ఈ కింది విధంగా జరుగుతుంది.

i)	ఔపవిభక్తిక ప్రత్యయం.	ఇల్లు → ఇంట్
ii)	బహువచన ప్రత్యయం + శ్వాసం నాదంగా మారటం	ఇంట్ + లు = ఇండ్లు
iii)	మూర్ధన్య ప్రభావం	ఇండ్ + లు = ఇండ్ + ళు
iv)	డ్ ళ్ గా మారటం + నకారలోపం.	ఇనళ్ → ఇళ్+ళు = ఇళ్లు

అన్ని రూపాలకూ కూడా ఈ సూత్రాలే వర్తిస్తాయి. దీనిని ప్రాచీన వ్యాకర్తల సూత్రం 'రడలయో రభేదః' అనే దానితో కూడా వర్తింపచేసి అర్థం చేసుకోవచ్చు.

దేవినేని సూరయ్య ఈ పద్యంలోని ఏకవచన బహువచనాలను వివరణ కింద పక్క పక్కగా ఇచ్చారే తప్ప వాటి గురించి వ్యాఖ్యానం చేయలేదు (చూ.పు.73). తెలుగు బహువచనంలో వచ్చే మూర్ధన్య 'ళ' కారం ఎట్లా వస్తుందో వివరించడం అంత తేలికైన విషయం కాదని చేరా (1972) గుర్తించాడు.

తే. పేను చేను మీ నను నివి పెక్కులైనఁ
బేలు చేలు మీలు ననఁగఁ బోలు జగతి
యిలకుఁ దులువొందు నొకకొన్ని యిలనడంచి
లులబహుత్వమునం దుది మెలఁగుచుండు. 75

పేను = తలలో చేరి కొరికే ప్రాణి; చేను = పొలం; మీను = చేప; అనున్ = అనే; ఇవి= ఇలాంటి మాటలు; పెక్కులు అయినన్ = బహువచనంగా మారినప్పుడు; పేలు, చేలు, మీలున్; అనఁగన్+పోలు = పేలు, చేలు మీలుగా మారుతాయి; జగతి = ఈ భూమి మీద; 'యి' లకున్ = 'యి' కారాంతాలకు 'తులు'+ పొందున్ = 'తులు' అనేద చేరుతుంది; ఒకకొన్ని = కొన్నింటిలో; 'యి'లను = 'యి' వర్ణాలను; అడంచి = తోసివేసి;

‘లుల’ బహుత్వమునన్ = ‘లు, ల’ అనే బహువచన ప్రత్యయాలలో; తుది= చివర; మెలగుచుండు = ప్రవర్తిస్తుంటాయి.

“పేను, చేను, మీను వంటి పదాల బహువచన రూపాలు పేలు, చేలు, మీలుగా మారుతాయి. అలాగే ‘యి’ కారంతమైన మరి కొన్ని పదాలకు ‘తులు’ అని బహువచనంలో వచ్చి చేరుతుంది. కాని కొన్ని యికారాంత పదాల్లోని ‘యి’ ని తోసివేసి బహువచన ప్రత్యయాలైన ‘లు’ ‘ల’ లు వచ్చి చేరుతాయి”.

తెలుగు బహువచన ప్రత్యయం ‘లు’ అయినప్పటికీ అది చేరినప్పుడు ప్రాతిపదిక రూపాలు వాటి ఏకవచన రూపాలవలె ఉండటం లేదు. అవి వివిధ రకాల మార్పుకు లోనవుతున్నాయి. అందువల్ల ఈ పద్యంలో ఇచ్చిన పేను, చేను, మీను వంటి పదాలకు బహువచనం చేరినప్పుడు ‘ను’ లోపించి పేలు, చేలు, మీలుగా మారుతాయి. అంటే -లు బహువచన ప్రత్యయాన్ని తొలగిస్తే పే- (<పేను), చే-(చేను), మీ- (<మీను) అని పదాంశంలో సగభాగమే మిగులుతుంది. అయితే ఇలా అన్ని ‘న’ (ను) కారాంతపదాలకూ వర్తించదు. అదే నిజానికి ప్రధాన సమస్య. అలాగే ‘యి’ తో అంతమయ్యే ఏకవచనరూపాలు బహువచనంగా మారినప్పుడు కొన్నింటికి ‘తులు’ వచ్చి చేరుతుందనీ, కొన్నిటికి ‘యి’ తొలగిపోయి కేవలం బహువచనరూపం చేరుతుందనీ ఈ పద్యంలో వివరించాడు. అంటే -యి తో అంతమయ్యే పదాలన్నీ ఒకే విధంగా బహువచనంలో ఉండవని తెలుస్తోంది.

దేవినేని సూరయ్య తన వివరణలో “పేను చేను మీను అను పదములు బహువచనమున పేలు, చేలు, మీలు అని యగును. ‘యి’ అంతమందు గల పదములు కొన్నిటికి ఆ ‘యి’ వర్ణముల స్థానముల ‘తి’ వర్ణములును, కొన్నిటికి లు వర్ణములును వచ్చును” (పు.73) అన్నారు. కానీ నిజానికి ‘తి’ వర్ణం ఒక్కటే రాదు. అందుకే కేతన ‘తులు’ అని వర్ణనాత్మక సూత్రం చెప్పాడు. తర్వాతి వ్యాకర్తలు ‘ఇ’ ‘టి’ ‘తి’ అనేవి బహువచనాల్లో (ఇంకా ఇతరమైన విభక్తులు చేరేచోట్ల) ఔపవిభక్తికాలుగా వచ్చి చేరుతాయని చెప్పారు. ఆ ప్రకారం ఉదాహరణలు దీనికింది పద్యంలో కనిపిస్తాయి.

తే. చేయి వాయి నేయి యనుచుఁ జెప్పుచోటఁ
ప్రీతిఁ జేతులు వాతులు నేతు లయ్యె
రాయి రేయి వేయి యనుచో రాలు రేలు
వేలు నా నొప్పు బహువచో వేళయందు. 75

చేయి = హస్తం, శరీరాంగం; వాయి = నోరు; నేయి = వెన్నకాచగా ఏర్పడేది; అనుచు = అనే విధంగా; చెప్పుచోటన్ = చెప్పేమాటలలో; ప్రీతిన్ = ఆనందంగా; చేతులు; వాతులు; నేతులు; అయ్యెన్ = చేతులు, వాతులు, నేతులుగా మారాయి; రాయి= బండ; రేయి = రాత్రి; వేయి = వందపదులు; అనుచో= అనేవాటికి; రాలు, రేలు, వేలు, నాన్ = రాలు, రేలు, వేలు అని; ఒప్పు = సరిపోతాయి; బహువచోవేళయందు = బహువచనాల్లో.

"చేయి, వాయి, నేయి అనే 'యి' కారాంత పదాలకు 'తులు' చేరడం వల్ల వాటి బహువచనాలు చేతులు, వాతులు, నేతులు గా మారుతాయి; కానీ ఇతరమైన మరికొన్ని యికారాంత పదాలైన రాయి, రేయి, వేయి లలో 'యి' లోపించి (తోసివేసి లేదా తొలగిపోయి) రాలు, రేలు, వేలు అని బహువచన రూపాలు ఏర్పడుతాయి"

ఇక్కడ కూడా 'యి' కారాంత పదాలు రెండు రకాలుగా బహువచన రూపాలను ఎలా పొందుతాయో కేతన చూపించాడు. అవి:

i) చేయి - చే<u>తులు</u>, వాయి - వా<u>తులు</u>, నేయి - నే<u>తులు</u>

ii) రాయి - రా<u>లు</u>, రేయి - రే<u>లు</u>, వేయి - వే<u>లు</u>.

i) లో చేయిలో యి లోపించి 'లు' చేరిస్తే <u>చేలు</u> అనే తప్పు రూపం వస్తుంది. ఇది చేనుకు బహువచన రూపం. అందువల్ల కేవలం 'యి' లోపించిన కొన్ని పదాలకు 'లు' చేర్చితే సరిపోతుంది కానీ, మరికొన్ని పదాలకు సరిపోదు. అందువల్ల వాటికి ఇతర విభక్తి ప్రత్యయాలు చేర్చే ముందు వచ్చే ఔపవిభక్తిక రూపాల్లో ఒకటైన 'తి' చేర్చాలి. అందువల్ల నిజానికి కేతన అన్నట్లుగా ఇది 'తులు' ప్రత్యయం కాదు; అయినా వర్ణనాత్మక వ్యాకర్తలకు ఇలాగే వర్ణించడం పరిపాటి. ప్రాచీనుడైనా కేతన ఉపయోగించిన పద్ధతి కూడా అలాంటిదే. ఈ 'తి' చేరే పదాల బహువచన రూప నిష్పన్నం ఈ కింది విధంగా ఉంటుంది. ఉదా:

చేయి +లు	(బహువచనం) (i)
→ చే+లు	'యి' లోపం (ii)
→ చేతి + లు	ఔప విభక్తిక 'తి' ఆగమం (iii)
→ చేతు+లు	స్వరసమీకరణం (iv)

వాతులు, నేతులు మొదలైనవి కూడా ఇలాగే.

ఇతర విభక్తులు చేరినప్పుడు :

చేయి + ని → చేత్తిని

చేయి + తో → చేత్తితో → చేత్తో

చేయి + కి → చేత్తికి

అందువల్ల కేతన చెప్పిందీ అసంపూర్ణమే; సూరయ్య చెప్పిందీ అసంపూర్ణమే. కానీ కేతన ఎంచుకున్న పద్ధతికి ఆయన చెప్పిన విధానం సరియైందనే అనుకోవాలి.

క. రులుడుడి లంత్యము లైనన్
లుల నడఁచి తదంత్యములకు ళుఙ్ఙగు బహుతం
బలుగోళ్లని కొనవేళ్లని
కలగూళ్లున్ లేళ్లు నాఁగఁ గ్రమమై యునికిన్. 76

రు, లు, డు, డి లు = రుకార, లుకార, డుకార, డికారాలు; అంత్యములు+ అయినన్= చివరలో ఉన్నట్లయితే; లులను = లుకార లకారాలను; అడఁచి = అణచివేసి, తొక్కిపెట్టి; తత్+ అంత్యములకు = వాటి చివరలకు; ళుక్ + అగు = ళుకారం వస్తుంది; బహుతం= బహువచనంలో; పలుగోళ్లు+అని = గోరు (చేతి, కాలివేళ్ల చివరలో పెరిగేది) కు బహువచనం అనే విధంగా; కొనవేళ్లు = అని వేలికి బహువచనం; కలగూళ్లున్ = గూడుకు బహువచనం; లేళ్లు = లేడి (జింక వంటిది) కి బహువచనం; నాగన్ = అనే విధంగా; క్రమమై = వరుసగా; ఉనికిన్ = ఉండటం వల్ల.

“రు, లు, డు, డి అనే వర్ణాలు పదాల చివర ఉన్నట్లయితే వాటిని తొలగించి వాటి స్థానంలో ‘ళు’ కారం వస్తుంది. పలుగోళ్ళు (< రు) అంతానికి); కలగూళ్ళు (‘డు’ అంతానికి) కొనవేళ్ళు (‘లు’) అంతానికి; లేళ్ళు (డి అంతానికి) వరుసగా ఉదాహరణలు”.

సాధారణంగా అనేక భాషల్లో ర, ల, డ లకు సారూప్యం చూపడం అనేది కనిపిస్తుంది. భారతీయ భాషల్లో ఇది చాలా ఎక్కువ. పదమధ్య, పదాంతాలలో ర, డ లు ఒకదానికి బదులుగా మరొకటి పలకటం; రాయటం ఉంది. ముఖ్యంగా ఉత్తరభారతదేశంలోని అనేకభాషల్లో ఈ ఉచ్చారణా భేదాలు కనిపిస్తాయి. చండీఘర్/ఘడ్; అలీఘడ్/ఘర్. ఇలా కేతన ఇక్కడ రు కారాంత, లుకారాంత, డు కారాంత, డి కారాంతాలకు అదే వరుసలో ఒక్కొక్క ఉదాహరణ ఇచ్చాడు.

ఉదా: గోరు + లు = గోళ్లు

వేలు+ లు = వేళ్లు

గూడు + లు = గూళ్లు

లేడి + లు = లేళ్లు

వాటన్నింటిలోనూ ఏక సూత్రంగా వర్తించే వర్ణసూత్రాలు:

i) 'ఉ' కార లోపం

గోర్ - వేల్ -, గూడ్-, లేడ్-

ii) పూర్ణ మిశ్రమం.

→ { ర, ల, డ, డి } → ళ్/–లు

iii) లు → ళు / ళ్-

∴ గోళ్ళు, వేళ్ళు, గూళ్ళు, లేళ్ళు.

క. పదము తుది యిత్వ ముత్వము
పదిలంబుగ బహువచనము పై నొందినచో
నది దెలియుఁడు మణులు ఘృణులు
సుదతులు సన్మతులు సఖులు సుకవు లనంగన్. 77

పదము తుది = మాట (శబ్దం) చివర (ఉన్న) యిత్వము = ఇ కారం, ఉత్వము= ఉకారంగా; పదిలంబుగ = జాగ్రత్తగా; బహువచనముపైన్ = అనేకార్థంలో; ఒందినచోన్= పొందినట్లైతే; అది తెలియుడు = ఆ విషయం గ్రహించండి (తెలుసుకోండి); మణులు = మణి + లు = ఒక విధమైన రత్నాలు; ఘృణులు = ఘృణి+లు = కాంతులు, కిరణాలు; సుదతులు = సుదతి + లు - స్త్రీలు; సన్మతులు = (సత్) మతి +లు = మంచి మనస్సు కలవారు; సఖులు = సఖి + లు = మిత్రులు = చెలికత్తెలు; సుకవులు = సుకవి + లు = మంచి కవులు; అనంగన్ = అనే విధంగా.

"పదాల చివర 'ఇ'కారం ఉన్నట్లయితే అది బహువచనం ముందు 'ఉ' కారంగా మారుతుంది; మణి- మణులు, ఘృణి - ఘృణులు, సుదతి - సుదతులు, సన్మతి - సన్మతులు, సఖి - సఖులు, సుకవి - సుకవులు అనే విధంగా అని తెలుసుకోండి".

ఇది తెలుగులోనేకాక టర్కిష్ వంటి ఇతర అనేక భాషల్లో వర్తించే సూత్రం. ఇంగ్లీషులో దీనిని Vowel Harmony అంటారు. చేకూరి రామారావు దీన్ని 'స్వర సమీకరణం' అని తెలుగులో వాడారు. ఒక అచ్చు తనకు ఎడమ పక్కన కానీ, కుడి పక్కనకానీ ఉన్న హల్లును దాటుకుని దానికి పక్కన ఉన్న అచ్చును 'తన' వలెనే మార్చుకోవడం ఈ వర్ణ సూత్రంలో విశేషం. దీనిని ఈ కింది విధంగా సూత్రీకరించవచ్చు.

-ఇ → -ఉ- / -లు (బహువచనం)

పై సూత్రం ప్రకారం ఏర్పడే బహువచన రూపాలు:

మణి + లు = మణులు	ఘృణి + లు = ఘృణులు
సుదతి + లు = సుదతులు	సన్మతి + లు = సన్మతులు
సఖి + లు = సఖులు	సుకవి + లు = సుకవులు

(వీటిపై ఇంకా సమాచారం కోసం చూ. చే. రామారావు, 1982)

తే. పరఁగుఁ బెక్కిట నొకటె తెమ్మెరలు నీళ్లు
వఱలు కొలుచుల పేళ్లెల్ల బహువచనము
గోదుమలు వడ్లు జొన్నలు కొఱ్ఱ లాళ్లు
చోళ్లు ననుములు పెస లనఁ జెల్లుఁ గాన. 79

పరగున్ = ఉపయోగింపబడతాయి; పెక్కిటన్ = చాలావాటికి (అంటే బహువచనంలో); ఒకటె (ఒకటి + ఎ) = ఒక్కటే (మాట); తెమ్మెరలు = పిల్లగాలులు; నీళ్ళు = నీళ్ళు; వఱలు = ఉంటాయి; కొలుచుల పేళ్లు = కొలతలపేర్లు; ఎల్ల = అన్నీ; బహువచనము = బహువచనంలోనే; గోదుమలు = గోధుమలు; వడ్లు = వడ్లు/ వరిధాన్యం; జొన్నలు = జొన్నలు అనే ధాన్యం; కొఱ్ఱలు = కొఱ్ఱలు అనే ధాన్యం; ఆళ్లు = ఆళ్లు అనే ధాన్యం; చోళ్లు = చోళ్లు అనే ధాన్యం; అనుములు = 'అనుములు' అనే ధాన్యం; పెసలు = పెసర్లు అనే పప్పుదినుసు; అనన్ = అనేవిధంగా; చెల్లున్ - గాన= వ్యవహరింపబడుతాయి కాబట్టి.

"తెమ్మెరలు, నీళ్లు అనేటటువంటి మాటలు నిత్యబహువచనాలు; అలాగే కొలత సంబంధమైన (ధాన్యం, పప్పు మొ॥) గోదుమలు, వడ్లు, జొన్నలు, కొఱ్ఱలు, ఆళ్లు, చోళ్లు, అనుములు, పెసలు - అన్నీ కూడా నిత్యబహువచనాలుగానే చెల్లుతాయి."

ఇది అపవాద సూత్రం. పదాలన్నింటికీ సాధారణంగా ఏక-బహు వచన భేదాలుంటాయనీ, బహువచన ప్రత్యయం చేరి ఆ రూపాలు ఏర్పడుతాయనీ ఇప్పటిదాకా

తెలుసుకున్నాం. కానీ చాలా భాషల్లో కొన్ని మాటలు నిత్యైక వచనాలుగానో, నిత్యబహు వచనాలుగానో ఉంటాయి. కేతన ఉదాహరించిన పై పద్యంలోని మాటలకు ఏకవచన రూపాలు తెలుగులో లేవు. తెమ్మెరలు, నీళ్లు; గోదుమలు, వడ్లు, జొన్నలు అంటామే కానీ గోదుమ, జొన్న అనం అని దీని అర్థం. అయితే పదబంధాలలో మాత్రం ఏకవచన రూపం కనిపిస్తుంది. గోదుమపంట, జొన్నచేను, వరిపంట, పెసరపప్పు ఇలాగ. అందువల్ల తెమ్మెరలు వీచాయి; నీళ్లు కాగాయి అని వాటికి బహువచన క్రియారూపాలతోనే అమరిక, ఒప్పందం ఉంటాయి. అంతేకానీ పెస-, అనుము-, కొఱ-లాంటి ఏక వచన రూపాలు వాటికి భాషలో లేవు.

క. చెలియ లన నా లన మఱం
దలు కోడలు నాఁగ జను పదంబులతుదలన్
లులకు ంద్ర లగుం బెక్కిటఁ
జెలియంద్రన నాంద్రనంగఁ జెల్లుటవలనన్. 80

చెలియలు అనన్ = చెల్లెలు అనే; ఆలు అనన్ = ఆలు అనే; మఱందలు = మరదలు; కోడలు = కోడలు; నాగన్‌చను = అనేటటువంటి; పదంబుల తుదలన్ = పదాల చివర; లులకున్ = లుల వర్ణాలకు; 'ంద్ర'లు అగు = 'ంద్ర' వర్ణకం అవుతుంది; పెక్కిటన్ = చాలా వాటిలో; చెలియంద్రు అనన్, ఆంద్రు అనంగన్ = చెలియంద్రు, ఆంద్రు అనే విధంగా; చెల్లుటవలనన్ = ఉపయోగించడం వల్ల.

"చెలియలు, ఆలు, మరదలు, కోడలు వంటి పదాల చివరన చేరే బహువచనం లులవర్ణాలకు బదులుగా '-ంద్రు' అని చేరి చెలియంద్రు, ఆంద్రు అని అవుతుంది".

పదాంశ నిర్మాణ శాస్త్రం ప్రకారం ఒక్కొక్కసారి ఇలాంటి పదాల చివరన ఉండే 'లు' కారాన్ని కూడా బహువచన ప్రత్యయంగా పొరబడే అవకాశం ఉంది. గోదుమలు, జొన్నలు వంటి వాటిలోని 'లు' బహువచనం కాగా చెలియలు, ఆలు, మరదలు, కోడలు వంటి మాటలలోని 'లు' ఆ పదంలోని భాగమేకానీ బహువచన ప్రత్యయంచేరగా ఏర్పడిన రూపం కాదు. కాబట్టి అవి రెండు భిన్న పదాంశాల సమాహారం కాదు ఏకపదాంశాలే. అందువల్ల వీటికి బహువచనంగా కావ్యభాషలో '-ంద్రు' వచ్చి చేరుతుంది.

చెలియలు + లు = చెలియంద్రు

ఆలు + లు = ఆంద్రు

మరదలు + లు ‐ మరదంద్రు

కోడలు + లు = కోడంద్రు

అయితే తరవాత భాషా పరిణామంలో చెలియలు 'చెల్లి' (సోదరి) అనే అర్థంలోకాక 'స్నేహితురాలు' అనే అర్థంలో వాడటం జరుగుతోంది. దాంతో చారిత్రక భాషాశాస్త్రం వివరించే 'తప్పు విభజన (wrong splitting) వల్ల చెలియలు నుండి 'చెలియ' ఏకవచనం అయింది; మల్లియ వంటి పదాల్లో వలె 'య' కారం కూడా పోయి చెలియ 'చెలి' అని కూడా మారింది. ఆధునికంగా 'చెలి' 'చెలియ' వేరు; 'చెల్లి, చెల్లె, చెల్లెలు' వేరు. అయితే పై పదాలకు సాహిత్యంలో '-ండ్రు' చేరటం ఉన్నప్పటికీ తర్వాత కాలంలో 'ళ్లు' కూడా చేరుతూ వచ్చి (పూర్తి ధ్వని సంయోజన ద్వారా) ఆధునికభాషలో కోడళ్లు, మరదళ్లు, చెల్లెళ్లు అనే ప్రయోగాలు గానే ఉన్నాయి. 'ఆలు' అనే మాట వాడుకలో ఉన్నా 'ఆండ్రు' కానీ 'ఆళ్లు' కానీ ఇప్పుడు ప్రయోగంలో లేవు.

కేతన చెప్పిన పాలు, కాలు వంటి మాటల్లో ఒకపాటి నిత్యబహువచనం (అమ్మ పాలు, ఆవు పాలు), రెండోపాలు (భాగం) పాళ్ళు అవుతుంది. అలాగే కాలు కాళ్ళు అవుతుంది.

ఇప్పటివరకు చూపిన తెలుగు బహువచనాల్లో 'లు'ను ప్రాథమిక పదాంశంగా తీసుకుంటే దానికి ఇతర పదాంశ విధేయ సపదాంశాలు కూడా ఉన్నాయని గుర్తించవచ్చు. అవి:

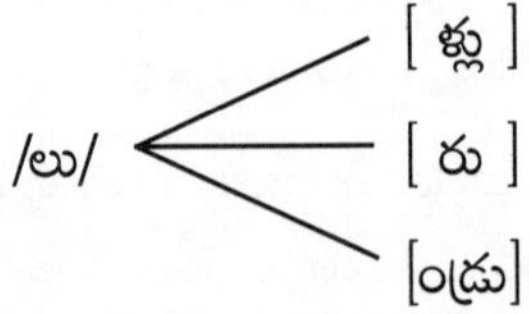

అయినప్పటికీ కేతన వివరించిన ఈ బహువచన రూపనిష్పత్తి సమగ్రం కాదనే చెప్పాలి. ఎంతో లోతుగా ఈ అంశాన్ని చర్చించిన చేరా (1972/1982) వివరణ కూడా అన్ని సమస్యలకూ పరిష్కారం చూపించ లేకపోయిందని గ్రహిస్తాం. ఈ విషయమై ఇంకా అధ్యయనం జరగాల్సే ఉంది. అయినా ఆశ్చర్యకరంగా స్వభాషేతరులు "క్లిష్టం" అనుకునే ఇలాంటి వాటిని ఆయా భాషల్లో పుట్టిన పిల్లలు మాతృభాషగా (లేదా మొదటి భాషగా) నేర్చుకునేటప్పుడు కొన్ని దశల వారీగా (చూ. ఉషాదేవి, చంద్రశేఖర రెడ్డి 1986) నేర్చేసుకుంటారు.

దీనికి దేవినేని సూరయ్య వివరణ ఇలా ఉంది. "తెలుగులలో బహువచన రూపములందు లువర్ణకములకు వ్యంజనములకు బూర్ణబిందు పూర్వక డ్రకారము వచ్చును. చెలియలు - చెలియండ్రు, ఆలు - ఆండ్రు) మొ॥" (పు. 76)

క. జంగమపదములుఁ దక్క ధ
రం గల పదములద్వితీయ ప్రథమయు నగు రా
జంగదము లూడ్చెఁ బతినూ
త్నాంగదములఁదా ల్చెననఁగ ననువై యునికిన్. 81

జంగమ పదములు = కదిలే (ప్రాణి) పదాలు; తక్కన్ = తప్ప; ధరన్ = భూమిలో; కల = ఉన్న; పదముల = మాటల; ద్వితీయ = ద్వితీయావిభక్తి; ప్రథమయున్ అగు = ప్రథమ కూడా అవుతుంది. రాజు అంగదములు = రాజు ఆభరణాలు (ఆభరణాలను అని కాకుండా); ఊడ్చెన్ = తీసి వేసాడు; పతి = భర్త, రాజు; నూత్న = కొత్త; అంగదములన్= ఆభరణాలను, తాల్చెన్ = ధరించాడు; అనగన్ = అన్నట్లుగా; అనువై = వీలుగా; ఉనికిన్ = ఉండేవిధంగా.

"కదిలే ప్రాణి పదాలు తప్ప మిగిలిన పదాలన్నింటికీ ద్వితీయావిభక్తి కూడా ప్రథమావిభక్తి వలెనే ఒక్కొక్కసారి ఉండవచ్చు. ఉదా: రాజు అంగదములు తీసి వేసాడు అని ప్రథమలో కానీ, లేదా రాజు నూత్న అంగదములను ధరించాడు అని ద్వితీయావిభక్తి ప్రత్యయంలో కానీ వీలుకొద్దీ వాడవచ్చు".

భాషలోని మాటలను వివిధ రకాలుగా వర్గీకరించవచ్చు. వాటిలో ఒకటి స్థావర జంగమ భేదం. జంగమాలలో ముఖ్యంగా మనుష్యులు, ఇతర కదిలే ప్రాణులు చేరుతాయి. జీవం ఉన్నా కూడా చెట్లు స్థావరాలే (కదలవుకాబట్టి). అందువల్ల 'జంగమం' కాని పదాలన్నీ ద్వితీయావిభక్తిలో కొన్నిసార్లు ప్రత్యయంతోనూ, అప్పుడప్పుడూ ప్రత్యయం లేకుండా ప్రథమావిభక్తి రూపంలో వలెనే వాడవచ్చు. ఈ సూత్రం ఈ నాటికీ వర్తిస్తుంది.

పై సూత్రానికి ఉదాహరణగా ఒకే అంశాన్ని రెండుమార్లు ఒకసారి ద్వితీయావిభక్తి ప్రత్యయం లేకుండా, ప్రథమావిభక్తిలోనూ, రెండోసారి ద్వితీయావిభక్తి ప్రత్యయంతో కలిపీ ఉదాహరణలుగా ఇచ్చాడు కేతన.

1) రాజు అంగద<u>ములు</u> ఊడ్చెను. (ప్రథమ)

2) రాజు (పతి) నూత్న అంగదము<u>లను</u> తాల్చెను (ద్వితీయావిభక్తి - ను)

దీనిని "ఐచ్ఛిక సూత్రం" అని భాషాశాస్త్రంలో అంటాం. అంటే "రావచ్చు, రాకపోనూ వచ్చు" అని అర్థం. రెండూ సమ్మతమే. ఇవాళ కూడా మనం ఇదే విధంగా వాడుతున్నాం.

ఉదా: 1. నేను మూడు పుస్తకాలు కొన్నాను (ప్రథమ)

2. నేను మూడు పుస్తకాలను కొన్నాను (ద్వితీయ)

"ఉదా: రాజు నూత్నాంగదములను దాల్చెను. ఈ వాక్యమున అంగదములను శబ్దము జడపదార్థమగుట ద్వితీయా విభక్తి యందుండియు, రాజంగదములూడ్చెను అనునప్పుడు ప్రథమలో జేరినది. అట్లవుట జడంబు ద్వితీయకు మాఱు ప్రథమ యగునని తెలిసికొననగు" (ఉ.77). అని దేవినేని సూరయ్య వివరించారు. దీనిలోని సూత్రం 'జడంబు ద్వితీయకు ప్రథమయగు' అన్నది చిన్నయసూరిది.

తే. వలసినప్పుడు చేత కై వలన యొక్క
యందు నననివి యగుఁ దృతీయాదులందు
స్త్రీ పురుషశబ్దములయందు జేత వలన
నందు నననివి యగుఁ దృతీయాదులందు. 82

వలసినప్పుడు = అవసరమైనప్పుడు (కావలసినప్పుడు); చేత, కై, వలన, యొక్క అందున్ = విభక్తి ప్రత్యయాలలో తృతీయ మొదలుకొని వాడే ప్రత్యయరూపాలైన చేత, కై, వలన, యొక్క, అందున్; అనున్ = అనే; ఇవి = ఈ మాటలు; అగున్ = వస్తాయి, అవుతాయి; తృతీయ+ఆదులు+ అందు = తృతీయ మొదలైన వాటిలో; స్త్రీ పురుష శబ్దములయందు = స్త్రీ వాచక, పురుష వాచక పదాలలో; చేత, వలనన్, అందున్ = చేత, వలన, అందున్; అనున్+ ఇవి = అనే ఈ ప్రత్యయరూపాలు; అగున్ = వస్తాయి (అవుతాయి) తృతీయ+ఆదులు+అందు = తృతీయ మొదలైన వాటిలో.

"అవసరమైనప్పుడు తృతీయ మొదలుకొని ఉన్న విభక్తులకు చేత, కై, వలన,యొక్క అందున్ అనే ఈ ప్రత్యయాలు వస్తాయి. మహతీమహద్వాచకాల తృతీయ మొదలుకొని వచ్చే విభక్తులలో చేత, వలన, అందున్ అనే ప్రత్యయాలు వస్తాయి".

ఈ పద్యంలో వేటికవిగా వేర్వేరుగా కాకుండా కేతన తృతీయ మొదలుకొని సప్తమీ విభక్తి వరకు ఎక్కడ అవసరమైతే అక్కడ చేత, కై, వలన, యొక్క, అందున్, అనే ప్రత్యయాలు వస్తాయనీ, స్త్రీ పురుష వాచకాలలో మాత్రం తృతీయ మొదలైన వాటిలో "చేత, వలన, అందున్" వస్తాయనీ వివరించాడు. అంటే "కై, యొక్క" అనే విభక్తి ప్రత్యయాలు స్త్రీ పురుష వాచక పదాలలో రావని ఉద్దేశించినట్లు అర్థం చేసుకోవాలి. అయితే ఈ పేర్కొన్న విభక్తులకైనా కేతన ఉదాహరణలు ఇవ్వలేదు. "అవసరమైనప్పుడు" అనడంవల్ల ఈ మాటను వ్యాకరణ రీత్యా వివరించలేం. ఎవరికి అవసరమైనప్పుడు? అని ప్రశ్నించుకుంటే బహుశా 'కవులకు' అని చెప్పుకోవాలి, ఎందుకంటే కేతన అనేక సందర్భాలలో వారినే నిర్దేశించాడు కాబట్టి. అయితే మొదట తానే చెప్పిన వాటిని "కారక సంబంధాలతో" ఎందుకని సమన్వయం చేయలేదో అర్థం కాదు; బహుశా కేతన నాటికి "ఈ ప్రత్యయం ఈ అర్థంలోనే

వాడాలి" అనే స్పష్టమైన విధానం పరిణమించినట్లు లేదని భావించాల్సి ఉంటుంది. ఈ ఇచ్చిన ప్రత్యయపట్టిక అయినా ఆనాటికి శాసనాల్లోనూ, నన్నయ భారతంలోనూ కనిపించే ప్రత్యయాలన్నింటినీ చేర్చుకున్నది కాదు. ఈ విషయాన్ని గురించి హరిశివకుమార్ తన సిద్ధాంతవ్యాసంలో (1973) చెప్పారు. ఆయన శాసనాలలో నుండి, నన్నయ నుండి విభక్తులను చూపించి "కేతన కూడా తన వ్యాకరణముననిట్టి ప్రణాళికనే యొక దానిని పేర్కొనినాడు (ఆం.భా.భూ. 87-99). కానీ అది సమగ్రమైనదని చెప్పుటకు వీలులేదు. శాసనములందును, నన్నయ భారత భాగమునను గన్పట్టు కొన్ని ప్రత్యయములను కేతన గ్రహింపనేలేదు" అనీ "కేతన పేర్కొనిన విభక్తి ప్రత్యయములలో శాసనములలో గన్పట్టుచున్న క్రై, ఉణ్డి, అన్" వంటి ప్రత్యయములును, నన్నయ భాషలో కన్పట్టుచున్న 'గుఱిచి, మెయి, పొంటె, తదర్థము, కోలెన్, కంటె, న' వంటి ప్రత్యయములును వదిలిపెట్టబడినవి. కావున కేతన ఇచ్చిన ప్రణాళిక అసంపూర్ణమైనదేనని విశదమగుచున్నది" (పు. 180) అని సరిగ్గా చెప్పారు. ఇందులో పేర్కొన్న వాటిలో 'కోలెన్' గురించి చేరా రాసిన 'కోలెన్ శబ్ద విచారము' అనే వ్యాసం (1982) మరిన్ని వివరాలు తెలియజేస్తుంది.

దేవినేని సూరయ్య వీటి వివరణలలోనికి వెళ్లకుండా తనదైన పద్ధతిలో ఇలా వ్యాఖ్యానించారు.

"అవసరమైనప్పుడు చేత,క్రై, వలన, యొక్క, అందు అను నీ ప్రత్యయములు తృతీయాద్యర్థమందు వచ్చును. ఉదా: ధనము చేత సౌఖ్యము గలుగును. ధనము వలన సౌఖ్యము గలుగును; శిరమున గురుపాదుకలు దాల్చితి; శిరము చేత గురుపాదుకలు దాల్చితి. చిచ్చురికెను. చిచ్చునందురికెను. రావణుని గోలం గూల్చెను. రావణునిగోల<u>తో</u> గూల్చెను. నీ <u>కొఱకి</u>చ్చె; నీకిచ్చె, వారు సుఖమున్నారు. వారు సుఖముతో నున్నారు మున్నగునవి యెఱుంగునది" (1953 పు. 77).

ముందే చెప్పుకున్నట్లు ఒక కారక సంబంధానికి ఒకటే ప్రత్యయం లేదా రెండు ప్రత్యయాలు అని నిర్దేశంగా లేని ద్రవీభూత స్థితిలో అప్పటి విభక్తి ప్రత్యయాల వాడుక ఉండేదని అర్థం చేసుకోవాల్సి ఉంటుంది. ఆధునిక తెలుగులో విభక్తి వాడకం ప్రాచీన కాలం కన్నా మెరుగ్గా చాలా మటుకు స్థిరపడిందని చెప్పవచ్చు.

తే. డులకు నిను నేకవచనము తెలుఁగులందు
నిలుచుఁ దత్సమపదముల నిలుచుఁబోవు
లలు ద్వితీయాదు లగువిభక్తులకు నెల్ల
బహువచనములై చను నెల్ల పదములందు. 83

డులకున్ = 'డు' వర్ణక పదాలకు; నినున్ = ని, నున్ అనే ప్రత్యయాలు; ఏకవచనము= ఏకవచనంలో; తెలుగు లందు = తెలుగుమాటలలో; నిలుచు = ఉంటాయి; తత్సమ పదముల = తత్సమ పదాలలో; నిలుచున్ పోవు = కొన్నిసార్లు ఉంటాయి, కొన్నిసార్లు పోతాయి; లలు = 'ల' వర్ణకాలు; ద్వితీయ ఆదులు + అగు = ద్వితీయ మొదలుకొని ఇతరమైన అన్ని; విభక్తులకున్ = విభక్తి ప్రత్యయాలకు; ఎల్లన్ = అన్నింటికి; బహువచనములై చనున్ = బహువచనాల్లో వస్తాయి; ఎల్ల పదములందు = అన్ని మాటలలోను.

"డు కారాంతాలయిన తెలుగు మాటలలో ని, నున్ అనే విభక్తి ప్రత్యయాలు తప్పనిసరిగా నిలిచి ఉంటాయి; (కాని) తత్సమ పదాలలో అవి కొన్నిసార్లు ఉంటాయి; కొన్నిసార్లు ఉండవు (పోతాయి). 'ల' అనే ఔప విభక్తికరూపం ద్వితీయ మొదలుకొని అన్ని విభక్తులకు ముందు బహువచనంలో అన్ని పదాలలోనూ వస్తుంది".

ద్వితీయావిభక్తి ప్రత్యయంగా ఏకవచనంలో ని, నున్ ప్రత్యయాలు తెలుగుమాటలకు తప్పనిసరిగా అంటే నిత్యంగా వచ్చి చేరుతాయి. కానీ తత్సమపదాలకు మాత్రం అవి ఐచ్ఛికంగా అంటే వైకల్పికంగా అంటే చేరడమో, చేరకపోవడమో జరుగుతుంది. అలాగే ద్వితీయ మొదలుకొని చేరే అన్ని విభక్తి ప్రత్యయాలకూ ముందుగా బహువచనంలో 'ల' చేరుతుంది. 'ల', 'లు'కి ఔపవిభక్తికరూపం.

దేవినేని సూరయ్య పదాల అర్థాలలోనే కుండలీకరణాల్లో '(డుమంతములకు ఇదంతములకు 'ని' వర్ణము వచ్చును. భిన్నములకు 'ను' వర్ణము వచ్చును)'. అనీ, నిలుచున్ అన్నప్పుడు "నిత్యముగా నగుననుట" అనీ, నిలుచున్ పోవున్ అన్నచోట "వికల్పముగా నుండుననుట" అనీ అలాగే "బహుతాయాంద్వితీయాది విభక్తీనాం లడాగమః" అను సూత్రము చొప్పున ద్వితీయ మొదలగు విభక్తులకు మొదట 'ల' కారము బహువచనమున నిల్చును" అనీ వివరించారు. హరిశివకుమార్ దీనిని ప్రత్యేకంగా ప్రస్తావించలేదు.

క. కమియంగ నికి నకులు త
త్సమములఁ బోఁద్రోచి నిలుచు షష్ఠి చతుర్థిన్
గ్రమమునఁ గుఱ్ఱగు నఱ్ఱం
తమునకు నుఱ్ఱంతమునకుఁ దగు నఱ్ఱు లలిన్. 84

కమియంగన్ = విస్తరిస్తూ (అంటే అంతటా వర్తిస్తూ) నికి = 'నికి' అనే రూపం; 'నకు'లు = 'నకు' అనే రూపం; తత్సమములన్ = తత్సమపదాలలో; పోద్రోచి = తొలగించి, (తోసివేసి); నిలుచు = నిలుస్తాయి; షష్ఠి, చతుర్థిన్ = షష్ఠీ విభక్తిలోనూ, చతుర్థీ విభక్తిలోనూ;

క్రమమున్ = వరుసగా; కుఱ్ఱు+అగు = 'కు' వర్ణకం వస్తుంది; అఱ్ఱు అంతమునకున్ = అకారాంత పదాలకు; ఉఱ్ఱు అంతమునకు = ఉకారాంత పదాలకు; తగున్ = సరిపోతుంది; అఱ్ఱు = 'అ' కారం; లలిన్ = వరుసగా, క్రమంగా.

"తత్సమపదాలకు వాటి చివరన ఉండే ప్రత్యయాలు పోయి, షష్ఠీవిభక్తి, చతుర్థీ విభక్తి ప్రత్యయాలు నికి, నకులు చేరుతాయి. అప్పుడు అకారాంత పదాలకు 'కు' కారం, ఉకారాంత పదాలకు 'న' కారం వరుసగా వస్తాయి".

ఈ పద్యంలో మూడు సూత్రాలున్నాయి. మొదటిది తత్సమ పదాంత ప్రత్యయలోపం; రెండోది చతుర్థి, షష్ఠీ విభక్తులకు 'నికి' లేదా 'నకు' వచ్చి చేరటం; మూడోది అట్లా చేరినప్పుడు అకారాంత పదాలకు 'కు' కారం, ఉకారాంత పదాలకు 'న' కారం అవడం. ఇవి కూడా క్రమసూత్రాలే. ఆధునిక భాషా శాస్త్రంలో Rule Ordering అని చెప్పే సిద్ధాంతం కూడా ఒక సూత్రం తర్వాత మరొకటి వర్తిస్తుందని వివరిస్తుంది.

దీనిని గురించి దేవినేని సూరయ్య ఇలా చెప్పారు. "కొన్నిటికి నికి గాని నకు గాని ఏదియైనను ఒక్కటి వచ్చును. అనగా నొకసారి నికియు, మఱొకసారి నకును వచ్చుననుట. అదంతములకు 'కు' వచ్చును. అనగా బూర్వమున 'న' కారముగాని 'ని' కారముగాని లేకయే వచ్చుననుట. ఉకారాంతములకు 'నకు' వచ్చును". (పు. 79)

నిజానికి 'నికి', 'నకు' అనేవి 'స్వేచ్ఛా వైవిధ్యాలు' (Free Variation) గా చూపిస్తున్నాడు కేతన. కానీ ఇవి ఆధునికభాషలో 'సపదాంశాలు'గా రూపొంది, ఇకారాంతాలకు 'నికి' ఇతరాలకు 'నకు' (అంటే కి/కు భేదం) వస్తాయని గ్రహించాలి.

క. గురునికి గురునకు ననఁగాఁ
బరఁగఁగ బాలునికి ననఁగ బాలున కనఁగా
గరగకు గొరవకు ననఁగాఁ
దరమున కురమునకు నా నుదాహరణంబుల్. 85

గురునికి = అధ్యాపకునికి (నికితో); గురునకున్ = గురు (వు) నకు; అనఁగా = అనే విధంగా; పరఁగఁగ = స్పష్టంగా; బాలునికి అనఁగా = పిల్లవాడికి అనే విధంగా; బాలునకు అనఁగా = బాలునకు (అనికూడా) అనే విధంగా; గరగకు= చిన్నకుండకు అనే విధంగా, గొరవకు అనఁగాన్ = గొరవకు అనే విధంగా; తరమునకు = తరము + నకు, (తరము అనే మాటకు ఎన్నో అర్థాలున్నాయి చూ. శ. ర.) ఉరమునకునాన్ – ఉరము (రొమ్ము) + నకు అనేవిధంగా; ఉదాహరణంబుల్ = ఉదాహరణలు.

"గురునికి అనే విధంగా 'నికి'తోనూ, గురునకు అన్నప్పుడు 'నకు' తోనూ అలాగే బాలునికి, బాలునకు అని రెండు రకాలుగానూ "నికి/నకు" ప్రత్యయాలు వచ్చి చేరుతాయి. అకారాంత పదాలైన గరగ, గౌరవలకు 'కు' వర్ణకం; ఉకారాంతమైన తరము, ఉరము వంటి పదాలకు 'నకు' వచ్చి చేరుతుంది. ఇవీ ఉదాహరణలు".

గురువు, బాలుడు ఇవి సంస్కృతం నుండి వచ్చినసూత్రం ప్రకారం చివరి ప్రత్యయాలు పోయి 'గురు' 'బాలు' అని మిగులుతుంది. ఈ 'గురు' 'బాలు' శబ్దాలకు 'నికి, నకు' ప్రత్యయాలలో దేనినైనా చేర్చి రెండు రకాల రూపాలనూ సాధించి వాడవచ్చు. కానీ అకారాంత పదాలైన గరగ, గౌరవ వంటి వాటికి కేవలం 'కు' చేరగా, ఉకారాంత పదాలైన తరము, ఉరము వంటి పదాలకు 'నకు' చేరుతుందని ఈ పద్యంలో వివరిస్తూ ఉదాహరణలిచ్చాడు కేతన. సూరయ్య కూడా 'నికి' 'నకు' రెండు వచ్చుటకు గురునికి = గురునకు; ని వర్ణము గాని ను వర్ణము గానీ, పూర్వమందు లేక కేవలము కు వర్ణము వచ్చుటకు, ఉ ॥ గరగకు – గౌరవకు, నకు మాత్రమే వచ్చుటకు, తరమునకు, ఉరమునకు ఇత్యాదులు" (పు. 79) అని వివరించారు. పైన చెప్పిన రెండు రూపభేదాలలో ఏదైనా రావచ్చునన్నదానిని "స్వేచ్ఛావైవిధ్యం" (Free Variation) అని భాషా శాస్త్రంలో వివరిస్తారు. ఎందుకంటే వీటిని వర్ణవిధేయ, లేదా పదాంశ విధేయ సూత్రాలు వివరించలేవు.

క. ఇ ను డు రు లు ఉ్ఱంతములకు
కినులగు వారధికి చేనికిని నాడికి నో
రికి యూరికి వ్రేలికి నన
కును లగు బహువచనములకు గొడుకులకుననన్. 86

ఇ, ను, డు, రు, లు+ఉఱ్ఱు+అంతములకు = పదాల చివరల్లో ఇ కానీ, ను కానీ, డు కానీ, రు కానీ, ఉ కానీ ఉన్నప్పుడు కినులు అగు = కినులు అవుతుంది; వారధికి = ఇకారాంతమైన వారధి పదానికి – కి చేరింది; చేనికి = < చేను నుండి ఔపవిభక్తికమైన చేని పదానికి కిని చేరింది; నాడికి = నాడు కి ఔప విభక్తికం నాడి (ఈ రోజు 'నాటి' అంటున్నాం) పదానికి 'కి' చేరుతోంది; నోరు+కి = నోరికి (= నోటికి); ఊరికి = ఊరు > ఊరికి (= పల్లె); వ్రేలికి = వ్రేలు > వ్రేలి + కి; అనన్ = అనే విధంగా; కులు = అనే ప్రత్యయం; బహు వచనములకున్ = బహు వచనములు > ల + కున్ (రెండర్థాలు = బహువచనములు+కు అనే పదానికి, అనే బహు వచన అర్థానికి); కొడుకులకు = కొడుకులు > కొడుకుల + కు అనన్ = అనే విధంగా.

"పదాల చివర 'ఇ', 'ను', 'డు', 'రు', 'ఉ' ఉన్నప్పుడు వాటికి 'కి' 'ని' ప్రత్యయాలు వచ్చి చేరుతాయి. ఉదాహరణలు: వారధికి, చేనికి, నాడికి, నోరికి, ఊరికి, వ్రేలికి. అయితే బహువచనాల్లో 'కొడుకులకును' అనే విధంగా 'కును' వస్తుంది".

ఇంతకు పూర్వం చెప్పిన స్వరసమీకరణ సూత్రానికే చెందిందైనా దీనిలో ఏయే పదాంతాలకు 'కిని' చేరుతుందో ఈ పద్యంలో స్పష్టంగా వివరించాడు కేతన. వీటిని గురించి ఆధునిక పద్ధతులకు ఇంచుమించు సరి సమానమైన ఆలోచన, వివేచనలతో 13వ శతాబ్దంలోనే గుర్తించి సూత్రీకరించిన మొట్టమొదటి వ్యాకర్త కేతన. వీటిలో వారధిలాంటి పదాలు సహజంగా 'ఇ' కారాంతాలు కాగా, ను, డు, రు, లు చివర్లో ఉండే పదాలకు కూడా కిని వస్తుందని చెప్పడం ఇక్కడ విశేషం. అంటే ను, డు, రు, లు ఉకారాంత ప్రథమైక వచనాలుకాగా విభక్తి ప్రత్యయాలు చేరినప్పుడు అవి ఔపవిభక్తిక రూపాలుగా మారుతాయి. అంటే ని, డి,రి, లి అని. అయితే ఇక్కడ ఆధునిక భాషా శాస్త్రం ప్రకారం రెండు భిన్న వాదనలు చేయవచ్చు. వాటిలో అంతర్నిర్మాణంలో ప్రతిపాదించే రూపంలో తేడాలవల్ల సూత్రీకరణలో కూడా తేడా వస్తుంది. ఎలాగంటే.

పద్ధతి I	పద్ధతి II
చేను+కి = చేనికి	చేను → చేని+కు = చేనికి

మొదటి పద్ధతిలో/ కి/ ప్రధాన రూపం అయి 'కి' చేరినప్పుడు ఆరోపపదంలోని ఉత్వం ఇత్వంగామారిందని చెప్పాల్సి ఉంటుంది.

రెండవ పద్ధతితో చేను చేని అనే ఔపవిభక్తిక రూపంగా మారి, దానికి చేర్చిన /కు/ ప్రధానరూపం 'కి'గా మారిందని చెప్పాల్సి ఉంటుంది.

మొదటి పద్ధతిలో /కి/ పదాంశం. అయితే (కి), (కు)లు సపదాంశాలు కాగా రెండవ దానిలో /కు/ పదాంశం అయి, (కు), (కి) లు సపదాంశాలవుతాయి. అప్పుడు స్వరసమీకరణ సూత్రం వర్తించే దిశలు పరస్పర విరుద్ధం అంటే మొదటిదానిలో కుడినుండి ఎడమకు; రెండవ దానిలో ఎడమనుండి కుడికి మారుతాయి. నన్నయ, కేతనల కాలానికి 'నోరు' వంటి 'రు' కారాంతాలకు 'టి' ఔపవిభక్తికం చేరలేదు. గమనించాలి.

సూరయ్య వివరణ: "ఇనుడురులు అనునవి యంతమందుగల శబ్దములకు నేక వచనమున కి వర్ణకమును బహువచనమున కు వర్ణకమును వచ్చును."

వారధికి వారధులకు

చేనికి చేనులకు మొదలగునవి.

ఇట్లే బహువచనములనన్నింటికి. కొడుకులకు అనునప్పుడు కు వర్ణకము వచ్చును (పు. 80-81).

వ. తత్సమపదాంతంబు లగు సప్తవిభక్తులందు నేక వచన బహువచనము లెట్టివనిన. 87

తత్సమ పద = తత్సమ శబ్దాల; అంతంబులు = చివరలో; అగు = వచ్చే; సప్తవిభక్తుల+ అందు = ఏడు విభక్తులలోను; ఏక వచన బహువచనములు = ఏకవచనాలు, బహువచనాలు; ఎట్టి వనిన = ఎట్లా అంటే;

"తత్సమ పదాలకు చేరే ఏడు విభక్తులు ఏ విధంగా ఉంటాయంటే"....

పిల్లలకైనా, పెద్దలకైనా, స్వభాషగా నేర్చుకునే వారికీ, పరభాషగా నేర్చుకునే వారికీ కూడా తెలుగులో ప్రధానమైన కష్టమంతా 'తత్సమాల' విషయంగానే ఏర్పడుతుంది. తత్సమ సంబంధమైన 'ధ్వనులు, వర్ణాలు, వ్యాకరణం' అన్నీ కూడా తెలుగు భాషా వ్యవస్థకు అన్వయించుకున్న తీరువల్ల ఎంతోకొంత సంస్కృత భాషా వ్యాకరణాల పరిచయం లేకుండా ఇవి సరిగ్గా నేర్చుకోవడం కష్టం. తెలుగు వ్యాకరణ వ్యవస్థలో కలిసిపోయినట్లుగా కనిపించే ఈ అదనపు వ్యాకరణ భారం వల్ల, దేశీయ వ్యాకరణాన్ని బాల్యంలో అలవోకగా, అసంకల్పితంగా నేర్చుకునే పిల్లలు పాఠశాల, కళాశాల విద్యలస్థాయిలో తెలుగు వ్యాకరణం చదవటంచాలా కష్టమనుకోవడానికి ఇది మొదటి కారణం కాగా, వ్యాకరణ సూత్ర రచనా విధానం ఇప్పటికీ కూడా తెలుగులో అర్థం కాని రీతిలో ఉండడం మరో కారణం అని చెప్పవచ్చు.

ఈ వచనం నుండి కేతన ప్రథమ మొదలు కొని సప్తమివరకూ విభక్తి ప్రత్యయాల ప్రయోగం ఏక, బహువచనాలలో ఎలా ఉంటుందో ఉదాహరణలు ఇచ్చాడు. అందుకోసం పుంలింగ శబ్దమైన 'సుతుడు' పదాన్నీ, నపుంసకలింగశబ్ద మైన వృక్ష పదాన్నీ తీసుకున్నాడు.

క. సుతుఁడు సుతు సుతుని గనియెన్
సుతుచేతన్ సుతునిచేత సుతునకు నిచ్చెన్
సుతునికిని సుతునివలనన్
సుతువలనన్ సుతునిధనము సుతుధన మెలమిన్. 88

సుతుడు = కొడుకు (–డు ప్రత్యయాంత ప్రథమావిభక్తి); సుతు సుతునిన్ కనియెన్= సుతు అని ప్రత్యయం లేకుండానూ, సుతునిన్ అని ప్రత్యయంతోనూ కనియెన్ = చూసాడు (అర్థం బోధపడేందుకు కేతన ఎంచుకున్న 'కావ్య' శైలీ పద్ధతిలో ఎంచుకున్న పూరక క్రియా రూపం); సుతు చేతన్ = సుతునిచేత = కొడుకుచేత – (రెండు రూపాలు – ఏదైనా వాడవచ్చు); సుతునకున్ + ఇచ్చెన్ = (న)కు ప్రత్యయాంత ప్రయోగానికి; సుతునికిని= – నికి ప్రత్యయానికి ఉదాహరణ; సుతుని వలనన్ – సుతువలనన్ = – వలన ప్రత్యయానికి ఉదాహరణగా రెండు రూపాంతరాలు (ని–ఐచ్ఛికం); సుతునిధనము– సుతుధనము = యొక్క అనేమాట ఇవ్వకుండా యొక్క సంబంధం అర్థం వచ్చే రెండు రూపాలూ; ఎలమిన్ = స్పష్టంగా.

"(i) సుతుడు (ii) సుతు/సుతుని (చూసాడు); (iii) సుతు/సుతునిచేతన్; (iv) సుతునకు/ సుతునికిని (ఇచ్చెన్); (v) సుతుని వలన/ సుతువలనన్; (vi) సుతునిధనము/ సుతుధనము" (ఇవి ఉదాహరణలు.)

ఈ పద్యంలో కేతన ప్రథమనుండి షష్ఠి వరకు మాత్రమే 'సుతు' శబ్దాన్ని తీసుకుని ఏకవచన రూపాలకు ఉదాహరణలు, రూపభేదాలు ఇచ్చాడు. సప్తమీ ఏకవచనం తర్వాతి పద్యంలో వస్తుంది. అయితే ఒకొక్క విభక్తికి తెలుగులో ఒక్కొక్క ప్రత్యయం అని నిర్దేశితమై లేదు. ఒక్కొక్క కారకానికి కనీసం 3, 4 రూపాలున్నాయి. కానీ అవన్నీ పరస్పరం ఒకదానికి బదులుగా మరొకటి వాడేందుకు ఉద్దేశించినవి కావు. దేని ప్రయోజనం దానిదే. వాటిలో తత్సమ పదాలకు వర్తించే ప్రథమావిభక్తి ప్రత్యయాలైన 'డు, ము, వు'లపై చూపిన శ్రద్ధ మిగిలిన వాటిపై చాలా మంది వ్యాకర్తలు చూపలేదు. అయితే ఏయే ప్రత్యయానికి ఏయే సందర్భ ప్రయోగాలున్నాయో కొంచెం వివరంగా చెప్పింది బాలవ్యాకర్త చిన్నయ సూరే. అయితే ఆయన సూత్రవిధానం ఆధునిక అవసరాలకు అనుగుణంగా అర్థబోధకంగా లేకపోవడం విద్యార్థులకు ఒక సమస్య అయితే, అది గ్రాంథిక లేదా కావ్య భాషా వ్యాకరణ సంబంధమైనది కావడం మరొక సమస్య అయింది. ఆ వ్యాకరణం మాత్రమే దశాబ్దాలుగా వ్యాకరణ పాఠ్య గ్రంథం అవడం వల్ల తెలుగుభాష అధ్యయనం చేసే విద్యార్థులకు తెలుగు అంటేనే విముఖత ఏర్పడే పరిస్థితులకు దారితీసినట్లుగానూ, విద్యారంగంలో తెలుగు చదవడం పట్ల ఏర్పడుతూ వచ్చిన నిరాదరణకు గల అనేకకారణాల్లో ఇది ఒక ముఖ్య కారణంగానూ గుర్తించాలేమో పరిశీలించాలి.

క. సుతునందు సుతునియందున్
సుతులు సుతుల సుతులచేత సుతులకు నిచ్చెన్
సుతులవలన సుతులధనము
సుతులం దన నేక బహువచోనియతి యగున్. 89

సుతున్ + అందు = సుతుని + అందున్ = సప్తమీ ప్రత్యయం అందుతో రెండు రూపాలు; సుతులు = ప్రథమావిభక్తి బహువచనం; సుతుల = ద్వితీయకు ప్రత్యయంలేని రూపం; సుతులచేత = తృతీయా ప్రత్యయం 'చేత'కు ఉదాహరణ; సుతులకు = చతుర్థి 'కు' ఉదాహరణకు; ఇచ్చెన్ = ఇచ్చాడు (పూరక క్రియ); సుతులవలన = పంచమీ రూపం; సుతుల ధనము = షష్ఠీ విభక్తి రూపం; సుతుల + అందు = సప్తమీ బహువచన రూపం; అనన్ = అనే విధంగా; ఏక బహువచోనియతి = ఏక బహువచన రూపాలలో; అగున్ = (విభక్తులు) వస్తాయి.

"(iii) సుతునందు / సుతునియందున్ అనీ: (i) సుతులు; (ii) సుతుల; (iii) సుతులచేత (iv) సుతులకు; (v) సుతుల వలన; (vi) సుతుల ధనము (vii) సుతులందు అని బహువచన రూపాలు అవుతాయి".

ఏకవచనంలో పై పద్యంలో చెప్పక మిగిలిన సప్తమీ రూపాలయిన 'సుతునందు లేదా సుతుని యందు' అనే రెండు రూపాలను ఇచ్చి, తర్వాత బహువచనంలో ప్రథమ నుండి సప్తమివరకు ఒక్కొక్క ఉదాహరణను చూపించాడు కేతన. ఎందుకంటే బహువచనంలో ఏకవచనంలో చెప్పినట్లు రెండేసి రూపాలు లేవు.

వీటన్నింటికీ దేవినేని సూరయ్య అర్థవివరణ, వ్యాఖ్య లేవీ లేవు. 'సుగమము' అంటే "సులభంగా అర్థం అవుతుంది" అని మాత్రమే రాసాడు. (చూ.పు. 80-81).

వ. ముఙ్ఙంతములకు 90

ముఙ్ఙు = ముకారం; అంతములకు = అంతమందుండే పదాలకు;

'డు' కారాంతాలయిన (పురుష ప్రత్యయం) ప్రథమావిభక్తి తో కూడిన ఏడు విభక్తులను సప్తమి వరకు సూత్ర, ఉదాహరణలు ఇచ్చిన పిమ్మట ఇప్పుడు 'ము' వర్ణకం చివర వచ్చే మాటలకు ఏడు విభక్తి రూపాలను ఇచ్చాడు.

క. వృక్షము మొలచెను నతికెను
వృక్షము వృక్షమున బ్రతికె వృక్షమునకు నీ

వృక్షమునఁ బండు వడియెను
వృక్షముతుది వృక్షమున దవిలె నా చూడ్కుల్. 91

వృక్షము మొలచెను = 'ము' ప్రథమావిభక్తికి; (మొలచెను = మొలకెత్తింది పూరకక్రియ); వృక్షము నఱికెను = ద్వితీయకు ప్రత్యయలోపంతో = వృక్షాన్ని కొట్టేసాడు (చెట్టును నరికాడు); వృక్షము వృక్షమున బ్రతికె = ఒక చెట్టు మరో చెట్టుతో బతికింది; (చేత కాకుండా 'న' వర్ణకంతో తృతీయావిభక్తి); వృక్షమునకు = (న)కు చతుర్థితో; ఈ వృక్షమునన్ = వృక్షం నుండి (చెట్టునుండి); పండు వడియె < పడియెను = పండు పడింది; వృక్షము తుది = చెట్టు (యొక్క) చివర; వృక్షమునన్ = వృక్షమున = చెట్టులో (=అందు); తవిలె = తగిలాయి; నా చూడ్కుల్ = నా చూపులు.

"(i) వృక్షము, (ప్రథమ), (ii) వృక్షము (ద్వితీయ); (iii) వృక్షమున(చేత) (తృతీయ); (iv) వృక్షమునకు (చతుర్థి); (v) వృక్షమున (నుండి) (పంచమి); (vi) వృక్షము (యొక్క) తుది (షష్ఠి); (vii) వృక్షమున (మీద, పై, లో – అందు) సప్తమీ – (ఇవి ఉదాహరణలు)".

ము కారాంత శబ్దాల విభక్తి ప్రత్యయాలను వివరించడానికి ఒక చిన్న పద్యంలోనే చెట్టుతో మనిషికి ఉన్న అనుబంధాన్ని కూడా చిన్న చిన్న వాక్యాలతో కథ అల్లినట్లు చెప్పాడు. కవి కావడం వల్ల, తెలుగు భాషపై ఆయనకు ఏర్పడ్డ అధికారం వల్లా వ్యాకరణాన్ని కూడా ఆసక్తికరంగా చెప్పడం, అదీ వీలయినన్ని తక్కువ మాటలు వాడుతూ చెప్పడం ఆయన ప్రత్యేకత. చూడండి:

చెట్టు మొలుస్తుంది. మనం నరికేస్తాం; ఒక చెట్టుతో మరోచెట్టు లేదా మనిషి బతకటం జరుగుతోంది. చెట్టు నుండి పండు రాలుతుంది; చెట్టుపైన (మీద, లో, అందు) (నా) తన (మన) దృష్టి నిలుస్తుంది. నిజానికి ఇవన్నీ కారక సంబంధాలే; వీటిలో వాడిన ప్రత్యయం గమనిస్తే ఎక్కువగా 'న' కారం ఉండటం కనిపిస్తుంది.

సరిగ్గా మళ్లీ ఇదే విషయాన్ని ఇంచుమించుగా పై పద్యానికి లోబడి ఉండే విధంగా బహు వచన రూపాలకు కూడా వర్తింప చేస్తూ కింది పద్యం ఉంటుంది.

క. వృక్షంబులు వృక్షంబుల
వృక్షంబులచేత బ్రతికె వృక్షంబులకున్
వృక్షములవలనఁ బండును
వృక్షంబులతుదలఁ గలవు వృక్షములందున్. 92

వృక్షంబులు = చెట్లు (ప్రథమ); వృక్షంబుల = చెట్లు (ద్వితీయ); వృక్షంబుల చేత = చెట్ల చేత; బ్రతికె = జీవించె; వృక్షంబులకున్ = చెట్లకు; వృక్షములవలన = చెట్ల వల్ల (నుండి) పండును = పండ్లు పండుతాయి (కాస్తాయి); వృక్షంబుల తుదలన్ = చెట్ల (యొక్క) చివరన; కలవు = ఉన్నాయి (పండ్లు); వృక్షములందున్ = చెట్లలో.

"బహువచన రూపాలకు ఉదాహరణలు: "(i) వృక్షంబులు/ వృక్షములు (ప్రథమ); (ii) వృక్షంబుల (ద్వితీయ); (iii) వృక్షంబుల చేత (తృతీయ); (iv) వృక్షంబులకున్ (చతుర్థి); (v) వృక్షముల వలన (పంచమి); (vi) వృక్షంబుల (చివర) (షష్ఠి); (vii) వృక్షములందున్ (సప్తమి)."

పైన ఏకవచనంలో వలెనే అన్నింటికీ ఒక్కొక్క ప్రత్యయ రూపాన్నే ఇచ్చాడు. అయితే ఏక- బహు వచనాల ప్రత్యయాలలో విభక్తి ప్రత్యయాల భేదాలను ఇక్కడ మనం ప్రత్యేకంగా గమనించాలి. రెండూ ఒకే విధంగా లేవు. దానికి కారణం భాషలోనూ, కవుల ప్రయోగాలలోనూ భేదం ఉండటమే. దీనిని మొట్ట మొదట గమనించింది కేతనే అని చెప్పవచ్చు. ఈ విషయాలను తర్వాతి కాలంలో ఆధునిక భాషాశాస్త్ర పద్ధతులలో వింగడించిన భాషావేత్త చేకూరి రామారావు (1975).

వ. లాంతములకు. 93

'ల' + అంతములకు = ల కారాంత పదాలకు.

ము కారంత పదాలకు విభక్తులను పైన వివరించిన తర్వాత 'ల' కారాంతాలకు ఏడు విభక్తి ప్రత్యయాలు ఎలా వర్తిస్తాయో కింది పద్యాలలో వివరిస్తున్నాడు కేతన.

క. తలయొప్పెన్ దల దిగిచెన్
దల దాల్చెన్ దలకుఁ జీర తలవిరి దొలఁగెన్
తలవెంఁడ్రుక తలసొమ్ములు
తలలం దన నిట్లు బహువిధంబులఁ జెల్లున్. 94

తల = తల (ప్రథమ) ఒప్పెన్ = పూరక క్రియ = ఒప్పుగా ఉంది (చక్కగా ఉంది.); తల = తలను (ద్వితీయ); దిగిచెన్ = దించాడు (పూరక క్రియ); తలన్+తాల్చెన్ తృతీయావిభక్తి + పూరక క్రియ; శిరసావహించు = తలపై పెట్టుకొను; తలకున్ = చతుర్థి 'కు'; చీర = పూరక పదం; తలకు చుట్టుకోవడం = తలపాగా; తల విరి తొలగెన్ = తలనుండి పూలు రాలాయి; తల వెంఁడ్రుక = తల (యొక్క) వెంఁడ్రుక (షష్ఠి); తల సొమ్ములు = తలమీద, పైన - ధరించే నగలు (సప్తమీ); తలలు + అందు =

తలలలో (సప్తమీ) అనన్ అనే; ఇట్లు = ఈ రకమైన; బహు విధంబులన్ = చాలా విధాలుగా; చెల్లున్ = వర్తిస్తాయి; వాడబడతాయి.

"(i) తల (ప్రథమ); (ii) తల (ను) (ద్వితీయ) (దించు); (iii) తల (చేత, తోడ) (తాల్చు); (iv) తలకుచీర (చతుర్థి); (v) తల (నుండి) పూలు (రాలాయి) (పంచమి); తలవెంద్రుక, తల సొమ్ములు, తలలందు (సప్తమి) అని పలు రకాలుగా ఏడు విభక్తులు ఉపయోగింపబడతాయి".

'తల' అనేది ఆరోపం. ఏయే విభక్తి ప్రత్యయాలు ఎలా వస్తాయో చెప్పాలంటే నిజానికి నామానికి క్రియకు మధ్య సంబంధాన్ని, అర్థాన్ని నెలకొల్పే విధంగా వాటిని మనం అర్థం చేసుకోవల్సి ఉంటుంది. అట్లా చెప్పడం వల్ల కారక సంబంధాలు బాగా అర్థమవుతాయి. అలాగే ఇది ఒక కథనం వలె చెప్పడం కూడా పైన చెప్పుకున్నట్లే ఆసక్తికరంగా ఉంది. తల సంబంధమైన కథ ఇది; తల (ముఖం) బాగుంది; తలను దించుకున్నాడు; తలపైన ధరించాడు; తలకు చీర (పాగా) ధరించాడు; తల నుండి పూలు కింద పడ్డాయి; తల మీద (పైన) వెంద్రుకలుంటాయి; తలమీద తలలందు సొమ్ములు, నగలు ధరించాడు. ఇలా 'శిరస్సు' సంబంధమైన పదంతో జోడించి వివిధ విభక్తులను ఏకవచనంలో వివరించాడు.

క. తల లొప్పెఁ దలలు దునిమెను
తలలన్ ధరియించెఁ జీరతలలకునాడెన్
దలఁ జుట్టె పెడతలవడెన్
దలలకు మణిభూషణములు తలలం దనఁగన్. 95

తలలు ఒప్పెన్ = తలలు (ప్రథమ) (పూరకక్రియ ఒప్పెన్); తలలు తునిమెన్ = తలలు (ద్వితీయ) తుంచాడు (నరికాడు); తలల ధరియించె = తలల చే/తోడ ధరించాడు (తృతీయ); చీర = తల గుడ్డ; తలలకు = (చతుర్థి) ఆడెన్ = తాకింది; తలన్ చుట్టెన్ = తలకు చుట్టాడు (చతుర్థి); పెడతల = తల (వెనుక) వైపు; పడెన్ = పడ్డాడు; తలలకు = తలలమీద (షష్ఠి); మణిభూషణములు = నగలు; తలల + అందు = తలలలో; అనగన్ = అన్నట్లుగా.

"(i) తలలు (ప్రథమ); (ii) తలలు (ద్వితీయ) విభక్తి ప్రత్యయలోపం; (iii) తలల (తృతీయ); (iv) తలలకు (చతుర్థి); (v) పెడతల (పడెను) (పంచమి); (vi) తలలకు–షష్ఠి; (vii) తలలందు (సప్తమి అని ఉదాహరణలు)".

ఇక్కడ కూడా ఏక బహువచనాల్లో తేడా గుర్తించాలి. విభక్తి ప్రత్యయలోపంతో ఏర్పడేవి సమాసాలుగా కూడా పరిగణించి, విగ్రహ వాక్యాలతో చేస్తాం. మరీ ముఖ్యంగా షష్ఠీ విభక్తికి ఔపవిభక్తిక రూపం తప్ప యొక్క ప్రత్యయం కానీ మరే ఇతర రూపం కానీ వాడం. 'కు' చతుర్థిలోనూ, షష్ఠిలోనూ కూడా వాడటం కనిపిస్తుంది.

క్రియతో ఇవ్వడం వల్ల అర్థాన్ని అంటే కారకసంబంధాన్ని స్పష్టంగా అర్థం చేసుకోవచ్చు. అయినప్పటికీ ఏయే విభక్తి ప్రత్యయాలు ఎప్పుడు వాడుతారో, ఎప్పుడు మానేయవచ్చో స్పష్టమైన సూత్రీకరణలు ఇప్పటికీ కనిపించవు. చతుర్థి 'కు' లోపం మాత్రం భాషలో ఎక్కడా ఎప్పుడూ జరిగినట్లు కనిపించదు. చిన్నయసూరి చెప్పిన "జడంబు ద్వితీయకు లోపంబు బహుళంబుగా నగు" అన్న సూత్రం మాత్రం కావ్యభాషలోనూ, ఆధునిక భాషలోనూ కనిపిస్తుంది. అయితే 'ము' కారాంతాలు తత్సమాలు కాగా, 'ల' కారాంతాలు 'దేశ్యాలు' అన్న విషయం గమనించాలి.

వ. ర్యంతములకు. 96

రి–అంతములకు = 'రి' కారాంతపదాలకు.

'ము' కార 'ల' కారాంతాల తర్వాత –'రి' కారాంత పదాల విభక్తి ప్రత్యయరూపాలను వివరిస్తున్నాడు, వ్యాకర్త.

క. కరివచ్చెన్ గరినెక్కెను
గరిచేతం జచ్చెఁ గరికిఁ గవణమువెట్టెన్
గరివలననుఁ గరికుంభము
కరియందు మదాంబుధార కడుబెడఁ గయ్యెన్. 97

కరివచ్చెన్ = కరి = ఏనుగు వచ్చింది (ప్రథమ); కరిన్ + ఎక్కెను = కరిని (=ఏనుగును) ఎక్కాడు (ద్వితీయ); కరిచేతం చచ్చె = కరిచేతన్ (= ఏనుగుచేత); చచ్చెన్= చచ్చాడు (తృతీయ); కరికి = ఏనుగుకు; కవణమున్ = తిండి; పెట్టెన్ = పెట్టాడు (చతుర్థి); కరివలనను = ఏనుగువల్ల (పంచమి); కరి కుంభము = ఏనుగు (యొక్క) కుంభస్థలం; కరియందు = ఏనుగులో; మద+అంబుధార = సువాసనతో నిండి కారే (స్రవించే) మదజలం; కడు = మిక్కిలి; బెడగు = సొగసుగా, అందంగా; అయ్యెన్ = అయింది.

"(i) కరి (వచ్చింది) (ప్రథమ); (ii) కరిని ఎక్కాడు (ద్వితీయ); (iii) కరి చేత చచ్చెను (తృతీయ); (iv) కరికి కవణం పెట్టెను (చతుర్థి); (v) కరి వలన (పంచమి); (vi) కరి

కుంభము (షష్ఠి); (vii) కరి యందు (సప్తమి);" (ఇవి ఉదాహరణలు) "కరి, కరిని, కరిచేత, కరికి, కరివలన, కరి (యొక్క), కరియందు" అని ఉదాహరణలు.

ఈ పద్యంలో 'కరి' అనే 'రి' కారాంత తత్సమపదాన్ని తీసుకొని దానికి ఏడు విభక్తులను కలిపి చూపుతూ, అవసరమైన చోట్ల అవసరమైన క్రియలు కూడా వాడి పద్యపూరణతో పాటుగా విషయం, సులభంగా అర్థమయ్యేలా చేసాడు కేతన. విభక్తి ప్రత్యయం ఎంపిక చాలాసార్లు క్రియ మీదనే ఆధారపడి ఉంటుందన్న విషయం కేతన సూచనగా చెప్పినా, ఆధునిక భాషా శాస్త్రజ్ఞులు ఈ విషయాన్ని స్పష్టంగా చెప్పారు. 'చూడు' (see) అనే క్రియ 'ఒక కర్మ'ను మాత్రమే పొందితే, 'ఇచ్చు' (give) అనే క్రియ రెండు కర్మల్ని ఒకటి ముఖ్య కర్మ (Direct Object = చతుర్థిలో) రెండవది అముఖ్య కర్మ (Indirect Object ద్వితీయా విభక్తిలో) వస్తాయి. ఇది కేతన ఉదాహరణలో కూడా చూడవచ్చు. తెలుగు వాక్యాలలో కర్త ఒక్కొక్కసారి ఐచ్ఛికం అంటే ఉండవచ్చు లేకపోవచ్చు. అందువల్ల ఆధునికంగా -

ఆమెకు పు<u>స్తకం</u> ఇచ్చాను/డు/రు (అంటే ఆమెకు చతుర్థీ విభక్తి, పుస్తకం ద్వితీయావిభక్తి) అన్నట్లుగా, కేతన

×	కరి<u>కి</u>	కవణ<u>ము</u> పెట్టెన్
	ముఖ్యకర్మ	అముఖ్యకర్మ
	చతుర్థి	ద్వితీయ

అని ఉదాహరణ ఇచ్చారు; దీనిలో 'కరికి' చతుర్థీ విభక్తిలో ఉండగా, 'కవణము' ద్వితీయలో ఉంది.

తే. టడల రేఫలకారముల్ దొడరెనేని
యొక్కెడన రెండుమాత్రల లెక్క కెక్కు
బంట్లు బంటులు నా బండ్లు బండు లనఁగ
గుంట్ర గుంటర నా గుండ్ర గుండ రనఁగ. 98

ట, డ, ల = ట, డ అనే వర్ణకాలపై; రేఫ లకారముల్ = 'ర' కార, 'ల' కారాలు; తొడరెన్ + ఏని = వచ్చినట్లయితే; ఒక్క ఎడన = ఒక్కొక్కచోట; రెండు మాత్రల = రెండు లఘువులుగా; లెక్కకు ఎక్కు = గణించవచ్చు/ లెక్కించవచ్చు. బంట్లు బంటులు నా = బంట్లు అనేమాట బంటులు అని (టు, లు, రెండు మాత్రలుగా విడదీసి); బండ్లు బండులు అనఁగ = బండ్లు అనే బహువచన రూపాన్ని బండులు అని 'ండ్లు' అనే ఒకే మాత్రను

డులు అని రెండు మాత్రలుగా; గుంట్ర గుంటర నా = గుంట్ర అనే మాటను గుంటర అని ('ట్ర'ను టర అని రెండు మాత్రలుగా); గుండ్ర గుండర = గుండ్ర అనే మాటను గుండరగానూ; అనఁగ = అనే విధంగా.

"ట, డ అనే వర్ణాలపై రకార లకారాలు వచ్చినట్లయితే వాటిని ఒక్కొక్కసారి రెండు మాత్రలుగా లెక్కించే అవకాశం ఉంది. (ఎలాగంటే) బంటు - బంట్లు అనీ అనవచ్చు; బం<u>టులు</u> అని కూడా టులు (రెండు మాత్రలు) అనవచ్చు. అలాగే బండ్లు - బం<u>డులు</u> గానూ, గుంట్ర - గుం<u>టర</u> - గానూ, గుండ్ర - గుం<u>డర</u>గానూ (ఒక్కమాత్రగాకానీ రెండు మాత్రలుగా విడదీసిగాని) పరిగణించవచ్చు".

ఈ పద్యంలో కేతన మొదటిసారిగా ఛందోగణ ప్రస్తావన చేసాడు. ఊరికే 'సంశ్లేష'ను విడదీయటం జరుగుతుందని చెప్పకుండా టకార డకారాంత పదాలకు లకారం కాని రేఫం అంటే రకారం కానీ (రేఫం అనేమాట కూడా మొదటిసారి వాడాడు) వచ్చినట్లయితే కొన్నిసార్లు ఆ కలిసిన మాటలను రెండుగా విడదీసి రెండు మాత్రలుగా కూడా లెక్కించవచ్చు అని చెప్పటం ద్వారా, కవులు తమ ఛందోగణ అవసరాల నిమిత్తం పదాలను కొన్నిసార్లు పదమధ్యాచ్చును లోపింపజేసి కలపటం లేదా రెండు హల్లుల సంశ్లేషను విడదీసి వేరువేరుగా చూపడం ద్వారా రెండు మాత్రలుగా పరిగణించే అవకాశాన్ని పొందడం ఇక్కడ వ్యాకరించిన విషయం - అయితే ఇది అన్నిచోట్లా జరిగేది కాదు; ట, డలపై వచ్చే 'రేఫ లకారాల'కే ఇలా జరుగుతోంది. అప్పుడు బంట్లు బండ్లు గుంట్ర గుండ్ర అనే గురులఘుమాత్రలతో కూడిన 'హ' గణం (=గలం) మారిపోయి బంటులు, బండులు, గుంటర, గుండర అని ఒక గురువు రెండు లఘువులతో భగణంగా మారుతాయి.

సూరయ్య "టకార డకారములకు రేఫలకారములు జడ్డ లైన యెడల ఒక్క మాత్రగను అవి విడిపోవు నెడల రెండు మాత్రలుగను లెక్కకు వచ్చును. ఉదా॥ బంట్లు = బంటులు, బండ్లు = బండులు, గుంట్ర = గుంటర మొ॥ బహువచనము పరమగునపుడు డల, టరల ఉత్వమునకు లోపంబు బహుళంబను సూత్రంబునకిది పట్టయినది" అని వివరణ ఇచ్చారు. (పు. 82) కానీ 'మాత్ర' అనే ముఖ్యమైన ఛందోపదాన్ని ఆయన గుర్తించినట్లు లేదు. మాత్రల ద్వారానే ఛందస్సులో గణ విభజన జరగటం వల్ల ఈ సూత్రం కేతనకు పూర్వమే నెలకొని ఉన్న వ్యాకరణ వ్యవస్థనూ, ఛందో వ్యవస్థనూ, సాంకేతిక పదాలనూ మనకు చెప్పకనే చెబుతున్నాయి. రేఫమనీ, లకారమనీ, మాత్ర అనీ లెక్కకు ఎక్కడం అనీ కేతన స్వయంగా హఠాత్తుగా సృష్టించి వాడిన పారిభాషిక పదాలుగా వీటిని భావించలేం. అవి అప్పటికే పరిచితమైనవి కాకపోతే వాటిని వాడటం సాధ్యమయ్యే పనికాదు. ఈ పదాలు

కొంత సంస్కృత వ్యాకరణ సంప్రదాయం నుండి తీసుకొన్నవే అయి వుండవచ్చు. కానీ కేతన తెలుగు వ్యాకరణ స్పృహతోనే వీటిని గురించి రాసినట్లుగా భావించాలి, అందువల్ల ఈ పారిభాషిక పదాలు అప్పటికే స్థిరీకృతమై ఉండి ఉండాలి.

క. కూఁతురుపదము రుకారము
ప్రాఁతిగఁ దాఁ జెడు విభక్తి పైఁ బెట్టినచోఁ
గూఁతురు కూఁతుం గనియెను
గూఁతులచేఁ గూఁతువలనఁ గూఁతులధనముల్. 99

కూఁతురు పదము రుకారము = కూతురు అనే పదం (యొక్క) 'రు' కారం; ప్రాఁతిగన్= సరిగ్గా; తాన్ = తానే; చెడు = చెడిపోతుంది (=తొలగిపోతుంది); విభక్తి = విభక్తి ప్రత్యయాన్ని; పై పెట్టినచో = (ఆ మాట) పైన పెట్టినప్పుడు; కూఁతురు కూఁతుం-కనియెను; కుమార్తె అమ్మాయిని కన్నది; కూతురు = ప్రథమ, కూతుం (ద్వితీయ); కూఁతులచే = కూతుళ్లచేత; కూఁతువలన = కూతురివల్ల; కూఁతులధనముల్ = కుమార్తెల సొమ్ము.

"కూతురు అనే మాటలోని 'రు'కారం విభక్తి ప్రత్యయం చేరినప్పుడు పోతుంది. కూతురు (ప్రథమ); కూతున్ = 'రు' కారం పోయిన ద్వితీయ; కూతులచే = -చే తృతీయావిభక్తి ప్రత్యయంతో, కూతువలన = పంచమీవిభక్తి 'వలన'; కూతుల ధనముల్= షష్ఠీ విభక్తి కూతుళ్ల (యొక్క) సొమ్ము".

ఈ పద్యంలో కేతన లాఘవాన్ని కూడా చూపించాడు. అలాగే 'రి' అంతాలకు విభక్తి ప్రత్యయాలను చెప్పాడు కాబట్టి 'రు' కారాంతమైన 'కూతురు' పదం అపవాదంగా చూపుతూ, కొన్ని ఏకవచన రూపాలతోనూ, కొన్ని బహువచన రూపాలతోనూ విభక్తి ప్రత్యయాలు చేరినప్పుడు 'రు'కారం ఎలా లోపిస్తుందో వివరించాడు.

సూరయ్య వివరణ "కూతురు అనునది ప్రథమైక వచన రూపము. విభక్తి యెద్దియైన పరంబగుచో ఆ రు కారము లోపించును. అనగా కూతును, కూతుచేత, కూతువలన ఇత్యాది రూపము లుండునుగానీ, కూతురిని, కూతురు చేత, కూతురువలన మున్నగు రూపములుండవని యర్థము" (పు. 83).

అయితే ఇది కావ్య భాషకే పరిమితం. ఆధునిక వ్యవహారంలో కూతురిని, కూతురువల్ల కూతుళ్లకు అనే రూపాలే ఉన్నాయి. తప్ప 'రు' కారలోపంతో లేవు.

వ. అనంతరంబ సంబోధనంబు లెఱింగించెద. 100

అనంతరంబ = తర్వాత, సంబోధనంబులు = సంబోధనలు (పిలవటానికి సంబంధించిన) విభక్తి ప్రత్యయాలు; ఎఱింగించెద = తెలియజేస్తాను.

"తర్వాత సంబోధన విభక్తులు తెలియజేస్తాను".

ప్రథమ నుండి సప్తమి వరకే కాక 'సంబోధన' లేదా సంబోధన ప్రథమా విభక్తి అని ఎనిమిదవ విభక్తి కూడా ఉంది. సంస్కృతంలో "హే" అని సాధారణంగా ఉండే ఈ ప్రత్యయం శబ్దానికి ముందు వస్తుంది, కానీ తెలుగులో పదానికి చివర వస్తుంది. ఇవి ఎలా ఉంటాయో కింది పద్యాలలో తెలుస్తుంది.

తే. ఏకవచనపుఁదుదలందు నెలసి నిలుచు
నుత్వ మత్వ మౌ నిత్వంబు నీత్వ మొందు
నార బహువచనంబు పైఁ జేరి నిలుచు
హ్రస్వములు నిడుపు లగుఁ గవ్యనుమతమున. 101

ఏకవచనపున్ = ఏకవచనం; తుదలు+అందు= చివరలో; నెలసి నిలుచు = వచ్చి నిలిచే; ఉత్వము అత్వము ఔను = 'ఉ'కారం అకారం అవుతుంది; ఇత్వంబు = ఇకారం; ఈత్వం ఒందున్ = 'ఈ' కార అవుతోంది; ఆర = 'ఆర' అనే ప్రత్యయం; బహువచనంబు పైన్ = బహువచనాలపైన; చేరి నిలుచు = వచ్చి నిలుస్తుంది; హ్రస్వములు= హ్రస్వాక్షరాలు (పొట్టివి, దీర్ఘం కానివి); నిడుపులు అగున్ = దీర్ఘాలు, పొడుగు అవుతాయి; కవి + అనుమతమున = కవి అంగీకారంతో.

"ఏక వచనంలో పదాల చివర ఉండే ఉకారం (సంబోధనలో) అకారం అవుతోంది; ఇకారం ఈ కారం అవుతుంది. బహువచనాలపై 'ఆర' అనే ప్రత్యయం వచ్చిచేరుతుంది; అప్పుడు పదాల చివర ఉన్న హ్రస్వాలు దీర్ఘాలుగా మారతాయి".

'సంబోధన'లను కవులు ఎలా వాడారో ఈ పద్యం వల్ల తెలుస్తుంది (= కవి అనుమతితో అన్నాడు కేతన) ఏకవచనాల్లో రెండు సూత్రాలున్నాయి: (1) పదాల చివర ఉండే ఉకారం అకారం అవుతుంది; (2) కానీ ఇకారాంతమైన పదాలు 'ఈ' కారాంతాలవుతాయి. (2) బహువచనంలో మాత్రం 'ఆర' అనే ప్రత్యయం వచ్చి చేరుతోంది; (3) పదాల చివరలోని హ్రస్వాలన్నీ దీర్ఘాలుగా మారతాయి. అని ఈ పద్యంలో మూడు సూత్రాలు చెప్పాడు.

క. సుతుఁడ సుతుండా యనఁగ సు
దతి సుదతీ యనఁగ విమలతరమతులారా

హితకారులార యనఁగా
నతిశయముగ వరుసతో నుదాహరణంబుల్. 102

సుతుడ - సుతుండా అనంగ = సుతుడ లేదా సుతుండా అని (పిలవవచ్చు); సుదతి - సుదతీ యనగ = సుదతి అని కానీ సుదతీ అని కానీ (పిలవవచ్చు); విమల తరమతులు + ఆర = విమలతరమతులారా అని - ఆర చేర్చి దీర్ఘ మిచ్చి బహువచనంలో పిలువవచ్చు; హితకారులు+ఆర = దీర్ఘం లేకుండా ఆర ప్రత్యయం చేర్చి (హ్రస్వంగానే వ్యవహరించవచ్చు); అనగ = అనే విధంగా; అతిశయముగ = చక్కగా; వరుసతోన్ = క్రమంగా; ఉదాహరణంబుల్ = ఉదాహరణలు.

"సుతుడ-సుతుండా అనీ; సుదతి - సుదతీ అనే విధంగా; విమలతరమతులారా-హితకారులార అనే విధంగానూ ఏకబహువచనాలకు వరుసగా ఉదాహరణలు".

మూడు సూత్రాలకు సంబంధించిన ఉదాహరణలను హ్రస్వ దీర్ఘ భేదాలతో చూపారు: ఏకవచనంలో సుతుడులోని ఉకారం మారి సుతుడ లేదా సుతుండా అనీ; ఇకారాంత పదమైన సుదతి-సుదతీ అనీ అలాగే బహువచనంలో 'ఆర' చేరినప్పుడు దీర్ఘాంతంగా విమలతరమతులారా అనీ లేదా హ్రస్వంతో హితకారులార అనీ సూత్రాలవరుసలోనే ఉదాహరణలు కూడా ఇచ్చారు.

i) సుతుడు (ప్రథమ)
ఉ → అ
→ సుతుడ (హ్రస్వం) - సుతుండా (దీర్ఘం)

ii) సుదతి (ఇకారాంత, హ్రస్వసంబోధన కూడా)
ఇ → ఈ
సుదతీ

iii) విమలతరమతుడు (ఏక) - విమలతరమతులు (బహువచనం)
హితకారుడు (ఏక) - హితకారులు (బహు)
- ఆర ప్రత్యయం
దీర్ఘంతో - విమల తరమతులారా
హ్రస్వంతో - హితకారులార

సూరయ్య : "సంబోధనమున ఉకారము అకారముగమాఱును" అని మాత్రమే చెప్పారు.

క. అమర డు సంబోధన త
త్సమములఁ బొడచూపు నొక్కతఱి నోపురుషో
త్తమ యోపురుషోత్తముఁడా!
విమలయశా విమలయశుఁడఁ వినుమని చనుటన్. 103

అమరన్ = చక్కగా; 'డు' సంబోధన = 'డు' కారంతో సంబోధన; తత్సమములన్= తత్సమపదాలలో; పొడసూపున్ = కనిపిస్తుంది; ఒక్కతఱిన్ = ఒక్కొక్కసారి/ అప్పుడప్పుడు; ఓ పురుషోత్తమ - ఓ పురుషోత్తముఁడా = ఈ రెండు రూపాలలోనూ; విమలయశా - విమలయశుఁడ = ఇలా కూడా 'డ' కారం లేకుండా, డకారంతో; వినుము = (పూరకక్రియ - ఓ పురుషోత్తమ/ పురుషోత్తముడా వినుము అని వాక్యం); అని = అనే విధంగా చనుటన్ = వాడటం వల్ల.

"తత్సమ పదాలలో చేరే 'డు' కారంతో కూడా అప్పుడప్పుడు సంబోధన ఉంటుంది. ఓ పురుషోత్తమ అని కానీ ఓ పురుషోత్తముడా అని కానీ; విమలయశ అని కానీ విమల యశుడ అని కానీ ఉదాహరణలు".

సంబోధన ప్రయోగాల్లో తత్సమ పదాలలో కొన్ని సార్లు 'డు' ప్రత్యయంతోనే హ్రస్వ, దీర్ఘాల భేదాలతో ఉంటుంది అని చెప్తూ కేతనపై ఉదాహరణలిచ్చారు. సూరయ్య కూడా వివరణలో ఈ ఉదాహరణలే మళ్లీ ఇచ్చాడు.

వ. యుష్మదస్మత్పదంబు లెఱింగించెద. 104

యుష్మత్, అస్మత్ = నీవు, నేను; పదంబులు = (అనే) పదాలను; ఎఱింగించెద = తెలుపుతాను.

సంబోధన తర్వాత నామ పద విభక్తులన్నీ అయిపోయాయి. కాబట్టి కేతన ఈకింది పద్యాలలో సర్వనామాలైన నీవు, నేను అంటే మధ్యమ, ఉత్తమ పురుష వాచకాలకు విభక్తులను చెప్తానంటున్నాడు.

ఆ. ఎలమి నీవు మీరు నే నేము ప్రథమలు
నిన్ను మిమ్మనంగ నన్ను మమ్ము
నన ద్వితీయ లయ్యెనని యుష్మదస్మత్ప
దములు దెలియ నూత్నదండి సెప్పె. 105

ఎలమిన్ = చక్కగా, నీవు = మధ్యమ పురుష (ఎవరితో మాట్లాడుతుంటామో ఆ వినే వారు = శ్రోత); ఏను - ఏము = ఉత్తమ పురుష - (ఎవరు మాట్లాడుతున్నారో వారు = వక్త) ప్రథమలు = ప్రథమావిభక్తి రూపాలు. నిన్ను, మిమ్ము అనంగ = నిన్ను, మిమ్ము అనేవి; నన్ను మమ్మున్ అన = నన్ను - మమ్ము అనేవి ద్వితీయలు = ద్వితీయా విభక్తి రూపాలు; అయ్యెన్ = అయినాయి అని = అంటూ; యుష్మత్ అస్మత్ = పదములు= నీవు, నేను అనే సర్వనామ పదాలను; తెలియచెప్పె = తెలియజేసాడు; నూత్న దండి = అభినవ/ నూత్న దండి అనే బిరుదుగల కేతన.

"ఏక బహువచనాల్లో మధ్యమపురుష యుష్మత్‌కు నీవు (ఏకవచనం) మీరు (బహు) అని ఉంటాయి; ఉత్తమ పురుషలో అస్మత్‌కు ఏను, ఏము అని ఉంటాయి. ద్వితీయావిభక్తిలో నిన్ను, మిమ్ము (న్) అనీ, నన్ను మమ్ము అనీ ఉంటాయి".

ఈ పద్యంలో రెండు విభక్తి రూపాలు మాత్రమే ఇచ్చాడు కేతన. మధ్యమపురుషలో నీవు - మీరు అనీ, ఉత్తమ పురుషలో ఏను - ఏము అనీ ఏక బహు వచన ప్రథమా విభక్తి రూపాలు; కాగా, ద్వితీయా విభక్తిలో నిన్ను - మిమ్ము(న్) అనీ; నన్ను - మమ్ము అనీ అవుతాయి అని చెప్పాడు.

కావ్యభాషలో నేను, మేము అనే ఉత్తమ పురుషలో మనం వాడే రూపాలు ఏను, ఏము అని ఉంటాయి. కేతన కాలానికి వాటి వాడుకే కావ్యాలలో ఎక్కువ. కానీ ద్వితీయావిభక్తి ఏకవచనంలో నిన్ను, నన్ను అని కావ్య భాషలోనూ, ఆధునికంగానూ ఒకే రకం ప్రయోగాలున్నాయి. కానీ బహువచన రూపాలలో మార్పు వచ్చింది. మిమ్ము, మమ్ము అనే వాటికి బదులుగా మిమ్మల్ని (<మిమ్ములను), మమ్మల్ని (< మమ్ములను) అని - లిని/లను చేర్చి వాడుతున్నాం.

క. నీమీలకు నామాలకు
ధీమహితా వరుసతోఁ దృతీయాదులయం
దేమఱక చేతనాది
స్తోమం బిడ నేకబహువచోనియతి యగున్. 106

నీమీలకు, నామాలకు = నీ, మీ, నా, మా అనే వాటికి (ఔపవిభక్తిక రూపాలకు); ధీమహితా = బుద్ధిమంతుడా!; వరుసతో = క్రమంగా; తృతీయాదుల+అందు = తృతీయా విభక్తి మొదలుకొని సప్తమీ విభక్తి వరకు, ఏమఱక = తప్పకుండా; చేతన్+ఆది = చేత

మొదలైన; స్తోమంబు = సముదాయం; ఇడన్ = చేర్చగా; ఏక, బహువచన నియతి = ఏక బహువచనాలు; అగున్ = అవుతాయి.

"చేతన్ మొదలైన తృతీయమొదలుకొని ఉన్న, విభక్తి సముదాయంలోని ప్రత్యయాలన్నీ నీ, మీ, నా, మా అనే వీటిపై ఏక, బహువచనాల్లో వచ్చి చేరుతాయి"

చేతన వంటి తృతీయా విభక్తి ప్రత్యయాలు మొదలుకొని మిగిలిన అన్ని విభక్తుల ప్రత్యయాలు కూడా (ఔపవిభక్తిక రూపాలైన) నీ, మీ, నా, మా అనే రూపాలపై ఏక వచనంలోనూ, బహువచనంలోనూ క్రమంగా వచ్చి చేరుతాయి. వీటికి ఉదాహరణలను కింది పద్యాలలో వరుసగా ఇచ్చాడు.

క. దేవా నీచే నీకున్
నీవలనన్ నీధనంబు నీయం దనఁగా
దేవా మీచే మీకున్
మీవలనన్ మీధనంబు మీయం దనఁగన్. 107

దేవా = ఓ దేవుడా! నీచే, నీకున్, నీవలనన్, నీ ధనంబు, నీయందు, అనగా = అనే విధంగానూ దేవా! మీచే, మీకును, మీవలనన్, మీధనంబు; మీయందు; అనగన్ = అనే విధంగా.

"దేవా! నీచే, నీకున్, నీవలనన్, నీ ధనంబు, నీయందు అనే విధంగా (ఏకవచనంలోనూ), మీచే, మీకున్, మీవలనన్, మీధనంబు మీయందు అని బహువచనంలోనూ మధ్యమ పురుషలో నీ, మీలపై విభక్తి ప్రత్యయాలు చేరుతాయి".

ఇక్కడ కూడా ఒక్కొక్క రూపాన్ని తీసుకున్నాడు కేతన. 'నీచే', 'మీచే' అని తృతీయకు ఇచ్చాడు కానీ నీతో, మీతో అనే రూపాలను అసలు చెప్పలేదు, అలాగే మిగిలిన అన్ని విభక్తి ప్రత్యయాలలోనూ ఒక్కొక్క రూపాన్నే ఇవ్వడం వల్ల మొత్తం ఒక్కొక్క విభక్తికి ఏయే ప్రత్యయాలు కవులు వాడారో కూడా మనకు తెలిసే అవకాశం లేకుండా పోయింది. ఈ లోపాన్ని హరి శివకుమార్ తన సిద్ధాంత వ్యాసంలో (1973) స్పష్టంగా చెప్పాడు. కానీ దేవినేని సూరయ్య తన వివరణలో 'నీ', మీల తర్వాత తృ- చేతన్, చేన్, తోడన్, తోన్ అనీ, చ - కొఱకున్, కై అనీ, పం- వలనన్, కంటెన్ అనీ, ష-కున్, యొక్క అనీ, స- అందు అనీ చెప్పి 'ఇట్లే ఇతరంబు లెఱుంగునది' అని చెప్పాడు. వీటిలో తృ అంటే తృతీయ, చ - చతుర్థి, పం - పంచమి, ష - షష్ఠి, స - సప్తమి అని గ్రహించాలి. చాలా కాలం పాఠశాల విద్యలో ఇవి ఇలాగే నేర్పడం జరిగేది. కానీ న కారపొల్లు ప్రయోగం

ఆధునికంగా పోయింది. యొక్క సాధారణ ప్రయోగాల్లో లేకున్నా, ప్రసంగాలలో, ఉపన్యాసాలలో అప్పుడప్పుడు వాడటం ఉంది. విగ్రహవాక్య వివరణల్లోనూ వాడుతారు. అంతేతప్ప 'యొక్క'కు కావ్యాలలోనూ, వ్యవహారంలోనూ, ప్రయోగాలు దొరకవు. ఈ 'యొక్క' ఏమై ఉంటుందీ అనీ, 'ఒక్క' (< ఒకటి) కావచ్చుననీ భద్రిరాజు కృష్ణమూర్తి (2001) ఒక పరిశోధనా వ్యాసంలో చర్చించాడు కానీ ఇదమిత్థంగా తేల్చలేదు.

క. దేవా నాచే నాకున్
నావలనన్ నాధనంబు నాయం దనఁగా
దేవా మాచే మాకున్
మావలనన్ మాధనంబు మాయం దనఁగన్. 108

దేవా ! = ఓ దేవుడా! నాచే, నాకున్, నావలనన్, నాధనంబు, నాయందు; అనఁగా = అనే విధంగా, దేవా! మాచే, మాకున్, మా వలనన్, మాధనంబు, మాయందు; అనఁగన్ = అనే విధంగా.

"నా, మా అనే అస్మత్ శబ్దానికి తృతీయ మొదలుకొని విభక్తి ప్రత్యయాలు చేరగా నాచే, నాకున్, నావలనన్, నాధనంబు, నాయందు అని ఏకవచనంలోనూ; మాచే, మాకున్, మావలనన్, మా ధనంబు, మా యందు అనే విధంగా బహు వచనంలోనూ ఉదాహరణలు".

ఇవి సంస్కృతంలో 'అస్మత్' శబ్దంగా చెప్పే నా, మా అనే ఉత్తమ పురుష ఏక, బహు వచనాల్లో నీ - మీ అనే యుష్మత్ మధ్యమ పురుష రూపాలవలెనే తృతీయ మొదలుకొని సప్తమి వరకు ఇచ్చిన రూపాలు. అయితే కేతన దీనిలో ప్రథమ పురుషను ఎందుకు చేర్చలేదో కారణం తెలియదు. తెలుగులో ప్రథమ పురుష క్లిష్టమయింది. కావ్య భాషలోనైనా, ఆధునిక భాషలోనైనా ప్రథమ పురుషలో ఒక్క రూపం లేదు. దూరాన్ని, దగ్గరనీ తెలిపే 'ఆ', 'ఈ' (ఏ తో కలిపి త్రికం అంటారు) అర్థాలతోనూ, సన్నిహిత, చిన్న, నిమ్న సూచకాలతోనూ ఆధునిక తెలుగులో ఇది పుం, స్త్రీ, నపుంసక భేదాలతో కనిపిస్తుంది. అయితే కావ్య భాషలో పురుష, పురుషేతర భేదాలే ప్రధానంగా కనిపించినా - (అంటే "వాడు, వీడు, ఇది, అది" అని) మహతీవాచకాలుగా ప్రత్యేకంగా ఆవిడ, ఈవిడ వంటి ప్రయోగాలు కూడా ఉన్నాయి. ఇన్ని రకాల సామాజిక, భౌగోళిక సమాచారంతో ఉన్న ప్రథమ పురుషను 1, 2 పద్యాలలో చెప్పడం కష్టమని వదిలి వేయడం జరిగిందో, మరే కారణమా కానీ సర్వనామ వివరణమాత్రం అసంపూర్ణం అనే చెప్పాలి. ఈ ప్రథమ పురుష ఆధునిక రూపాలు:

పురుష : దూరం : వాడు, అతడు, అతను, ఆయన, వారు
దగ్గర : వీడు, ఇతడు, ఇతను, ఈయన, వీరు

స్త్రీ : దూరం : అది, ఆమె, ఆవిడ, వారు
దగ్గర : ఇది, ఈమె, ఈవిడ, వీరు

నపుంస : దూరం : అది – అవి
దగ్గర : ఇది – ఇవి

ఇవికాక ఇంకా ఆబిడ – ఈబిడ, ఆపె– ఈపె; ఆకె – ఈకె అనే ప్రయోగాలు కూడా కొందరు కవుల్లో కనిపిస్తుంది. అన్నమయ్య ఈ రూపాలను ఎక్కువగా వాడాడు. 71 వ పద్యంలో వీడు వాడు గురించి వాటి బహువచనాల గురించీ చెప్పాడు కేతన. ఆ సందర్భంగా ఈ ప్రథమ పురుష గురించి వివరించడం జరిగింది. (పు. 93–94).

★ ★ ★

అధ్యాయం - 4

సమాసం

4.1. సమాసాలు:

వ. అనంతరంబ సమాసంబు లెఱింగించెద మొదలిపదంబు విభక్తులఁ బుచ్చి మీఁదిపదంబుల తోడ సమ్యక్సంసక్తంబు లగుటం జేసి సమాసంబులయ్యె నవి పూర్వ పదార్థ ప్రధానంబును నుత్తర పదార్థ ప్రధానంబును నన్యపదార్థ ప్రధానంబును నుభయపదార్థ ప్రధానంబును ననం జతుర్విధంబులై వర్తిలు నందుఁ బూర్వపదార్థ ప్రధానం బెట్టి దనిన. 109

అనంతరంబ = పిమ్మట; సమాసంబులు = రెండు పదాల కలయికతో ఏర్పడే పదబంధాలైన సమాసాలను; ఎఱింగించెద = చెప్తాను/ తెలియజేస్తాను. మొదలిపదంబు= మొదటి మాట (యొక్క); విభక్తులన్ పుచ్చి = విభక్తి ప్రత్యయాలను తొలగించి; మీది పదంబులతోడ = రెండవ/పక్కనున్న మాటలతో; సమ్యక్ సంసక్తంబులు = చక్కగా కలపటం (జతపరచటం); అగుటం చేసి = చేయడం వల్ల; సమాసంబులు అయ్యె ='సమాసాలు' అని పేరొచ్చింది; అవి = ఈ సమాసాలు; పూర్వ పద అర్థ ప్రధానంబును = మొదటి మాటకు అర్థ వివరణలో ప్రాధాన్యం ఉండేవి అనీ; ఉత్తర పద అర్థ ప్రధానంబును = రెండవ/ తరువాత మాటకు ప్రాధాన్యం - ప్రాముఖ్యం ఉండేవనీ; అన్యపద అర్థ ప్రధానంబును = (సమాసంలోని) రెండు పదాల అర్థాలలో ఏ ఒక్కదానికీ చెందక మరో ఇతర అర్థానికి ప్రాముఖ్యం కలిగి ఉండేవనీ; ఉభయపద అర్థ ప్రధానంబును = రెండు మాటలకూ కూడా సమానమైన అర్థ ప్రాధాన్యం కలిగి ఉండేవనీ; అను = అనే విధంగా; చతుర్ విధంబులై = నాలుగు విధాలుగా; వర్తిలున్ = ఉంటాయి; అందు = వాటిలో; పూర్వపద అర్థ ప్రధానంబు = మొదటి పదానికే అర్థంలో ప్రాముఖ్యం (ఉండే విధం); ఎట్టిది అనిన = ఏ విధంగా ఉంటుంది అని (అడిగితే) చెప్పుకోవాలంటే;

“తర్వాత సమాసాలు తెలియజేస్తాను. మొదటి పదంపైన ఉండే విభక్తి ప్రత్యయాలను తొలగించి రెండవ పదంతో చక్కగా కలిపితే (జోడిస్తే) అది సమాసం అవుతుంది. ఈ

సమాసాలు 'పూర్వ పదార్థ ప్రధానం' కలవి అనీ; 'ఉత్తర పదార్థ ప్రధానం' కలవనీ; 'అన్య పదార్థ ప్రధానం' కలవి అనీ 'ఉభయ పదార్థ ప్రభావం' కలవి అనీ నాలుగు రకాలు: వాటిలో పూర్వ పదార్థ ప్రధానం కలవి ఎలా ఉంటాయంటే".

భాషలో పదనిర్మాణశాస్త్రం విశిష్టమైంది. దీనిలో వర్ణశాస్త్ర సూత్రాలూ, వాక్య నిర్మాణ సూత్రాలు కూడా నిబిడీకృతమై ఉంటాయి. అలాగే ప్రత్యయ రహిత, అమూర్త ఏకార్థకమైన అంటే ఒక్క అర్థాన్ని మాత్రమే ఇచ్చే సపదాంశాన్ని భాషలో ఏయే ప్రత్యయాలతో కలిపి పదాలను రూపొందించి (నామ పదాలు, క్రియాపదాలు మొ॥) వాడుకోవాలో ఆ పద - ప్రత్యయ సంయోజనాల ప్రక్రియలనూ (Inflection), ఏయే ప్రత్యయాలను కలిపి క్రియలనుండి కొత్తగా నామాలను కానీ, నామాల నుండి మరికొన్ని నామాలను కానీ రూపొందించి వాడుకోవచ్చో ఆ నిష్పన్నాల ప్రక్రియలనూ (Derivation) తెలియజేస్తుంది. వీటిలో ఒక పదాంశం స్వతంత్రం (మాటలు భాషాభాగాలు) కాగా రెండో పదాంశం అస్వతంత్రం (వీటినే ప్రత్యయాలు అంటారు). ఈ రెండు ప్రక్రియలతో బాటూ రెండు స్వతంత్ర పదాంశాలను కలిపి రూపొందే కొత్త పదాలను ప్రాచీన భారతీయులు 'సమాసాలు' అనగా, భాషా శాస్త్రంలో వాటిని Compounds అన్నారు. రెండిటిమధ్య కాస్త భేదం ఉన్నప్పటికీ వీటిని ఇంచుమించు సమానార్థకాలుగానే వాడుతున్నాం. తెలుగులో ఈ సమాసాలకు సంబంధించిన అవగాహనంతా సంస్కృతంనుండి తెచ్చుకున్నదే. అందువల్ల పాఠశాల స్థాయినుండి స్నాతకోత్తర స్థాయివరకూ సమాసాల కన్నా వాటి సాంకేతికపదాల విషయంలోనే విద్యార్థులు ఇబ్బందులు పడుతూండటం గమనార్హం. ఎందుకంటే సమాస నిర్వచనమే చిన్నయసూరి బాలవ్యాకరణం నుండి తీసి "సమర్థంబులగు పదంబులేక పదంబులగుట సమాసంబు" (సమాస-1) అని పాఠ్య పుస్తకాలలో పెడుతూ వస్తున్నారు. కానీ కేతన ఇచ్చిన నిర్వచనం చిన్నయసూరి పై నిర్వచనం కన్నా సులభంగా అర్థమవుతూందన్నది ఎవరైనా నిర్వివాదంగా అంగీకరించాల్సిందే. చూడండి.

మొదటి పదంలోని విభక్తులను తీసివేసి పై పదంతో కలిపితే (సమ్యక్ సంసక్తంబు చేస్తే) సమాసాలు అయ్యాయి. ఆ తీసివేసిన విభక్తులేమిటో చెప్పేదే 'విగ్రహవాక్యం'. అందువల్లనే కేతన విభక్తులు చెప్పిన తర్వాత సమాసాలు చెప్పాడు. నిజానికి ఈ విధానం వల్ల సమాసాలు అర్థం చేసుకోవడం తేలికవుతుందికూడా. ఈ సమాసాలకు ఆధునిక పాఠ్య గ్రంథాల్లో ఆరు పేర్లున్నాయి. అవి: (i) అవ్యయీభావ; (ii) తత్పురుష; (iii) కర్మధారయ; (iv) ద్విగువు; (v) ద్వంద్వ; (vi) బహుువ్రీహి. మళ్లీ వీటిలో తత్పురుష, కర్మధారయలలో, (ద్వంద్వ లోకూడా) రకాలున్నాయి. దీనివల్ల కూడా విద్యార్థులు ఇవన్నీ

అర్థం చేసుకుని గుర్తు పెట్టుకోవడం కష్టం అని భావిస్తారు. (ముఖ్యంగా కర్మధారయ, తత్పురుష విషయంలో ఈ ఇబ్బంది ఎక్కువ అని తెలుస్తుంది).

అయితే కేతన ఈ పేర్లేవీ వాడలేదు. కానీ ఆయన ఈ వ్యాకరణం మొదట్లో తానే చెప్పిన "ఆఱు సమాసములు" (పద్యం - 18) అన్న లెక్కను మరిచిపోయి "అవి... చతుర్విధంబులై వర్తిల్లు (5.110) అని చెప్పడం చాలా ఆశ్చర్యాన్ని కలిగిస్తుంది. ఈ విషయాన్ని హరిశివకుమార్ గానీ, సూరయ్య గానీ ప్రస్తావించనేలేదు. దీన్ని బట్టి బహుశా కేతన మొదట్లో అనుకున్న ప్రణాళిక ఒక విధం అనీ, కానీ ఆచరణలో అది మరోవిధంగా మారిందనీ, సమాసాల గురించిన వివరణ రాసే కాలానికి ఆయన ఆరుపేర్లతో సమాసాలను వివరించడం ఇష్టపడక, వాటిని కేవలం అర్థం ప్రాధాన్యంగానే వివరించాలను కున్నారనీ భావించాలి. ఈ చివర అంశాన్ని మాత్రం హరిశివకుమార్ సరిగ్గానే గ్రహించి తన సిద్ధాంత గ్రంథంలో ప్రస్తావించారు.

ఏమైనప్పటికీ కేతన ఆరు సమాసాలు కాకుండా నాలుగుగా మాత్రమే అర్థాన్ని బట్టి సమాసాలను వర్గీకరించారు. అవి పూర్వ, ఉత్తర, అన్య, ఉభయ పద అర్థాలలో ఏదో ఒక అర్థానికి సంబంధించినవై ఏర్పడుతాయని. ఆయన చెప్పిన దాంట్లో విభేదించాల్సింది మాత్రం ఏమీ లేదనే చెప్పవచ్చు.

ఇక్కడ ఇంకో విషయం కూడా గ్రహించాలి. అన్ని రకాల సమాసాలలోనూ మొదలి పదం చివర విభక్తి ప్రత్యయం ఉంటుందని కేతన చెప్పింది కూడా సరియైనది కాదని. అన్ని సమాసాల విగ్రహ వాక్యాలలోనూ విభక్తులు రావు. తత్పురుషలో వలె కాక కర్మధారయలో 'అయిన' అనేది ఎక్కువగా విగ్రహ వాక్యంలో వస్తుంది. ఈ 'అయిన' 'వంటి' విశేషణానికి చెందినదేకానీ విభక్తికి చెందినది కాదు. ఉదా: నల్లకలువ అంటే 'నల్లనైన కలువ'; కరకమలము - అంటే 'కమలం (తామరపువ్వు) వంటి చేయి' అనీ విగ్రహవాక్యాలు. వీటిలో కూడా ప్రథమావిభక్తి ఉంది కదా అని ఎవరైనా వాదిస్తే మాత్రం బహుశ: కేతన నిర్వచనం సరియైనదిగానే మనం భావించవచ్చు. చిన్నయసూరి ఈ కారణం వల్లనే తన నిర్వచనాన్ని మార్చుకొని ఉండవచ్చు.

ఒకటి మాత్రం స్పష్టం: కేతన మొదటి అధ్యాయంలో అనుకున్న ప్రణాళికకూ తరువాత రూపొందించిన వ్యాకరణానికీ మధ్య తేడా ఏర్పడిందని; ఈ తేడాను ఆయన కూడా గుర్తించాడో లేదో? లేదా ఈ గ్రంథం అంతా (మౌఖికంగా చెప్పినదైనా) మధ్య మధ్య కొన్ని భాగాలుగా రాసినవైనా అయుండాలి!

కానీ కేతన చేసిన ఈ చతుర్విధ (4 రకాల) వర్గీకరణ మాత్రం సమాసాల అవగాహనను సులభతరం చేసిందని చెప్పుకోక తప్పదు. ఈ విషయాన్ని హరిశివకుమార్ గారు చాలా కాలం ముందే గుర్తించడం గమనార్హం.

క. పెడతలయును క్రేఁగన్నులు
నడురే యెడకాలు మనుజనాథుఁడు రిపుఁ దా
నెడగాలఁ బెట్టె ననఁ బొలు
పడర నుదాహరణము లగు నభినవదండీ. 110

పెడతలయును = పెడ+తల (పెడపూర్వపదం) (పెడ=పక్క); క్రేగన్నులు = కనుగొనలు, వాలుచూపులు; నడురేయి = అర్ధరాత్రి; ఎడకాలు = కాలు కింది భాగం; మనుజనాథుఁడు = రాజు; రిపున్ = శత్రువును; తాన్ ఎడకాలన్ బెట్టెన్ = తాను కాలుకింద తొక్కి పెట్టాడు; అనన్ = అనే విధంగా; పొలుపు+అడరన్ = చక్కగా; ఉదాహరణములు + అగున్ = దృష్టాంతాలు అవుతాయి; అభినవదండీ!

"పెడతల, క్రేగన్నులు, నడురేయి; ఎడకాలు అనేవి ఉదాహరణలు. "రాజు తన శత్రువును 'ఎడకాల' పెట్టాడు" అని వాక్య ప్రయోగ ఉదాహరణ".

పెడతల అంటే 'తల' కాదు; తల వెనుక భాగం; అలాగే క్రేగన్నులు అంటే కన్నులు అని అర్థం రాదు, కళ్ళకొనలు అని అర్థం. అందువల్ల వీటిలో రెండవ పదం అర్థం కన్నా మొదటిపదంలోని అర్థానికే ప్రాధాన్యం ఉందనీ అందువల్ల ఇలాంటి వీటిని "పూర్వపద అర్థ ప్రాధాన్యం" కల సమాసాలుగా గుర్తించాలనీ భావం.

ఇలాంటి వాటిని 'అవ్యయీభావ' సమాసం అంటారు. సూరయ్య కూడా అలాగే చెప్పారు (పు. 88), కానీ ఈ విషయంలో హరిశివకుమార్ చర్చించిన అంశాలే సరియైనవని భావించాలి. ఆయన ఇలా రాసారు:

"...ఈ సమాసములు అవ్యయీ భావములగునా కావా అని విచారింపవలయును. విచారించినచో వీనియందవ్యయీభావ లక్షణ మెంత వఱకు పట్టుచున్నదో యంతవరకే కేతన దానికి లక్షణము చెప్పినాడు. ఈ సందర్భమున అవ్యయీభావ సమాసమునకున్న లక్షణము ఒక్క పూర్వ పదార్థమగుటయే కాదు. అవ్యయీభావ సమాసము కూడా అవ్యయము కావలయును... తెనుగు భాషలో పూర్వపదార్థ ప్రధానములైన సమాసములు లింగవచన విభక్తులను స్వీకరించుచున్నవి. కాబట్టి వీని నవ్యయములనుటకు వీలులేదు... కేతన వీనిని అవ్యయీభావములని చెప్పలేదు. ...అవ్యయీభావ మన్నచో వచ్చు చిక్కు

కేతన యెఱిగియున్నాడు కాబట్టియే యామాటను పరిహరించినాడు” (పు. 121–122). అందువల్ల సమాసం పేరుకన్నా కూడా కేతన సమాసం అర్థానికే ప్రాధాన్యం ఇచ్చాడని, అదే సముచితమని భావించాలి.

వ. ఉత్తర పదార్థ ప్రధానం బెట్టి దనిన. 111

ఉత్తర పద = రెండవ (తర్వాత) మాట (యొక్క); అర్థ ప్రధానంబు = భావ ప్రాధాన్యం; ఎట్టిది+అనిన = ఏవిధంగా (ఉంటుంది) అంటే;

ఇప్పుడు ‘ఉత్తర పదం’ అర్థ ప్రాధాన్యం కలిగి ఉండే ఉదాహరణలను కేతన, కింది పద్యంలో చూపబోతున్నాడు. ఇక్కడ సూరయ్య అన్ని తత్పురుష భేదాలను విభక్తితో కూడిన విగ్రహ వాక్యాలతో వివరించాడు (పు. 88–91).

క. చలిగాడ్పు నల్లగలువలు
వలవంతలు తెల్లదమ్మి వలిక్రొవ్విరియె
త్తెలమావిమోక కెంజిగు
రలరమ్ములు నాఁగ నివి యుదాహరణంబుల్. 112

చలిగాడ్పు = చల్లటిగాలి; నల్లగలువలు = నల్లటి కలువపూలు; వలవంతలు = కామ సంబంధమైన భావాలు; తెల్లదమ్మి = తెల్లటి తామరపూవు; వలిక్రొవ్విరి యెత్తు = మంచు బిందువులతో కూడిన కొత్త పూలదండ; ఎలమావి మోక = లేత మామిడి మొక్క; కెంజిగురు = (>కెంపు+చిగురు) ఎర్రని చిగురు (=లేత ఆకు); అలరమ్ములు = పూవుల బాణాలు; నాఁగ = అనే విధంగా; ఇవి = ఇలాంటివి; ఉదాహరణంబుల్ = ఉదాహరణలు.

“చలిగాడ్పు, నల్లగలువలు, వలవంతలు, తెల్లదమ్మి, వలి క్రొవ్విరియెత్తు; ఎలమావిమోక; కెంజిగురు; అలరమ్ములు మొదలైనవి ఉదాహరణలు”.

ఉత్తర పదాలకు అర్థాలలో ప్రాధాన్యం రెండు రకాలుగా ఉంటుంది. వీటిలో విగ్రహ వాక్యాలలో భేదం ఉంటుంది. ఒకదానిలో విశేషణంతో కూడి వుండి ‘అయిన’ అనే పూరణ వస్తుంది. ఇందులో కేతన ఇచ్చిన ఉదాహరణలన్నీ దీనికి చెందినవే. చల్లనైన గాడ్పు; నల్లనైన కలువలు; తెల్లని (తెల్లగావున్న) తామరలు; ఎర్రటి లేదా ఎర్రనైన చిగురు, ఇవన్నీ దీనికి చెందినవే. రెండోది విభక్తి ప్రత్యయాలతో విగ్రహ వాక్యం చెప్పే తత్పురుష. అయితే దీనికి ఉదాహరణలు కేతన ఇవ్వలేదు; తీసుకుంటే ఒక విధంగా అలరమ్ములు తీసుకోవచ్చు. దీనికి పూల యొక్క బాణాలు అని షష్ఠీతత్పురుష అని. కానీ ఇది అంత సబబుగా అనిపించదు. వీటిని భాషాశాస్త్రంలో కూడా ‘ఎండోసెంట్రిక్’ అంటే ‘బాహ్య

నిర్మాణానికి చెందినవి'గా పేర్కొంటారు. అంటే చలిగాడ్పు ప్రధానంగా గాడ్పే (గాలే); నల్లకలువ - కలువనే.

హరిశివకుమార్, దేవినేని సూరయ్యగార్లు కూడా ఇదే విషయాన్ని - అంటే ఇవి కర్మధారయ సమాసాలే అని చెప్పారు. అయితే దేవినేని సూరయ్య ఉత్తర పదార్థ ప్రాధాన్యం రెంటికీ ఎలా ఉంటుందో చాలా వివరంగా రాసాడు. కానీ చివరలో "ఇవి విశేషణములు పూర్వ పదములుగా గల కర్మధారయ సమాసమునకు నుదాహరణములుగా జూపబడినవి" (పు.92) అని ముగించక తప్పలేదు. హరి శివకుమార్ "ఇవి తత్పురుషములైన కావచ్చు లేదా కర్మధారయములైన కావచ్చు -కావున ఆ భేదములోనికి జొరక 'ఉత్తర పదార్థ ప్రధానమైనవి" యని మాత్రము చెప్పి వదిలి వేసినాడు (పు. 123) అని అన్నారు. దీనికి సంబంధించిన మరో సూత్రాన్ని కేతన కింది పద్యంలో వ్రాసాడు.

క. అని యగు గుణిపిఱుఁద గుణం
బనువుగ బోధించుచోట నది గాదే న
ట్ల నకార ముండు నల్లని
కనుఁగవ యన నల్లగన్నుఁగవ యనఁ జనుటన్. 113

అని అగు = 'అని' వస్తుంది; గుణి పిఱుఁద = నామ వాచకం (విశేష్యం) ముందు; గుణంబు = విశేషణము, అనువుగ = అనుకూలంగా; బోధించుచోటన్ = వివరించేటప్పుడు; అదికాదేన్ = అలాకాకపోతే; అట్లన్ = ఆ విధంగా; అకారము + ఉండు = అకారం అలాగే ఉంటుంది; నల్లని కనుఁగవ = నల్ల+ అని+కనుగవ (అనికానీ) నల్లగన్నుఁ గవ = నల్ల ('అ' చివర ఉంది); అనన్ + చనుటన్ = అంటూ ఉండటం వల్ల.

"విశేష్యానికి (నామానికి) ముందు వచ్చే విశేషణానికి 'అని' చేరుతుంది. అది (అంటే 'అని') చేరనట్లయితే 'అ' కారమే ఉంటుంది. ఎలాగంటే 'న<u>ల్లని</u> కనుగవ' అని లేదా <u>నల్ల</u> కన్నుగవ అని అనే విధంగా".

ఉత్తర పదార్థ ప్రాధాన్యంతో ఏర్పడే సమాసాలలో రెండవ పదానికే ప్రాధాన్యం ఉండటం వల్ల దానిని కేతన 'గుణి' అనీ, దానికి ముందు వచ్చే దానిని 'గుణంబు' అనీ అన్నాడు. వీటిని తర్వాత విశేష్యము అనీ, 'విశేషణము' అనీ వాడుతున్నాం. విశేషణాన్ని గుణవాచకము అనీ, విశేష్యాన్ని నామవాచకం అని కూడా వాడుతారు. 'నల్లని కన్నుగవ' అన్నదానికన్నా 'నల్లకన్నుగవ' అన్నదే ఎక్కువ సమాసరూపం అనిపిస్తుంది.

ఈ పద్యం వల్ల 'ఉత్తర పదార్థ ప్రధానం' అని తాను చెప్పిన దాన్ని కేతన ప్రధానంగా విశేషణ - విశేష్య సంబంధ సమాసాలకే ఎక్కువగా నిర్దేశించినట్లు స్పష్టంగా తెలుస్తోంది.

ఈ విషయాన్నే సూరయ్య తన తత్పురుష - కర్మధారయ వివరణ తర్వాత చివరలో కేతన ఉదాహరణలన్నీ కర్మధారయమే అన్న విషయం పైనే గుర్తించాం.

వ. అన్యపదార్థ ప్రధానం బెట్టి దనిన. 114

అన్యపద = వేరే పదం; అర్థప్రధానంబు = భావానికి ప్రాధాన్యం; ఎట్టిది + అనిన= ఎలాగంటే.

రెండు పదాల కలయికతో ఏర్పడే ఇతరపద అర్థాన్నిచ్చే మాటలు ఎట్లా ఉంటాయంటే... (ఉదాహరణలు కింద పద్యంలో)

తే. చలివెలుఁగు వేఁడివెలుఁ గనఁ బులుఁగుపడగ
నలువ యన మచ్చెకంటి నా నలరువిల్తుఁ
డనఁగ వాతివాడియు జేతలాడి యనఁగఁ
దనరు నన్యపదార్థ ప్రధానచయము. 115

చలివెలుఁగు = చల్లటి కాంతి నిచ్చేవాడు (చంద్రుడు); వేడి వెలుఁగు = వేడిగా ఉండే వెలుగు నిచ్చేవాడు (సూర్యుడు); అనన్ = అనే విధంగా; పులుఁగు పడగ = పక్షి జెండాగా గలవాడు (విష్ణువు = పక్కిదాల్ వేలుపు); నలువ = నాలుగు ముఖాలు (< వాయి) కలవాడు (బ్రహ్మ); అన = అనే విధంగా; మచ్చెకంటి = చేపల వంటి కన్నులు గలది; నాన్ = అన్నట్లుగా; అలరువిల్తుఁడు+ అనఁగ = పూలు విల్లుగా గలవాడు (మన్మథుడు) అనే విధంగా; వాతివాడియున్ = నోటిదురుసు గలది; చేతలాడి = పనిమంతురాలు; అనఁగ = అనే విధంగా; తనరున్ = ఉంటాయి; అన్యపద అర్థ + ప్రధాన = ఇతర మైన పద అర్థానికి ప్రాధాన్యాన్ని ఇచ్చే; చయము = గుంపు.

"అన్య పదార్థ ప్రధానానికి ఉదాహరణలు; చలివెలుగు, వేడి వెలుగు; పులుగు పడగ; నలువ; మచ్చెకంటి; అలరువిల్తుడు; వాతివాడి; చేతలాడి మొదలైనవి".

భాషాశాస్త్రంలో, ముఖ్యంగా వర్ణనాత్మకభాషా శాస్త్రంలో రెండు పదాలకలయికతో ఏర్పడే సమాసాలను పద నిర్మాణ శాస్త్రంలో రెండు ముఖ్య అర్థప్రాధాన్య నిర్మాణాలుగా వర్గీకరించారు (Bloomfield, 1933) (1) అంతర్ కేంద్ర నిర్మాణం (endocentric) (2) బాహ్య కేంద్ర నిర్మాణం (exocenric) అంటే ఇవి ఇంచుమించు మన కర్మధారయ, బహువ్రీహి సమాసాలకు దగ్గరగా ఉండేవి. ముఖ్యంగా బాహ్యకేంద్ర నిర్మాణం (exocentric) లో అర్థం సమాసంలోని ఏ ఒక్క పదానికీ చెందకుండా ఆ రెండిటి అర్థాలకూ 'వెలుపల' వేరే అర్థాన్ని ఇస్తుంది. ఇక్కడ కూడా చలి + వెలుగు అంటే "చల్లనైన కాంతి" అని కాదు

అర్థం; 'చల్లనైనకాంతి గలవాడు' ఎవరో ఆయన అని. అంటే దానర్థం 'చల్లటి' అనీ కాకుండా, 'కాంతి' అనీ కాకుండా అలాంటి కాంతి కలిగిన 'చందమామ' అన్న అర్థాన్ని ఇవ్వడం వల్ల 'అన్య' అంటే ఇతర అర్థానికి చెందినది కాబట్టి ఇలాంటి వాటిని కేతన "అన్య పదార్థ ప్రధానం" అన్నాడు. మిగిలిన ఉదాహరణలన్నీ ఇలాంటివే.

వేడి వెలుగు = సూర్యుడు (వేడిగా ఉండే కాంతి కలవాడు)
పులుగు పడగ = పక్షి జెండాగా కలవాడు = విష్ణువు
నలువ = నాలుగు ముఖాలు కలవాడు = బ్రహ్మ
మచ్చె కంటి = చేప వంటి కన్నులు కలది = స్త్రీ
అలరు విల్తుడు = పువ్వుల బాణాలు కలవాడు = మన్మథుడు
వాతివాడి = నోటి దురుసు గలది = స్త్రీ
చేతలాడి = పని బాగా చేసేది = స్త్రీ

వీటన్నింటినీ 'బహుబ్రీహి' సమాసాలుగానే పరిగణిస్తూన్నా దాని నిర్వచనం మాత్రం 'అన్య పదార్థ ప్రధానమే'.

వ. ఉభయ పదార్థ ప్రధానం బెట్టి దనిన. 116

ఉభయపద = రెండు పదాల; అర్థప్రధానంబు = అర్థానికి ప్రాధాన్యం; ఎట్టిది అనిన = ఎలాగంటే.

వ్యాకరణం కొన్ని సందర్భాలలో గణితం వంటిది. సమాసం రెండు వేర్వేరు పదాల కలయికతో ఏర్పడుతుంది. రెండు పదాలు కలిసి ఒక కొత్త పదం రూపొందే ప్రక్రియ ఇది. అయితే అట్లా కలిసిన రెండు పదాల వల్ల ఏర్పడే అర్థం ఎలాంటిది? అన్న ప్రశ్న వేసుకుంటే, అది 'లెక్క' ప్రకారం నాలుగు రకాలు. x, y అనేవి పదాలనుకుంటే (i) xy = x (y కి ప్రాధాన్యం లేదు); (ii) xy=y (x కి ప్రాధాన్యం లేదు); (iii) xy=z (x కాదు, y కాదు); (iv) xy రెండూను. x ఉండాలి; y ఉండాలి, అప్పుడే పూర్తి అర్థం. ఈ చివరిదే ఉభయ పద అర్థ ప్రధానంగా ఉండేది. అంటే సమాసంలోని రెండు మాటలకూ సమాన ప్రతిపత్తి ఉందన్నమాట. ఇవి ఎలా ఉంటాయో క్రింది పద్యంలో ఉదాహరణలిచ్చి చూపాడు కేతన. వీటిని "ద్వంద్వ" సమాసం అన్నారు తర్వాత వ్యాకర్తలు.

ఆ. తల్లిదండ్రు లన్నదమ్ములు గూడ్కూర
లెలమి నాలుబిడ్డ లెద్దుబండ్లు
బంటుఱేఁడు లాటపాటలు నుభయప్ర
ధానమునకు నివి యుదాహరణములు. 117

తల్లిదండ్రులు = అమ్మా, నాన్నలు; అన్నదమ్ములు = అన్నా, తమ్ముడూ; కూడ్కొరలు = కూడూ, కూరా; ఎలమిన్ = చక్కగా; ఆలుబిడ్డలు = భార్యాపిల్లలు; ఎద్దుబండ్లు = ఎద్దు, బండీ, బంటుతేడులు = భటుడు, రాజు; ఆటపాటలు = ఆటా, పాటా; ఉభయ ప్రధానమునకున్ = రెండు మాటల అర్థాల ప్రాధాన్యానికి; ఇవి = ఇలాంటివి; ఉదాహరణములు = ఉదాహరణలు.

"రెండుమాటలకూ అర్థంలో ప్రాధాన్యం ఉండే సమాసానికి తల్లిదండ్రులు, అన్నదమ్ములు, కూడ్కొరలు; ఆలుబిడ్డలు; ఎద్దుబండ్లు; బంటుతేడులు; ఆటపాటలు ఇలాంటివి ఉదాహరణలు".

పైనే చెప్పుకొన్నట్లు వీటికి 'ద్వంద్వ' సమాసం అని పేరు. కానీ కేతన ఈ పేరు కానీ, ఏ సమాసం పేరు కానీ పేర్కొనకుండా కేవలం 'అర్థాన్ని' మాత్రమే సమాసాల గుర్తింపుకు ప్రధానాంశంగా తీసుకున్నాడు. అయితే వీటిలో కొత్త అంశం ఒకటి ఉంది. అది ఏంటంటే రెండు పదాల కలయికవల్ల సమాసపద మధ్యంలో వచ్చిన ధ్వని మార్పు. అంతేకాదు ఈ ద్వంద్వాలలో సమాసం చివర 'లు' బహువచనం కూడా చేరింది; హరిశివకుమార్ "...ఈ ద్వంద్వ సమాసములందు ఉత్తర పదాది పరుషమునకు గసడదవాదేశమును వచ్చుచున్నది. కాని దీనిని కేతన ప్రత్యేకముగా విధించలేదు. కేతన ప్రథమ మీద కచటతపలకు గసడదవాదేశమును విధించినాడు (పద్యం 61) దానినిక్కడ అధ్యాహారము చేసుకోవాలి" అని చెప్పాడు (పు.124). సూరయ్య ఈ విషయమై ఏమీ చెప్పలేదు.

క. ధీనిధి గుణపదములపై
మానుగ హల్లున్న నంతిమము లగు ములకున్
బూని పునాదేశం బగు
భూనుత పై నచ్చు లున్నఁబుట లగు ములకున్ 118

ధీనిధి = బుద్ధిమంతుడా!; గుణపదములపై = విశేషణ పదాలమీద; మానుగన్ = చక్కగా; హల్లున్నన్ = హల్లు ఉన్నట్లయితే; అంతిమములు + అగు = చివరలో వచ్చే; ములకున్ = మువర్ణాలకు; పూని = పూనుకొని, తప్పనిసరిగా; పున్+ఆదేశంబు - అగు= పువర్ణం ఆదేశంగా వస్తుంది; భూనుత = భూమిపై కొనియాడబడేవాడా; పైన + అచ్చులు + ఉన్నన్ = రెండో మాటలో అచ్చువర్ణం ఉన్నట్లయితే; పుటలు+అగు = పుట అనేది వస్తుంది; ములకున్ = మువర్ణాలకు.

“ము వర్ణం చివరలో వచ్చే విశేషణ పదాలపైన హల్లుతో కూడిన పదం వచ్చి చేరినట్లయితే అప్పుడు ‘ము’ కారం ‘పు’కారం అవుతుంది; (హల్లుకాకుండా) అచ్చుతో కూడిన పదం వచ్చి చేరినట్లయితే విశేషణ ముకారానికి ‘పుట’ అనేది వర్తిస్తుంది”.

సంస్కృతం నుండి తెలుగులోకి వచ్చి చేరిన మాటలలో పురుష వాచకాలకు -డు ప్రత్యయం చేరితే, నపుంసకలింగ సంస్కృత పదాలకు సాధారణంగా ‘ము’ వర్ణం చేరి వాటిని ప్రథమా విభక్తి పదాలుగానూ, తత్సమాలుగానూ మారుస్తుంది. ఇలాంటి వాటిలో ము కారాంతంగా ఉన్న పదం మొదటగా ఉండి, రెండోమాట హల్లుతో కానీ, అచ్చుతోకానీ ప్రారంభమయినప్పుడు హల్లుకు ముందున్న ‘ము’ ‘పు’గా మారగా; అచ్చుకు ముందున్న ‘ము’కు ‘పుట’ వచ్చి చేరుతుంది. అంటే సూత్రంలో చెప్పాలంటే:

i) ము + ఏదైనా హల్లు = పు + హల్లు

ii) ము + ఏదైనా అచ్చు = పుట + అచ్చు

ఉదాహరణలు కింది పద్యంలో చూస్తాం.

క. వాదపుఁబంతంబులును బ్ర
మోదపుశృంగారములును ముత్యపుసరులున్
జూదపుటాటలు నెయ్యపు
టాదరములుననఁగ నివి యుదాహరణంబుల్. 119

వాదపున్+పంతంబులునున్ = వాదము+పంతంబులు = వాదంతో కూడిన పంతాలు; ప్రమోదపుశృంగారములును = ప్రమోదము+శృంగారము= ప్రమోదం (సంతోషం)తో కూడిన శృంగారం; ముత్యపుసరులున్ = ముత్యము+సరులున్= ముత్యాలదండలు; జూదపుటాటలు = జూదము + ఆటలు = జూదపుటాటలు; నెయ్యపు టాదరములున్= నెయ్యము + ఆదరములు = నెయ్యపుటాదరములు – స్నేహపూర్వక ఆప్యాయం; అనఁగన్ = అనే విధంగా; ఇవి = ఇలాంటివి; ఉదాహరణంబుల్= ఉదాహరణలు.

“వాదపుపంతములు, ప్రమోదపు శృంగారములు; ముత్యపుసరులు, జూదపుటాటలు, నెయ్యపుటాదరములు అనేవి (పై సూత్రానికి) ఉదాహరణలు”.

కేతన వ్యాకరణ రచనా పద్ధతి వర్ణనాత్మక వ్యాకరణ రచనకు దగ్గరగా ఉన్నదని ఇంతకు పూర్వమే చాలాసార్లు చెప్పుకున్నాం. ఈ పద్ధతిలో కేవలం మార్పులను వర్ణించటమే తప్ప అవి ఎందుకు ఎలా జరుగుతున్నాయో వివరించాల్సిన పని ఉండదు. అయినప్పటికీ

ఏయే మార్పులు ఏయే ధ్వని పరిసరాల్లో వస్తున్నాయో ఆ వివరాలు మాత్రం తెలుస్తాయి. అందువల్ల విశేషణం మొదటి పదంగా ఉన్న సమాసంలో ఆ విశేషణం 'ము' కారాంతమైనట్లయితే, దాని తర్వాత పదం హల్లుతో ప్రారంభమయితే ము కు బదులు 'పు' వస్తుందనీ, అదే అచ్చుతో ప్రారంభమైతే 'పు' కాకుండా 'పుట' వస్తుందని చెప్పిన సూత్రానికి ఈ పద్యంలో పదాలు 'పు' (గాగమానికి) చేరడానికి మూడు పదాలూ; అచ్చులకు ముందు 'పుట' చేరడానికి రెండు ఉదాహరణలు ఇచ్చాడు కేతన.

సూత్రం:

ము → < పు/–హల్లు
పుట/–అచ్చు

నిజానికి అచ్చుకు ముందు కూడా 'పు' నే చేరుతోంది. కానీ పు చేరిన పిమ్మట 'టు' గాగమం కూడా వస్తుంది. అంటే ఆధునికులు రెండు వర్ణ సూత్రాలుగా విభజిస్తే కేతన రెండు ప్రత్యయాలున్నట్లుగా పై విధంగా విభజించాడు.

ఆధునికంగా సూత్ర రచన (ఇవే మాటలకు)

(1) [–ము] →[–పు] / – రెండవ పదం (పుగాగమ సంధి)
వాదము + పంతములు = వాదపుపంతములు.

[–ట] చేర్చే సూత్రం.

ఉదా: జూదము + ఆటలు
→ జూదపు + ఆటలు

(2) – →–ట / పు – అచ్చు. (టుగాగమసంధి)
జూదపు + ఆటలు = జూదపుటాటలు.

సూరయ్య, హరిశివకుమార్ వీటినే వివరించారు, కానీ ప్రత్యేకమైన అంశాలేమీ చెప్పలేదు.

ఆ. ఇల్లు కల్లు ముల్లు పల్లును విల్లును
కన్ను మున్ను వెన్ను చన్ను నాఁగఁ
బరఁగు శబ్దములకుఁ బైహలాదులతోడ
నడుకు నపుడు జడ్డ లుడుగఁ జెల్లు 120

ఇల్లు = నివసించేది గృహం; కల్లు = రాయి, ముల్లు = మొక్కలలో, తీగెలలో సూదిమొన (ఉదా: గులాబి) వలె ఉండి గుచ్చుకునేది; విల్లు = ధనుస్సు, పల్లు = పన్ను; కన్ను = నేత్రం, చూసే శరీర భాగం; మున్ను = పూర్వం, గతం; వెన్ను = వీపు; చన్ను = రొమ్ము, నాఁగన్ = అనే విధంగా; పరఁగు = ఉండే; శబ్దములకున్ = మాటలకు, పై హల్+ఆదులతోడన్ = వాటి తర్వాత వచ్చే పదాలలోని హల్లులతో; అదుకున్ + అపుడు= జతపరిచేటప్పుడు, కలిపేటప్పుడు; జడ్డలు = ద్విత్వాలు, (రెండు ఒకే రకం హల్లులతో కలిసిన వర్ణాలలో); అడఁపన్ = అణచివేయటం; చెల్లు = జరుగుతుంది.

"ఇల్లు, కల్లు, ముల్లు, పల్లు, విల్లు, కన్ను, మున్ను, వెన్ను, చన్ను మొదలైన పదాలతో మరొక హల్లుతో కూడిన పదం కలిసినప్పుడు వాటిలోని ద్విత్వం పోతుంది.

మొదటిపదంలోనే ద్విత్వాలయిన రెండు హల్లులు పదాంతంలో ఉన్నప్పుడు ఆ మాటలకు హల్లుతో ప్రారంభమయ్యే మరొక పదం వచ్చి చేరినట్లయితే అప్పుడది 'మూడు హల్లుల సంశ్లేష' అవుతుంది. తెలుగులోనూ, ఇతర ద్రావిడ భాషలలోనూ మూడు హల్లులు కలిసి వచ్చినప్పుడు వాటిలో ఒక హల్లు లోపించడం ఆనవాయితీ. ఇది ఇతర ప్రపంచ భాషల్లోనూ జరిగే సహజవర్ణలోపసూత్రం. ద్రావిడ భాషల్లో కొన్ని భాషల్లో 'అనునాసిక + ఓష్ఠ్య' జంటలు, కొన్ని భాషల్లో ఓష్ఠ్య ద్విత్వ(జడ్డ) జంటలు పదాలలో కనపడినప్పుడు కుమారస్వామి రాజా అన్న ద్రావిడ భాషా పండితుడు వాటిని తులనాత్మకంగా అధ్యయనం చేసి అది పూర్వద్రావిడ భాషలో అనునాసిక+ఓష్ఠ్య జడ్డలతో కూడిన మూడు హల్లుల సమాహారం అనీ, మూడు హల్లులు రెండుగా మారే క్రమంలో కొన్ని భాషల్లో అనునాసిక + ఓష్ఠ్యలతో కూడిన జంట హల్లులు (ఒక ఓష్ఠ్యంలోపించి) మిగలగా, మరికొన్ని భాషల్లో అనునాసికం లోపించి ఓష్ఠ్య జడ్డలు మిగిలినట్లు నిరూపించారు. దీన్ని ఒకే సూత్రంలో ఇలా చూపించవచ్చు:

$$NPP < \begin{matrix} NP \\ PP \end{matrix}$$

N = అనునాసికం

P = ఓష్ఠ్యం

అలాగే ఇక్కడ కూడా ద్విత్వాలైన రెండు హల్లులు పదాంతంలో 'ల్లు, న్ను' అని ముందే ఉండగా, తర్వాత మాటలోని మరోహల్లు వచ్చి కలిసినప్పుడు మూడు హల్లులు ఒకే దగ్గర రావటం జరుగుతోంది. అందువల్ల వీటిలో పదంలోని హల్లుపోతే 'మాట' మారిపోతుంది; అందువల్ల ద్విత్వంలోని ఒక హల్లులోపిస్తే, అప్పుడు మిగిలిన హల్లు – తర్వాత హల్లు కలిసి కేవలం రెండు హల్లులే మిగులుతాయి. దీన్ని ఈ కింది విధంగా చూపవచ్చు:

(i) హల్లు$_1$ హల్లు$_1$ + హల్లు$_2$ → హల్లు$_1$ హల్లు$_2$

C_1 C_1 C_2 C_1 C_2

అనికానీ, లేదా:

(ii) $C_1 C_1 + C_2 \rightarrow C_1\ C_2$ – అని కానీ చూపవచ్చు

అంటే ఒకే విధంగా ఉన్న రెండు హల్లుల జంటలో ఒకటి లోపిస్తుంది అని అర్థం.

సూరయ్య తన వివరణలో బాలవ్యాకరణంలోని సూత్రాన్ని "అకారము కింది ఱ కారంబునకును దుది నులలకింది నలలకు లోపంబు బహుళంబుగానగు (బాల.వ్యా.ప్ర.)" అని ఉదాహరించాడు (పు.98).

క. విలుకాఁ డిలువడి గలుపని
ములుపొద పలువరుస లెస్స మునుగా ల్చనుము
క్కులు గనుగొనలు వెనుప్రా
పలవడు నని చెప్ప నివి యుదాహరణంబుల్. 121

విలుకాఁడు = వేటగాడు; ఇలువడి = మంచికుటుంబం; కలుపని = రాతి పని; (ఈత, తాటి కల్లుతో చేసేపని అని మరో అర్థం) ములుపొద = ముళ్ల(తోనిండిన) పొద; పలువరుస = ఎగుడుదిగుడుగా లేకుండా చక్కగా ఉన్న పళ్ల వరుస; లెస్స = చక్కగా; మునుగాలు = మోకాలు; (ముందుకాలు); చనుముక్కులు = చనుమొనలు (రొమ్ము చివర మొనలు); కనుగొనలు = కళ్ల చివరలు; వెనుప్రాపు = అండదండలు; అలవడున్ + అని = అలవాటుగా అనే విధంగా; చెప్పన్ = చెప్పటం; ఇవి = ఇట్లాంటివి; ఉదాహరణంబుల్ = ఉదాహరణలు".

పై ఉదాహరణలను ఈ కింది విధంగా వివరించి చూపవచ్చు:

I. విల్లు+కాడు = విలుకాడు
ఇల్లు+వడి = ఇలువడి
కల్లు+పని = కలుపని
ముల్లు+పొద = ములుపొద (ముళ్లపొద)
పల్లు+వరుస = పలువరుస

సూత్రం – ల్లు → లు /–హల్లు

లేదా/ ల్లు+హల్లు = లు+హల్లు.

II. మున్ను+కాలు = మునుగాలు

చన్ను+ముక్కులు= చనుముక్కులు

కన్ను+కొనలు = కనుగొనలు

వెన్ను+ప్రాపు = వెనుప్రాపు

సూత్రం - న్ను → ను/-హల్లు

లేదా/ న్ను+హల్లు = ను+హల్లు.

ఎలాగైనా, ద్విత్వహల్లులలో ఒకటి పోయి ఒకటే మిగులుతుంది.

తే. ఓలి రెండును మూఁడును నాలుగనఁగఁ
బరఁగుపదములఁ బట్టిన నిరు ము నలులు
పొరయు ములమీఁద జడ్డలౌ నిరువదియును
ముప్పదియు నలువదియు నా నొప్పుఁ గాఁగ. 122

ఓలి = వరుసగా; రెండును మూఁడును నాలుఁగు అనఁగన్ = రెండు, మూడు నాలుగు అనే విధంగా; పరఁగుపదములన్ = పక్కన ఉన్న మాటలకు; పట్టినన్ = జతపడితే; ఇరు, ము, నలులు = ఇరు - అనీ, ము - అనీ, నలు అనీ; పొరయు = అవుతాయి; 'ము'లమీద = 'ము' (<మూడు) పైన; జడ్డలు +ఔన్ = ద్విత్వాలు అవుతాయి; ఇరువదియును = ఇరవై; ముప్పదియు = ముప్పై; నలువదియు = నలభై; నాన్ = అనే విధంగా; ఒప్పున్ = ఉంటాయి; కాన = కాబట్టి.

"రెండు, మూడు, నాలుగు అనే మాటల మీద ఇతర పదాలు చేరినప్పుడు అవి ఇరు-, ము-, నలు- అని మారుతాయి. ము- ల మీద వచ్చే హల్లులు ద్విత్వాలవుతాయి. ఉదాహరణలు: ఇరువది, ముప్పది, నలువది".

తెలుగులో సంఖ్యావాచకాలలో ఇదొక ముఖ్యమైన అంశం. సంఖ్యా వాచకాలలో రెండు రకాల మార్పులు జరుగుతాయి. (1) ఒకటి, రెండు, మూడు, నాలుగు మొదలైన సంఖ్యలు మనుష్య వాచకాలలో ఒకరు, ఇద్దరు, ముగ్గురు, నలుగురు అని వాడబడితే, మనుష్యేతర వాచకాలలో ఒకటి, రెండు, మూడు అనే ఉంటాయి. (2) ఒకటి నుండి పది వరకు ఈ కింది విధంగా పలకుతాం/రాస్తాం.

ప్రాచీనం	ఆధునికం	ప్రాచీనం	ఆధునికం
పదునొకండు	పదకొండు	ఇరువది	ఇరవై
పంద్రెండు	పన్నెండు	ముప్పది	ముప్పై
పదమూడు	పదమూడు	నలువది	నలభై
		తొంబది	తొంభై

అనేకభాషల్లో ఈ లెక్కింపు విధానం భిన్న రకాలుగా ఉంటుంది. తెలుగులో కూడా 10, 20, 30 లపై 1 నుండి 9 వరకు చేర్చి పలుకగా, 20, 30, 40 లలో 2, 3, 4 లపై 10 చేర్చి పలకడం అనే పద్ధతి ఉంది. అంటే 10 పైన ఒకటి, రెండు మొదలుకొని తొమ్మిది వరకూ చేర్చగా, 20 నుండి, 2, 3, 4 అంకెలపై పది చేర్చి వాడుతాం. అది కూడా 1–9 వరకూ ఉన్న సంఖ్యల పేర్లు కాకుండా అవి ఎలా మార్పు చెందుతాయో ఈ పద్యంలోని సూత్రం వల్ల తెలుస్తుంది. రెండుకు 'ఇరు'కు ఉన్న సంబంధం అర్థం చేసుకోవాలంటే ద్రావిడ భాషల్లోనూ, తెలుగులోనూ జరిగిన చారిత్రక పరిణామం అర్థం చేసుకోవాలి. తులనాత్మకంగా వీటిని అధ్యయనం చేసిన ద్రావిడ భాషా వేత్తలు 'ఇరు' ప్రాచీన రూపం గానూ, వర్ణవ్యత్యయం జరిగి తర్వాతి కాలంలో ఇరు→రు–ఇ = 'రె' గా మారడం జరిగిందని వివరిస్తారు. కేతనది వర్ణనాత్మక వ్యాకరణం కాబట్టి ఆయన రెండు ఇరు గానూ, మూడు – ము గాను, నాలుగు – నలు గానూ మారుతుందనీ, 'ము'పై (వచ్చే హల్లు) ద్విత్వం వస్తుందనీ సూత్రీకరించి ఉదాహరణలు ఇచ్చాడు.

క. తెనుఁగులఁ గొన్నిఁటిలో ముని
కొని జడ్డలతోడ నిలిచి క్రొన్నెలు కృతికిన్
బనివడి క్రొత్తయు నెఱయును
ననుటఁ దెలియఁ జెప్పు వరుస నవి యెట్లనినన్. 123

తెనుఁగులన్ = తెలుగు మాటలలో; కొన్నిటిలో = కొన్ని పదాలలో; మునుకొని = పూనుకొని; జడ్డలతోడ = ద్విత్వాలతో; నిలిచి = నిలబడి (వచ్చి); క్రొన్నెలు = క్రొ, నె – అనే ఉపసర్గలు; కృతికిన్ = కావ్యానికి; పనివడి = పనిగట్టుకొని; క్రొత్తయు = క్రొత్త అనీ; నెఱయును = నెఱ అనీ; అనుటన్ = అనే విధంగా; తెలియ జెప్పు = తెలియజేస్తాయి; వరుసన్ = క్రమంగా; అవి యెట్లనినన్ = అవి ఎలా గంటే.

"తెలుగు కావ్యాలలో కొన్నిటిలో పనిగట్టుకొని ద్విత్వాలతో వచ్చి క్రొన్ – నెన్ – అనేవి పదానికి ముందుగా చేరుతాయి. ఇవి క్రొత్త, నెఱ (అనే అర్థాలను) వరుసగా తెలియజేస్తాయి. అవి ఎలాగంటే–"

కేతన వ్యాకరణ రచనలో కొన్ని సందర్భాలలో అత్యాధునికుడుగా కనిపిస్తాడు. ఈ పద్యంలో ఆయన సూత్రం ఊరికే చెప్పడం లేదు. అవి తెలుగు కావ్యాలలో 'పనిగట్టుకొని' వస్తాయి అన్నాడు. అంటే 'కవులు' అనకుండా 'కృతులలో' అని కవులు నొచ్చుకోకుండా ఉండే విధంగానే కాకుండా, ఇవి 'పనికి మాలినవిగా (వూరికే) వస్తాయని సూచించాడు. అయితే క్రొ–అనేదానిని 'క్రొత్త' గానూ నె – అనేదానిని 'నెఱ'గానూ వాటి అర్థాలతో గ్రహించాలనీ, అట్లా ఇవి పదాలముందు వచ్చి చేరినప్పుడు దాని పక్కన పదంలోని హల్లు ద్విత్వమవుతుందనీ చెప్పాడు. ఇట్లా అదనంగా చేరిన వాటివల్ల ఛందస్సులో అదనపు మాత్రలు చేరడం అనే ప్రయోజనం కూడా ఉంది.

దేవినేని సూరయ్య "కొన్ని తెలుగు పదముల వెనుక క్రొ, నె అనునవి నిలిచి తమ ముందున్న అక్షరములను ద్విత్వాక్షరములుగా జేసి క్రొత్త, నెఱ అను శబ్దార్థములు వచ్చునట్లు చేయును" (పు. 99) అని అదే విషయాన్ని తన మాటల్లో వివరించారు.

క. క్రొన్నెల క్రొమ్మెఱుంగులు నాఁ
గ్రొన్నన క్రొక్కారు నాఁగఁ గ్రొత్తమ్ములు నా
నెన్నడుము నెమ్మొగము నా
నెన్నడ నెత్తావి యనఁగ నెన్నుదు రనఁగన్. 124

క్రొన్నెల = కొత్త చందమామ; క్రొమ్మెఱుంగులు = కొత్త కాంతులు; నాన్ = అనే విధంగా; క్రొన్నన = కొత్త చిగురు; క్రొక్కారు = కొత్త మబ్బు; నాఁగన్ = అనేవిధంగా; క్రొత్తమ్ములు నా = కొత్త తామర పూలు అనే విధంగా; నెన్నడుము = అందమైన నడుము; నెమ్మొగము = అందమైన ముఖం; నా = అనే విధంగా; నెన్నడ = అందమైన నడక; నెత్తావి = మంచివాసన; యనఁగ = అనేవిధంగా; నెన్నుదురు = అందమైన నొసలు; అనఁగన్ = అనే విధంగా.

"ఉదాహరణలు; క్రొన్నెల, క్రొమ్మెఱుగులు, క్రొన్నన; క్రొక్కారు; క్రొత్తమ్ములు, నెన్నడుము, నెమ్మొగము, నెన్నడ, నెత్తావి, నెన్నుదురు – అనే విధంగా."

తెలుగు కావ్యాలు చదివే వారికి ఈ పై ఉదాహరణలు ఎంత తరచుగా కనిపిస్తాయో వివరించనక్కరలేదు. నెల, నడుము, మొగము అనకుండా పెద్దగా ప్రయోజనం లేని క్రొ, నె చేర్చి క్రొన్నెల, నెన్నడుము అని కావ్యాలలో 'పని కట్టుకొని' వాడుతారని చెప్పాడు. ఇలా వాడటం వల్ల ఆ మాటలకు కొత్త స్ఫూర్తి వస్తుందనో, కొన్నిసార్లు ఛందోగణ నియమాలకు పనికి వస్తాయనో వాడిన ఈ మాటలను ఆధునిక కాలంలో 70 దశకాల వరకూ సినిమా పాటలలో కూడా వాడుకున్నారు. (ఇప్పటికీ అప్పుడప్పుడు ఈ మాటలు

కని/వినిపిస్తాయి). అయితే క్రొ-వచ్చే చోట నె - రాదు. నె - వాడేచోట క్రొ-వాడటం జరగదు. ఈ రకమయిన స్థిరీకృతపదాలు కవుల ప్రయోగాలతోనే ఏర్పడ్డాయని కేతన సూత్రాన్ని వివరించిన తీరును బట్టి అర్థం చేసుకోవచ్చు. పైగా ఇవి 13వ శతాబ్దానికే ఇలా కావ్యాలలో వాడటం ఎక్కువగా జరిగిందంటే, ఇప్పుడు మనకు లభ్యం కాని అనేక కావ్యాలు ఆ కాలానికే ఎన్నో వచ్చి ఉండి ఉండాలని ఊహిస్తే, ఆ ఊహను పూర్తిగా కొట్టిపారేయడానికి వీలులేదు. ఉదా:

1. క్రొత్త + నెల = క్రొ+నెల = క్రొన్నెల

2. నెఱ + మొగము = నె+మొగము నెమ్మొగము

క. తెలుఁగున కెంచెమ్ములు మును
గలవాక్యము లరుణకాంతి, గావించును గెం
దలిరులు కెందమ్ములు నాఁ
జెలువుగఁ జెంగల్వ లనఁగఁ జెందొవలనఁగన్. 125

తెలుఁగునన్ = తెలుగు భాషలో; కెంచెమ్ములు = కెం, చెం అనే వర్ణకాలు; మునుగల= ముందు ఉన్న; వాక్యములు = మాటలను; అరుణకాంతి కావించును = ఎర్రటి రంగును చేస్తాయి. కెందలిరులు = ఎర్రటి పూలు; కెందమ్ములు = ఎర్రతామరలు; నా= అనే విధంగా; చెలువుగన్ = అందంగా; చెంగల్వలు = ఎర్రకలువలు; అనఁగన్ = అనే విధంగా; చెందొవలు = ఎర్రతామరలు; అనఁగన్ = అనే విధంగా.

"తెలుగులో కెం, చెం అనే వర్ణకాలు వాటి తరువాత పదాలకు ఎర్ర రంగును కలిగిస్తాయి. కెందలిరులు; కెందమ్ములు, చెంగల్వ, చెందొవలు అనేవి ఉదాహరణలు'.

తెలుగులో క్రొ (<క్రొత్త), నె(<నెఱ) అనేవీ, కెం (<కెంపు), చెం (<చెన్ను) అనేవి పదాంశాలని, కొన్ని ఇతర పదాంశ కలయికల్లోనే వస్తాయని గ్రహించటానికి అభ్యంతరం ఏమీ ఉండదు. కానీ వచ్చిన చిక్కల్లా అవి స్వతంత్రాలా? లేక అస్వతంత్రాలా అన్న విషయంలోనే. భాషలో వీటిని క్రొత్త, నెఱ, కెంపు, చెన్ను అనే విధంగా తీసుకొన్నప్పుడు అవి స్వతంత్ర పదాంశాలుగానే గుర్తించాలి; కానీ క్రొ-, నె-, కెం, చెం-అనేవి స్వతంత్రమైనవి కావు; ఇవి అస్వతంత్ర పదాంశాలే.

ఈ ప్రక్రియల్లో రెండు ముఖ్యాంశాలున్నాయి. (1) పదాంశం గుర్తింపు; (2) సమాసం గుర్తింపు. వీటిని అస్వతంత్రాలుగా అంగీకరిస్తే; వీటితో ఏర్పడ్డ పదాలను సమాసాలనడం కుదరదు. పదాలకు ముందు వచ్చే ప్రత్యయాలు తెలుగులో ఎక్కువగా సంస్కృతం నుండే వచ్చాయి తప్ప, తెలుగులో పదాది ప్రత్యయాలు (prefixes) లేవు. ఈ 'కుంచించిన'

పదాంశాలను పదాది ప్రత్యయాలుగా భావించే భాషాశాస్త్రవేత్త లెవరైనా ఉన్నట్లయితే వారు భాషా వ్యాకర్తలంతా వీటిని సమాసాలుగా ఎందుకు గుర్తించారో, నిష్పన్న పదాలుగా (Derivation) ఎందుకు గుర్తించలేదో వివరించాల్సి ఉంటుంది - అందువల్ల ఈ సమాస రూపకల్పనలో 1. ఆద్యక్ష రేతరవర్ణలోపం 2. సరళాదేశం; రెండూ చెప్పాల్సి ఉంటుంది.

(i) కెంపు + తలిరులు → కెం + తలిరులు → కెందలిరులు

(ii) చెన్ను + కల్వ → చెన్ + కల్వ → చెంగల్వ

క. పే రనియెడుశబ్దం బే
పారం దెనుఁగులకు మొదలు నధికత ఁదెలుపున్
బేరాఁకలి పేరామని
పేరాముదపాకు లనఁగఁ బేరింపనఁగన్. 126

పేరు అనియెడు = పేరు–అనే; శబ్దంబు = మాట; ఏపారన్ = చక్కగా; తెనుఁగులకు= తెలుగుమాటలకు; మొదలన్ = మొదట, ముందు; అధికతన్ = 'ఎక్కువ' అనే అర్థాన్ని; తెలుపున్ = తెలుపుతుంది; పేరాఁకలి = చాలా ఆకలి; పేరామని = బాగా (ఎక్కువగా) ఉన్న వసంతం; పేరాముదపాకులు = (< పేరు+ఆముదము+ఆకు) పెద్ద ఆముదం ఆకులు; అనఁగన్ = అనే విధంగా; పేరింపు = గొప్ప సంతోషం; అనఁగన్ = అనే విధంగా.

"తెలుగు మాటలకు ముందు వచ్చి చేరే పేరు - అనేమాట 'ఎక్కువ, మిక్కిలి' అనే అర్థాన్నిస్తుంది; పేరాకలి, పేరామని, పేరాముదపాకులు; పేరింపు అనే విధంగా".

తెలుగులో కొన్ని మాటలకు ముందు 'పేరు' అని వచ్చి చేరుతుంది. దీనివల్ల దీనితో కలిపి ఏర్పడ్డ పదానికి 'ఎక్కువ', 'మిక్కిలి', 'పెద్ద', 'గొప్ప' అనే భావాలను కలిగించే అదనపు అర్థం తోడవుతోంది.

'పేరు' అన్నమాట తెలుగులో నానార్థాన్ని కలిగిస్తుంది. రూపంలో సామ్యం ఉండి, అర్థంలో పూర్తి సంబంధం లేని భేదం ఉన్నప్పుడు ఆ రూపాన్ని రెండు మాటలుగా చూపడం అర్థశాస్త్రంలో నానార్థాల ద్వారా తెలియవచ్చే విషయం (ఇంగ్లీషులో బ్యాంక్ అనేమాట వలె). పేరు అన్న మాటకు 'నామం' (ఉదా: మీ పేరేంటి?) అన్న అర్థంలో అది పూర్తిస్వతంత్రమైన మాట. రెండో పేరు ఇక్కడ ఈ పద్యంలో చెప్పింది. ఇది స్వతంత్రం కాదు; కేవలం ఇంకో పదానికి ముందు చేరి ఆ పదం అర్థానికి అదనంగా అర్థాన్ని కలిగిస్తుంది. అందువల్ల దాన్ని అస్వతంత్రం అనవచ్చు. అయితే ఇలా మాటలకు ముందు వచ్చి చేరి అదనపు అర్థాలను సమకూర్చే వాటిని పైన ప్రత్యయాలుగా కంటే పదాలుగా

గుర్తిస్తేనే మేలు అనడం జరిగింది. కానీ అస్వతంత్రాలైన పదాంశాలను పదాలుగా పరిగణించవచ్చునా అన్నది చర్చనీయాంశమే అని అంగీకరించాలి. అలాగే తెలుగులో పదాంత ప్రత్యయాలతో బాటుగా పదాది ప్రత్యయాలు కూడా ఉన్నట్లుగా అంగీకరించ వచ్చునా అన్నది మరో చర్చనీయాంశం అవుతుంది.

ఏమైనా, ప్రాచీన వ్యాకర్తలు మాత్రం వీటిని పదాలు (శబ్దాలు, మాటలు)గానే పరిగణించినట్లుగా భావించాలి. ఎందుకంటే వాళ్లు వీటిని సమాసాలలో చేర్చారే తప్ప కృత్, తద్ధిత ప్రత్యయాల వివరణల్లో చేర్చలేదు కాబట్టి. అయినా ఈ విషయమై ఇంకా విస్తృత పరిశోధన, చర్చా జరగాల్సే ఉంది.

పేరును ఇతర పదాలతో కలిసినప్పుడు తెలుగులో అత్యంత సహజమైన సంధి 'ఉత్వలోపం' జరుగుతుందని ప్రత్యేకంగా చెప్పుకునే పనిలేదు.

ఉదా: పేరు + ఆకలి = పేర్ + ఆకలి = పేరాకలి 'ఎక్కువ ఆకలి'

క. తన నా నీ యనుపలుకుల
నెనయంగ హలాదు లదుకునెడ దుఙ్ఞ నగున్
తనదుధనము నాదుగుణం
బన నీదుయశంబు నాఁగ ననువై యునికిన్. 127

తన, నా, నీ అను పలుకులన్ = తన, నా, నీ అనే మాటలను; ఎనయంగా = చేర్చి; హల్+ఆదులు = హల్లులను; అదుకున్ + ఎడ = కలిపేటప్పుడు; దుఙ్ఞన్ +అగున్= 'దు'కారం వస్తుంది; తనదుధనము = తన డబ్బు; నాదుగుణంబు = నా స్వభావం; అన= అనే విధంగా; నీదుయశంబు = నీ కీర్తి; నాఁగన్ = అనే విధంగా; అనువై+ఉనికిన్ = అనువుగా ఉండడం వల్ల.

"తన, నా, నీ అనే మాటలు హల్లుతో ప్రారంభమయ్యే మరోమాటతో కలిసినప్పుడు 'దు' వచ్చి చేరుతుంది; తనదు ధనము, నాదు గుణము, నీదు యశము అనే ఉదాహరణలలో ఉన్నట్లుగా".

దీనిని కొందరు వ్యాకర్తలు 'దు' గాగమసంధి అని వ్యవహరించారు. అంటే 'దు' కారం ఆగమంగా (అదనంగా) వస్తుంది అని అర్థం. ఈ దుగాగమం కూడా 'తన, నా, నీ' లతో మాత్రమే, వాటితో చేరే పదాలు హల్లుతో ప్రారంభమైనప్పుడు 'దు' వచ్చి చేరుతోంది అని సూత్రం చెబుతుంది. తన, నా, నీలు క్రమంగా ప్రథమ, ఉత్తమ, మధ్యమ పురుషల

సర్వనామ ఏకవచన రూపాలు; అంటే కేతన ప్రకారం 'దు' బహువచన సర్వనామాలైన తమ, మా, మీలకు రాదు; వచ్చేటట్లయితే ఆయన ఉదాహరించేవాడు కదా! కానీ ఆధునిక కాలంలో ఒక కవి 'మాదేశ భూమి, మాదేశ జలాలు, మాదు గాలులు' అనే పాటలో మాదు అని బహువచనంపై కూడా ప్రయోగించాడు. ఇలా కేతన తర్వాత ఎవరైనా ప్రయోగించారేమో పరిశీలించాల్సి ఉంది. అయినా ఈ బహువచన రూపాలు ఏకవచన సర్వనామాలపై కావ్యాలలో 'దు' ప్రయోగం వచ్చేంత తరచుగా బహుశా రాకపోవచ్చునని కూడా అనుకోవాలి.

ఈ విషయమై హరిశివకుమార్ తన సిద్ధాంత గ్రంథంలో "చింతామణి, బాలవ్యాకరణములు ఏకవచనము పైననే 'దు'గాగము చెప్పినవి. అప్పకవి "తమదు కడ, తమదు పంచకములు' వంటి వానిని ప్రయోగించినాడు కానీ యవి అస్వాభావికములు; ....దువ్వూరి వారు తమ రమణీయమున (పు. 361) బహూత్వమున గూడ ఈ దుగాగమము వచ్చుటకు సూత్రమనుమతించినటులే కానవచ్చుచున్నది. బహూత్వమున కవి ప్రయోగములు అరుదుగా కలవు. అంటూ "తమదు రాచటికంబుల్ (హరి. పు. 2-172)" "మీదు విమర్శల్" (భోజ 5-302) ఉదాహరణలు చూపారని పేర్కొన్నాడు (పు. 125). "అయినప్పటికీ, ఇట్టి చర్చలకు తావీయక తన, నా, నీ శబ్దములపై ననే విధించుట కేతన ఔచిత్యము. ఈ 'దు'గాగమ ప్రక్రియ సంస్కృతమున లేదు. తెలుగునకిది ప్రత్యేకమైనది. దీనిని లక్షణ బద్ధముగా రచించిన మొట్టమొదటి లాక్షణికుడు కేతన" (పు. 125) అని ప్రశంసించాడు.

సూరయ్య దీనిపై వివరణ ఏమీ ఇవ్వలేదు.

క. నెరిఁ గులజులపై నరి దా
నెరయఁగ బహువచనషష్ఠి నిలుపఁగ నగుఁ గ
మ్మరిగడి మేదరిగడి కం
చరిగడి మూసరితెఱంగు సను ననఁ జనుటన్. 128

నెరిన్ = చక్కగా; కులజులపై = కులాలతో వ్యక్తులను తెలిపే మాటలపై; అరి = 'అరి' అనే మాట (ప్రత్యయం); తాన్ ఎరయఁగన్ = తాను (= ఆమాట) చేరినప్పుడు; బహువచన షష్ఠి = బహువచనంలో షష్ఠీ విభక్తి; నిలుపఁగన్+అగు = నిలుపవచ్చు, చేరవచ్చు; కమ్మరిగడి = కమ్మరి వాళ్ల యొక్క గడి; మేదరిగడి = మేదరి వాళ్ల యొక్క లేదా మేదరుల గడి; కంచరిగడి= కంచరి వాళ్ల యొక్క గడి; మూసరి తెఱంగు = మూసరివారి తెరగు (?); సనున్ = చెల్లుతుంది; అనన్ చనుటన్ = అనే విధంగా ఉంటుంది కాబట్టి.

"కులాలతో గుర్తించే పేర్లలో 'అరి' అనే ప్రత్యయం చేరినప్పుడు దానిని బహువచన షష్ఠిగా పరిగణించాయి. కమ్మరిగడి, మేదరిగడి, కంచరిగడి, మూసరి తెఱుగు అనే విధంగా ఉదాహరణలు".

ఇక్కడ చెప్పిన సూత్రం విగ్రహవాక్యానికి చెందిందని గమనించాలి. కులాలపేర్లైన కమ్మరి, కంచరి, మేదరి, మూసరి లలోని – అరిని కేతన ఆధునిక భాషా శాస్త్ర విధానంలో వలెనే వేరే పదాంశంగా వేరు చేసి 'అరి' ప్రత్యయంగా చేరుతోంది అన్నాడు. అప్పుడు కమ్మ+అరి; కంచ+అరి, మేద+అరి, మూస+అరి అని రెండేసి పదాంశాలుగా వాటిని గుర్తించాల్సి ఉంది. అయితే 'అరి' చేరక పూర్వం ఉండే కమ్మ–, కంచ–, మేద–, మూస– లకు స్వతంత్ర ప్రయోగం కాని, అర్థం కానీ లేదు. కానీ ఇంగ్లీషులో raspberry, gooseberry, craneberry లో berry కి ఉన్నట్లుగా గుర్తించి నిర్వచించదగ్గ అర్థం దానితో కలిసిన goose, crane, rasp లకు లేదు. అయినా వాటిని సైద్ధాంతికంగా ప్రత్యేక పదాంశాలుగానే గుర్తిస్తారు. ఈ పద్ధతిలో విశ్లేషణ కేతనలో కనిపించడం ఆశ్చర్యకరం.

ఈ మాటలను అర్థం చేసుకోవాలంటే వీటికి విగ్రహ వాక్యాలు చెప్పుకోవాలి. 'అరి' ని చేర్చాక అవి బహువచన షష్ఠిలో ఈ విధంగా ఉంటాయి.

కమ్మ+అరి = కమ్మరిగడి – కమ్మరి వారి యొక్క గడి.

కంచరి (<కంచ+అరి) గడి = కంచరి వారి గడి.

ఇలాగే మేదరి, మూసరి మొదలైన వాటికి కూడా బహు వచన షష్ఠిలోనే ఉంటుంది అంటే (ఏకవచనంలో ★కమ్మరి వాని యొక్క, కంచరి అతని యొక్క అని కాకుండా) అని బహువచనంలోనే అర్థ వివరణ చేయాల్సి ఉంటుంది.

ఈ విషయమై హరిశివకుమార్ గాని, సూరయ్య గానీ ఏమీ వివరించలేదు.

తే. పెక్కు సంస్కృతశబ్దంబు లొక్కపదము
క్రిందఁ దద్విశేషణము లిం పొందఁ గూర్చి
తెలుఁగు తత్సమాసము క్రిందఁ గలుపునప్పు
డగ్ర పదముతో నిలనగు నర్థఘటన. 129

పెక్కు = అనేక; సంస్కృత శబ్దంబులు = సంస్కృతం మాటలు; ఒక్క పదము క్రిందన్ = ఒక మాటగానే, ఒక్క పదం కిందనే; తత్ + విశేషణములు = ఆ మాటకు విశేషణాలుగా; ఇంపు+పొందన్ = ఇంపొందన్ = చక్కగా; కూర్చి = కలిపి; తెలుగు =

తెలుగు – మాటను; తత్–సమాసము క్రిందన్ = ఆ సమాసానికి ముందు; కలుపునప్పుడు = చేరేటప్పుడు; అగ్రపదముతోన్ = ఆ సమాసంలోని అగ్రస్థానాన ఉన్న మాటతో; ఇలన్ = ఈ భూమిపై; అగున్ = అవుతోంది; అర్థ ఘటన = అర్థస్ఫూర్తి.

"అనేక సంస్కృత పదాలు కలిపి ఒకే పదంగా కూర్చి దానికి ముందు తెలుగుమాట వచ్చినట్లయితే ఆ ముందున్న తెలుగు మాటను ఆ సంస్కృత సమాసంలోని అన్ని విశేషణాలతో కాకుండా అన్నిటి చివరన (అగ్రభాగాన) వచ్చే పదంతో అన్వయింపచేయాలి".

సంస్కృత భాష పెద్ద పెద్ద సమాసాలతో నిండి ఉంటుంది. అలాంటి 3,4 (లేదా ఇంకా ఎక్కువ) పదాలతో కూడిన సమాసాన్ని వాడుతున్నప్పుడు దానికి ముందుగా చేర్చిన తెలుగుమాట ఆ సమాసంలోని అన్ని విశేషణాలతోనూ కాకుండా వాటి చివరన వచ్చే మాట (అగ్ర పదము) తో అన్వయించి, అర్థాన్ని ఇస్తుంది అని పై సూత్రానికి అర్థం. అది ఎలాగో కింది ఉదాహరణ వల్ల తెలుస్తుంది.

తే. తన విశిష్ట కులాచారధర్మ మనఁగఁ
దనజగద్గీతసాధువర్తన మనంగఁ
దనదిగంతరవర్తిప్రతాప మనఁగ
నివి యుదాహరణంబు లై యెందుఁ జెల్లు 130

తన = తన (యొక్క); విశిష్ట = ప్రత్యేకమైన; కుల = కులానికి సంబంధించిన; ఆచార ధర్మము = ఆచరించే సాంప్రదాయిక విధివిధానం; అనఁగన్ = అనే విధంగా, తన; జగత్ గీత = ప్రాపంచికమైన; సాధు వర్తనము = మంచి ప్రవర్తన; అనంగ = అనే విధంగా; తన; దిగంతర వర్తి = విశ్వమంతా వ్యాపించే; ప్రతాపము = శౌర్యం; అనఁగన్ = అనే విధంగా; ఇవి = ఇలాంటివి; ఉదాహరణంబులు+ఐ = ఉదాహరణలుగా; ఎందున్= ఎక్కడైనా; చెల్లు = చెల్లుతాయి.

"తన విశిష్ట కులాచార ధర్మమనీ, తన జగద్గీత సాధువర్తనము అనీ తన దిగంతరవర్తి ప్రతాపం అనీ ఇలాంటివి ఉదాహరణలు అంతటా కనిపిస్తాయి. చెల్లుతాయి."

పై ఉదాహరణల్లో విశిష్ట కులాచార ధర్మం; జగద్గీత సాధువర్తనం; దిగంతరవర్తి ప్రతాపం అనేవి సంస్కృత సమాసాలు. వీటికి 'తెనుగు మాట' ముందుగా చేరినప్పుడు ఆ మాటతో ఆ సంస్కృత సమాసం మొత్తంలోని చివరిపదంతోనే దానికి 'అర్థఘటన' అంటే అర్థ సంబంధం ఏర్పడుతుంది. అంటే 'తన విశిష్టకులాచార ధర్మం' అంటే 'తన ధర్మం' అనీ, అలాగే తన జగద్గీత సాధువర్తనం అంటే 'తన వర్తనం' అనీ; తన దిగంతర

వర్తి ప్రతాపం అంటే 'తన ప్రతాపం' అనీ అర్థం చేసుకోవాలి. భాషా శాస్త్రంలో కూడా ఈ విషయం గురించి ఇలాగే చెప్పారు. అంటే ఎన్ని విశేషణాలు చేర్చినా చివర వచ్చే 'నామం' మాత్రమే ప్రాధాన్యాన్ని కలిగి ఉంటుందని వారి వివరణ. ఉదాహరణకు మనం 'that pretty, intelligent Indian Girl' అని అన్నా అదంతా కూడా 'that girl' అనేదానికి సమానం. అంటే నామపదబంధంలో అసలు నామానికి పూర్వం ఎన్ని విశేషణాలైనా చేర్చుకోవచ్చు, కానీ సర్వ నామ సంబంధాలైన తన, నా, నీ, ఆ, ఈ - ఇలాంటివన్నీ చివరి నామంతో మాత్రమే కలపవచ్చు. వాటితోనే 'అర్థం బోధపడుతుంది' అని సారాంశం.

దేవినేని సూరయ్య వివరణ: "ఇందు తన అనుశబ్దము ధర్మము, వర్తనము, ప్రతాపము అను పదములతో నన్వయించును. కాని తత్పూర్వపదంబులతో నన్వయింపదు". (పు. 103) - అనేది కూడా పైన చెప్పిన అంశాన్నే తెలియజేస్తోంది.

హరిశివకుమార్ "పెక్కు సంస్కృత శబ్దముల నొకచోట కూర్చి, వానికొక తెలుగు పదము విశేషణముగా జేర్చి సమాసము గావించినచో, నా తెలుగు పదము మిగిలిన సంస్కృత పదములన్నిటితోడను నన్వయించును - తన విశిష్టకులాచార ధర్మము, తన జగద్గీతసాధువర్తనము (ఆం. భా. భూ. 129-130) అని అన్నారు.

క. దినకర కొడుకునకును సరి
యనిమిష మొదవునకు సాటి యని యిబ్భంగిన్
దెనిఁగింప సంస్కృతములం
దెనుఁగులు సంధించి రేనిఁ దెగడుదు రార్యుల్ 131

దినకర కొడుకునకును = సూర్యుని కుమారునికి; సరి = సమానం; అనిమిష మొదవునకు = కామధేనువుకూ, సాటి = సమానం; అని = అనేటటువంటి; ఇబ్భంగిన్ = ఈ విధంగా; తెనిగింప = తెలుగు చేస్తూ; సంస్కృతములన్ = సంస్కృత పదాలతో; తెనుఁగులు = తెలుగు మాటలు; సంధించిరి - ఏనిన్ = కలిపినట్లైతే; తెగడుదురు = తిడతారు/ నిరసిస్తారు; ఆర్యుల్ = పెద్దలు.

"దినకర కొడుకు, అనిమిష మొదవు అని సంస్కృత పదంతో తెలుగు పదం కలపడం పెద్దలు నిరసిస్తారు".

ఈ వ్యాకరణ గ్రంథంలో ఈ సూత్రం ఇప్పటి దాకా కేతన ఎంచుకుని చెప్పిన పద్ధతికి భిన్న మైనది; విలక్షణమైనది, 'సమాసాలు' కొత్త పదాల రూపకల్పనకు దారితీస్తాయి.

(Formation of New words) అయితే అలా రూపొందడానికి కూడా భాషలో కొన్ని అంతర్గత నిర్మాణ విధానాలు లేదా పద్ధతులు ఉన్నాయి. అందువల్ల ఏ పదాన్నైనా దేనితో నైనా కలపడం సాధ్యం కాదు; అలాగే కొన్నిసార్లు అంగీకార యోగ్యమయ్యే పదబంధాలు మరికొన్ని చోట్ల అలాంటి పదబంధాలను (అంటే సంస్కృతం + తెలుగు కలిసినవి) అనుమతించవు.

ఈ పద్యంలో కేతన భాషా సంబంధమైన లక్షణ సూత్రం ఏమీ చెప్పడం లేదు. ఇలాంటి సంస్కృతం తెలుగు పదాల కలయికలతో ఏర్పడే సమాసాలను 'ఆర్యులు' తిడతారు లేదా నిరసిస్తారు అని మాత్రమే చెప్పాడు; అంటే అలా వాడే వాళ్లు కొందరు ఉన్నారనీ, దానిని ఆర్యులు (తర్వాత కాలంలో శిష్టులు అన్నట్లుగా) ఇష్టపడరనీ చెప్పడం వరకే ఆయన చేసారు తప్ప, తన అభిప్రాయంగా కానీ, భాషాగత లక్షణంగా కానీ చెప్పలేదు.

దేవినేని సూరయ్య తన వివరణలో "సమాసములు సాంస్కృతికము నాచ్ఛికము, మిశ్రమము నని మూడు విధముగా నుండును అని చెప్పి, మిశ్రమము సంస్కృత సమములకు నచ్చ తెలుగు పదములకు గలుగునది. తటాకంబునీరు, చెఱువు జలము అని యిట్టుండనగు గాని మిశ్రమున నెప్పుడును మొదట సంస్కృత పదమును గూర్పజనదు. మీది పద్యములో దినకరకొడుకు, అనిమిషమొదవు అని యనునపుడు మొదటి పదము సంస్కృతము, రెండవది తెలుగుగానుండుటచే నవి తప్పులైనవి. మిశ్రమ సమాసములో నొకపదము తెలుగు పదముగను, మఱి యొకటి తత్సమముగను ఉండునని యెఱుంగునది" (పు.103-104) అని తెలుగు + సంస్కృతంతో ఏర్పడే సమాసాలు సరియైనవే కానీ సంస్కృతం + తెలుగుతో ఏర్పడేవి సరియైనవి కావని చెప్పారు.

హరి శివకుమార్ "కేతన సంస్కృత శబ్దములపై తెనుగు ఘటించిన దినకరకొడుకు, అనిమిష మొదవు ఇత్యాది సమాసములు వ్యాకరణ విరుద్ధములని చెప్పి వానిని నిషేధించినారు" (పు. 126) అని చెప్పాడు. అయితే ఇక్కడ ఒక భేదం గుర్తించాలి. వీటిని కేతన నిషేధించలేదు; "ఆర్యులు తెగడుదురు" అని మాత్రమే చెప్పాడు.

క. తెనుఁగు పదంబులపైఁ బెం
పొనరఁగ సంస్కృతము చెల్లు నొక్కొకచోటన్
మును సుకవీంద్రులు గృతులన్
బనిఁగొని రచియించినట్టిపరిపాటిమెయిన్ 132

తెనుఁగు పదంబులపైన్ = తెలుగు మాటలపై; పెంపు ఒనరగ = చక్కగా; సంస్కృతము చెల్లున్ = సంస్కృత పదం చెల్లుతోంది; ఒక్కొకచోటన్ = కొన్నిసార్లు; మును = పూర్వం; సుకవీంద్రులు = మంచి కవులు; కృతులన్ = కావ్యాలలో; పనిఁగొని = పనిగట్టుకొని; రచియించినట్టి = రాసినటువంటి; పరిపాటిమెయిన్ = అలవాటు వల్ల/ సంప్రదాయాల వల్ల.

"తెలుగు మాటలతో సంస్కృతం పదాలు కలిపి సమాసం చేస్తే కొన్నిసార్లు చెల్లుతుంది; పూర్వం మంచి కవులైన వాళ్లు ఈ విధాలైన సమాసాలను పనిగట్టుకొని వాడిన సంప్రదాయం ఉంది కాబట్టి (ఇవి చెల్లుతాయి)".

తెలుగు మొదటి మాటగా సంస్కృతం రెండవ మాటగా సమాస రూపాలు ఏర్పరచి పూర్వకవులు, అందులోనూ సుకవులు వాడిన సంప్రదాయం ఉండటం వల్ల అలాంటి వాటిని కొన్నిసార్లు అనుమతించవచ్చునని పై పద్యం సారాంశం.

ఒక భాషపై మరొక భాషా పదాల ప్రభావం అనివార్యంగా ఎక్కువకాలం కలిసిపోయి ఉన్నట్లయితే ఆ రెండు భాషల భిన్న పదాలతో సమాసాలు ఏర్పడితే కొంత అసహజంగా అనిపించడం న్యాయమే. భాషలో వీటిని వైరి సమాసాలు అన్నా, మరొకటి అన్నా వాటిని నిషేధించడం మాత్రం కేతన కాలానికి పూర్వం నుండీ ఈ నాటికీ కూడా సాధ్యం కాలేదన్నది నిజం. తెలుగులోనే కాదు; ఏ భాషలోనూ కూడా ఇలాంటి నిషేధాలవల్ల భాషా పరిణామం ఆగిపోలేదు.ఎందుకంటే భాషలో కేవలం వ్యాకర్తల ఇష్టాయిష్టాలతో కాక, ప్రజల వ్యవహార సరళివల్ల పరిణామ క్రమంలో మార్పులు చోటు చేసుకుంటాయన్నది భాషా చారిత్రక పరిణామం అధ్యయనం చేసిన వారందరికీ తెలిసిన విషయమే.

దేవినేని సూరయ్య "పూర్వకవి సమ్మతమున నొక్కొకచో దెలుగు పదములు సంస్కృత పదములు సమసింపవచ్చును" (పు.104) అని మాత్రమే చెప్పారు.

హరి శివకుమార్ "మఱియొక పద్యమున కేతన పూర్వ కవి సమ్మతమున నొక్కొకచో దెలుగు పదములపై సంస్కృత పదములు సమాసింపవచ్చునని" ఉదాహరణ లిచ్చాడని మాత్రం చెప్పారు.

క. వాఁడిమయూఖము లనఁగా
వేఁడిపయోధార లనఁగ వింజామర నా
ఘూఁడస్త్రంబు లనఁగాఁ
బోఁడిమిఁ గఱకంఠనామము న్పోలి తగున్ 133

వాడిమయూఖములు = తీక్షణమైన/సూదిమొనవంటి కిరణాలు; అనఁగా = అనే విధంగా; వేడిపయోధారలు = వెచ్చటి పాలధారలు; అనఁగ = అనే విధంగా; వింజామర నా = వీవెన/విసనకఱ్ఱ అనే విధంగా; మూఁడస్త్రంబులు = మూడు అస్త్రాలు; అనఁగన్ = అనే విధంగా; పోడిమి = సరిగ్గా; కలకంఠ నామమున్ = కలకంఠ నామాన్ని; పోలి = పోలినటువంటివి; తగున్ = సరియైనవే.

"వాడి మయూఖములు అనీ, వేడిపయోధారలనీ, వింజామర అనీ; మూడస్త్రంబులు అనీ ఇలాంటివి 'కలకంఠ నామం' అనే పేరు వలె సరియైనవే".

కేతన ఇక్కడ తానిచ్చే ఉదాహరణలు వాడిమయూఖములు, వేడిపయోధారలు, వింజామరలు, మూడస్త్రంబులు వంటివి 'కలకంఠ' నామాన్ని పోలి సరియైనవేనని చెప్తున్నాడు. అంటే తెలుగులో ఇలాంటి సమాసాలు వాడటానికి ప్రారంభశబ్దం 'కలకంఠుడు' అన్నది. ఇది నన్నయప్రయోగం. అందువల్ల కేతన నుండి సూరి వరకూ ఈ మాటను ఉదాహరణగా ఇవ్వక తప్పలేదు. కేతన కవుల ప్రయోగాల నుండి ఒక నాలుగు మాటలు తీసి ఉదాహరణలుగా చూపాడు. పైవన్నీ నన్నయ, తిక్కన తదితర కవుల కావ్యాలలోని ఉదాహరణలే.

నన్నయ 'శబ్ద శాసనుడు' లేదా 'వాగనుశాసనుడు' అని పేరున్నవాడు; ఆయనే 'కలకంఠుడు' అని వాడగా లేనిది మనం వాడితే ఏం అన్న ధోరణితో కూడిన తర్కమే తప్ప, దీన్లో కేతన సమర్థింపు ఏమీ లేదు. అప్పటికే ఇలాంటి సమాసాలు భాషలోనూ, కవి ప్రయోగాల్లోనూ స్థిరీకృతమైనాయని మాత్రమే మనం అర్థం చేసుకోవాలి.

ఇలాంటి వాటిని అధర్వణుడు, బాలసరస్వతి మొదలయినవారు కూడా సమర్థించారని చెప్తూ, హరి శివకుమార్ కేతన "కలకంఠ" శబ్దము నీ యుదాహరణలో చూపు సందర్భమున మిక్కిలి గడుసుతనము చూపినాడు అనీ, 'కలకంఠనామ' మనుటచే 'కలకంఠు'డనే పేరనియు, 'కలకంఠము' నామవాచకమనియును నిరువిధానముల గ్రహింపవచ్చును. కాని కలకంఠుడనునదే నన్నయ ప్రయోగము; కావున రెండును కలిసి వచ్చునట్లు గడుసుగా 'కలకంఠ నామ'మని చెప్పినాడు కేతన" (పు. 126) అన్నారు.

క. నీ సంస్కృతంబుతోడ స
మాసించును నీవినూత్న మణినూపురశ
బ్దాసక్తచిత్తహంస
త్రాసకరాంబుదము నాఁగఁ దఱచై యునికిన్ 134

నీ = 'నీ' అనే సర్వనామం; సంస్కృతంబుతోడ = సంస్కృతంతో కలిసి; సమాసించును = సమాసమౌతుంది; నీ వినూత్న మణినూపురశబ్దాసక్తచిత్తహంస త్రాసకరాంబుదము = (ఇదొక పెద్ద సంస్కృత సమాసం; దీనికి ముందు 'నీ' చేరింది) కొత్త కాలి అందెల చప్పుడులో లీనమైన హృదయమనే హంసకు భయాన్ని కలిగించే మబ్బు; నాఁగ = అనే విధంగా; తఱచై = తరచుగా; ఉనికిన్ = ఉండటం వల్ల.

"నీ అనే సర్వనామం సంస్కృతంతో కలిసి "నీ వినూత్న మణినూపుర శబ్దాసక్తచిత్త హంసత్రాసకరాంబుదము" వంటి సమాసాలు తరచుగా ఉండటంవల్ల (అలాంటివి) సమాసంగా రూపొందుతుంది".

పైనే 'తన, నా, నీ' అనే వాటితో సమాసం ఏర్పడుతోందని చెప్పినా, ఎందుకనో కేతన ఇక్కడ మళ్లీ ఒక పెద్ద సమాసం ముందు 'నీ' వచ్చి 'సమాసిస్తుంది' (=సమాసం ఏర్పడుతోంది) అంటూ 'నీ వినూత్న మణినూపురశబ్దా సక్త చిత్త హంస త్రాస కరాంబుదము' అంటూ రాయడం ఉందన్నది ఉదాహరణగా చూపాడు. "అటజని కాంచె" అనే తెలుగు వాక్యంతో ప్రారంభించి పెద్దన తన మనుచరిత్రలో భూమి సురుడంబర.... శీతశైలమున్" అని చివరలో ద్వితీయావిభక్తి రూపం మాత్రం పెట్టి మొత్తం పద్యాన్నంతా ఏక సమాసంలో చూపిన విధం గుర్తుకు తెస్తుందీ పద్యం. ఇలాంటి ప్రయోగాలు తెలుగు కావ్యాలలో 'తరచుగా' ఉంటాయని కేతన అంగీకరించాడు. అందువల్ల ఈ ప్రయోగం ఏ గ్రంథంలోదో గుర్తించాల్సి ఉంది.

"నీ యనునది దీర్ఘ సమాసముతోడను సమాసించుననుట" అంటూ దేవినేని సూరయ్య 'నీ'తో సంస్కృత సమాసం జరుగుతుందని దీర్ఘ సమాసం కూడా ఏర్పడుతుందని సూచించాడు. (పు.105)

క. ముదమున నా యీ యే లను
పదములతుద నూష్మ లుడుగఁ బైవర్ణముతో
నదుకు నెడఁ గుదియు సాగును
గుదియునెడన్ జడ్డవ్రాలగున్ బైహల్లుల్. 135

ముదమునన్ = సంతోషంగా; ఆ, ఈ, ఏ లు ను = ఆ, ఈ, ఏ అనే పదాంశాలను; పదములతుదన్ = మాటలచివర; ఊష్మలు = ఊష్మాలుగా పేర్కొనే 'శ, ష, స, హ' అక్షరాలు; ఉడుగన్ = వదిలిపెట్టి; పై వర్ణముతోన్ = మిగిలిన, పైన వచ్చేపదంలోని అక్షరంతో; అదుకు నెడన్ = కలిపేటప్పుడు; కుదియు = చిన్నది (హ్రస్వం) అవుతోంది;

సాగును = దీర్ఘం అవుతోంది; కుదియు నెడన్ = హ్రస్వమైనప్పుడు; జడ్డ్రవాలు = ద్విత్వాలు; అగున్ = అవుతాయి; పై హల్లుల్ = పక్కనున్న హల్లులు.

“ఆ, ఈ, ఏ అనే పదాల చివర ‘శ, ష, స, హ’ అనే అక్షరాలను వదిలివేసి మిగిలిన, పక్క పదంలోని హల్లుతోను కలిపినప్పుడు ఆ, ఈ, ఏ లు హ్రస్వాలుగా నైనా మారుతాయి. లేదా దీర్ఘాలుగానే ఉంటాయి. అయితే హ్రస్వాలుగా మారినప్పుడు పక్కనున్న హల్లులు ద్విత్వాలవుతాయి”.

ఊష్మాలుగా పేర్కొన బడే శ, ష, స, హ లనే అక్షరాలు తప్ప మిగిలిన అన్ని హల్లులతో ప్రారంభమయ్యే పదాలన్నీ కూడా ఆ, ఈ, ఏ అనే పదాలతో కలిసినప్పుడు ఆ, ఈ, ఏ లు హ్రస్వాలుగా అంటే “అ, ఇ, ఎ” అని అయినా మారుతాయి, లేదా అలాగే దీర్ఘాలుగానే ఉంటాయి. కానీ హ్రస్వాలైనప్పుడు పక్కనున్న హల్లులు ద్విత్వాలుగా మారుతాయి. అంటే దీనిలో రెండు సూత్రాలున్నాయి. మొదటిది వైకల్పికం లేదా ఐచ్ఛికం.

1) $\begin{Bmatrix} \text{ఆ} \\ \text{ఈ} \\ \text{ఏ} \end{Bmatrix} + \text{హల్లు} = \begin{Bmatrix} \text{అ–} \\ \text{ఇ–} \\ \text{ఎ–} \end{Bmatrix}$ /– హల్లు

2) {ఆ, ఈ, ఏ} → ఆ, ఈ, ఏ/ – హల్లు

3) హల్లు ⇒ ద్విత్వం $\begin{Bmatrix} \text{అ} \\ \text{ఇ} \\ \text{ఎ} \end{Bmatrix}$ /–

క. ఆకామిని యక్కామిని
యీకొడు కిక్కొడుకు నాఁగ నీయూ రియ్యూ
రేకార్యం బెక్కార్యం
బాకథ యక్కథ యనఁగ నుదాహరణంబుల్ 136

ఆ కామిని, అక్కామిని = ఆ కామిని అని కానీ; అక్కామిని అని కానీ, (‘అ’ హ్రస్వం – కా జడ్డ / ద్విత్వం = క్కా); ఈ కొడుకు, ఇక్కొడుకు = ఈ రెండు రూపాలలో ఒకటి; నాఁగన్ = అనే విధంగా; ఈ ఊరు, ఇయ్యూరు అనే రెండు రూపాలలోనూ; ఏ కార్యం ఎక్కార్యం అనే విధంగానూ; ఆ కథ = ఆ కథ; అక్కథ = అక్కథ; అనఁగన్ = అనే విధంగా; ఉదాహరణంబుల్ = ఉదాహరణలు.

“136లో చెప్పిన సూత్రానికి ఉదాహరణలు = ఆకామిని లేదా అక్కామిని; ఈ కొడుకు- ఇక్కొడుకు; ఈ ఊరు - ఇయ్యూరు; ఏ కార్యంబు - ఎక్కార్యంబు; ఆకథ - అక్కథ”.

ఈ ఆ, ఈ, ఏ లకు కేతన ఏ పేరూ పెట్టలేదు. కానీ తర్వాతి వ్యాకర్తలు వీటిని ‘త్రికం’ అన్నారు. వీటితో ఏర్పడే (136లోని కేతన సూత్రంద్వారా) సంధి విధానాన్ని త్రికసంధి అన్నారు. ఇవి చేరినప్పుడు శ, ష, స, హాలు మినహా మిగిలిన హల్లులన్నీ అలాగైనా ఉంటాయి, అప్పుడు ఈ త్రికాలు దీర్ఘంగానే ఉంటాయి; లేదంటే ఇవి హ్రస్వంగా మారి, పక్కనున్న హల్లుల్ని జడ్డలు అంటే ద్విత్వాలుగా మార్చేస్తాయి.

ఉదా: ఆ + కామిని = { అక్కామిని / ఆ కామిని } (ఆ హ్రస్వం - కా ద్విత్వం)

ఆ + కథ = { అక్కథ / ఆ కథ }

‘శ, ష, స, హ’ లైన ఊష్మాలకు ఈ సూత్రం వర్తించదని చెప్పడం వల్ల సూరయ్య “..... అశ్శక్తి, అష్షట్కము, అస్సంతతి, అహ్హవిస్సు” అనే రూపాలుండవని చెప్తూ వాటితో పాటు అర్రాజు, అగ్గామము మున్నగు రూపంబులుండవని యెఱుంగునది” అని పేర్కొన్నాడు (పు. 106).

హరి శివకుమార్ “ఈ సమాస ప్రక్రియను తెనుగుభాషలోనికి సంస్కృతము నుండియే తెచ్చినను, తల్లక్షణానుగుణముగానే వివరించినాడు కేతన. కర్మధారయమునందలి నిగాగమము, బహువ్రీహి యందలి సమాసాంత కార్యములు, ద్వంద్వ సమాసమునందలి గసడదవా దేశము, యుష్మదస్మదాత్మార్థకంబుల కుత్వపదంబు పరంబగునపుడు దుగాగమం, తన, నా, నీ పదములతో సమాసప్రక్రియ, వైరి సమాసములు అనునవి తెలుగునకు ప్రత్యేకములు. తెనుగు భాషా సంప్రదాయమును బాగుగా నెఱిగి, యా ప్రక్రియలను వివరించినాడు కేతన” (పు. 126) అని సరిగ్గా ముగించారు.

★ ★ ★

అధ్యాయం - 5

క్రియ

5.1. క్రియ

వ. అనంతరంబ క్రియాపదంబు లెఱింగించెద. 137

అనంతరంబ = పిమ్మట; క్రియాపదంబులు = క్రియా సంబంధమైన మాటలు, ఎఱింగించెద = తెలియజేస్తాను.

137వ పద్యం నుండి తెలుగు క్రియానిర్మాణాన్ని వివరించాడు కేతన. అయితే ఈ అధ్యాయంలో కేతన క్రియతోబాటు కృత్, తద్ధిత రూప ప్రత్యయాలను కూడా వివరించాడు. క్రియారూపాలనుండి నామరూపాలు నిష్పన్నమయ్యే ప్రక్రియ ఉండటం వల్ల బహుశః వాటిని ఈ 'క్రియ' విభాగం లోనే చేర్చాడని భావించాలి.

5.1.1. కాల, వచన బోధక ప్రత్యయాలు

క. ఇల నొరుఁడు నీవు నేనును
నలిఁ జేసినపనులు క్రియలు నానావచనం
బులు కాలత్రితయంబున
నలవడి యీ క్రియలు చెల్లు నభినవదండీ. 138

ఇలన్ = ఈ భూమిమీద; ఒరుడు = మూడోవ్యక్తి; నీవు = శ్రోత; నేనును = వక్త; నలిన్ = ఎల్లప్పుడూ; చేసిన పనులు క్రియలు = చేసినటువంటి పనుల గురించి తెలిపేది క్రియలు; నానా వచనంబులు = రకరకాల వచనాలు; (ఒకటిని, ఒకటి కంటే ఎక్కువను తెలిపేది); కాల త్రితయంబున = మూడు కాలాలలో; అలవడి = అలవాటుగా; ఈ క్రియలు = ఈ క్రియారూపాలు; చెల్లున్ = ప్రవర్తిస్తాయి; అభినవదండీ = 'అభినవదండి' అనే బిరుదుగల కేతనా!

"ఈ భూమీమ్మద ఇతరులు నువ్వు, నేను చేసిన పనులను తెలిపే క్రియాపదాలు వివిధ వచనాల్లో, మూడు కాలాలలో సాధారణంగా (అలవాటుగా) చెల్లుతాయి".

వ్యాకరణ రచనలో కేతన లాఘవం, అది కూడా తేలిక తెలుగు మాటలలో అప్పటికీ ఇప్పటికీ కూడా ఏ వ్యాకర్తలోనూ కనిపించదనిపిస్తుంది. ఈ పద్యం చదివితే ఎంతో సామాన్యంగా ఇతరుడు (మరోవ్యక్తి), నువ్వు, నేను చేసే పనులు తెలిపేవి క్రియలు అని నిర్వచించాడు. సమాజమూ, ప్రపంచమూ కూడా ఈ 'ముగ్గురి' తోనే (తాత్త్వికంగా ఆలోచిస్తే) నిండి ఉంటుంది. ఇందులో 'నేను' వక్తను తెలియజేస్తుంది. దీనిని తర్వాత వ్యాకరణాల్లో సంస్కృత సంప్రదాయాన్ననుసరించి 'ఉత్తమ పురుష' అన్నారు. 'నువ్వు' శ్రోతకు సంబంధించింది; దీన్ని మధ్యమ పురుష అన్నారు; 'ఒరుడు' అంటే వక్త - శ్రోతలకు దూరంగా ఉన్న మరో (పరాయి) వ్యక్తి. అది పురుష/స్త్రీ నపుంసకాల్లో ఏదైనా కావచ్చు - దీనిని ప్రథమ పురుష అన్నారు. ఇలా నేను, నువ్వు - అతడు / ఆమె/ అది - అని మూడు పురుషలలో క్రియారూపం ఉంటుంది. ఈ పురుషలతోపాటు ఇది "నానావచనాల్లో" అంటే సంస్కృతంలో ఏక, ద్వి, బహు వచనాలుగానూ, తెలుగులో ఏక-బహు వచనాల లోనూ ఉంటుంది. అంతేకాకుండా "కాలత్రితయం" అంటే మూడు కాలాలైన భూత, భవిష్యత్, వర్తమాన కాలాలలోనూ ఉంటుంది.

ఈ విధంగా ఒక చిన్న కంద పద్యంలో క్రియకు సంబంధించిన సమాచారాన్నంతా ఇచ్చాడు కేతన. అయితే ఈ "కాలత్రితయం" అని కేతన అన్న దానిపై దేవినేని సూరయ్య విభేదాన్ని వ్యక్తం చేశారు. ఈ పద్యంతో ప్రారంభించి కేతన తన కాలంలో కవులు కావ్యాలలో క్రియలు వాడిన విధానాలను వివరించినా, తర్వాత కావ్య భాషను అధ్యయనం చేసిన లాక్షణికులు చెప్పిన, అన్ని కాలాలకూ వర్తించే క్రియగా పేరుపెట్టిన "తద్ధర్మ" ను కేతన చెప్పలేదని సూరయ్య అభ్యంతరం వ్యక్తం చేసారు.

"వాడు నీవు నేను ప్రథమ, మధ్యమోత్తమ పురుషములు చేసిన పనుల క్రియలు, నానా విధములైన మాటలు (?), భూత, వర్తమాన, భవిష్యత్కాలములను మూడు కాలములు జేరి వర్తిలు చుండును. తద్ధర్మమును జెప్పియుండలేదు" (పు. 108).

పైన వివరణలో సూరయ్య కేతన చెప్పిన 'వచనములు' అన్న దానిని 'మాటలు' అన్నారు. కానీ అవి మాటలు కావు; ఆయన ఎలా పొరబడ్డారో కానీ క్రియను వివరించేందుకై అన్ని భాషల్లోనూ కనీసం ఏక, బహుత్వాలను తెలిపే రెండు 'వచనాలూ' (మూడు, నాలుగు ఉండే భాషలు కూడా ఉన్నాయి); రెండు లేక మూడు 'పురుషలు' (కొన్నిసార్లు మళ్లీ స్త్రీ పురుష నపుంసక విభాగాలు); మూడు లేక అంతకంటే ఎక్కువగా (సంస్కృతంలో పది

(10) రకాలు) కాలాలను సూచించే ప్రత్యయాలు ఉంటాయి. ఈ పదాలనన్నింటినీ కలిపి ఇంగ్లీషులో Paradigm అన్నారు.

పురుషలు = ఒరుడు (ప్రథమ); నీవు (మధ్యమ); నేను (ఉత్తమ); వచనాలు = ఏకవచనం, బహువచనం; కాలత్రితయం = భూతకాలం, వర్తమాన కాలం, భవిష్యత్‌కాలం.

అందువల్లనే చిన్న చిన్న మాటలలో, చిన్న కంద పద్యంలో కేతన తెలుగు క్రియా స్వరూపాన్ని వర్ణించిన తీరుకు తెలుగు వ్యాకరణాలను, భాషా శాస్త్రాన్ని అధ్యయనం చేసే వారందరూ కూడా ఆనందిస్తారు. ఎందుకంటే కష్టంగా, క్లిష్టంగా కాకుండా ఇంత సులభంగా సూత్రాన్ని చెప్పడం ఎంతో అభిలషణీయమైన విషయం.

క. ఎన్నఁగ భూతార్థమునెడ
నెన్నగు వర్తించునర్థ మెఱుఁగఁ బలుకుచో
నున్నగు భవిష్యదర్థము
నున్నంగాఁ బలుకుచోట నూతనదండీ. 139

ఎన్నఁగ = ఎంచి చూడగా; భూతార్థమున్ = గడిచిన (జరిగిపోయిన) కాలాన్ని తెలియజేసే; ఎడ = సందర్భంలో, అప్పుడు; ఎన్‌–అగు = ఎన్‌–అనే ప్రత్యయం వస్తుంది. వర్తించున్ + అర్థము = ప్రస్తుత కాలార్థాన్ని; ఎఱుఁగఁ బలుకుచోన్ = తెలిపేటప్పుడు; ఉన్న - అగు = ఉన్న ప్రత్యయం వస్తుంది; భవిష్యత్ అర్థమున్ = రాబోయే కాలం గురించి తెలిపేటప్పుడు; పలుకుచోటన్ = చెప్పేటప్పుడు; ఉన్నంగా (అగు) = ఉన్నంగా అనే ప్రత్యయం వస్తుంది; నూతనదండీ!

"భూతకాల అర్థంలో 'ఎన్' ప్రత్యయం, వర్తమానాన్ని తెలిపేటప్పుడు 'ఉన్న' ప్రత్యయం; భవిష్యత్ కాలాన్ని తెలియజేసేందుకు 'ఉన్' ప్రత్యయం చేరుతాయి".

ఈ కాల బోధకాల గురించి, వాటికి కేతన ఇచ్చిన ప్రత్యయాల గురించి అభిప్రాయ భేదాలు కనపడుతున్నాయి. అన్ని కాలాల, ప్రత్యయాల విషయంలో హరి శివకుమార్ చెప్పిన విషయాలను తరువాతి పద్యాల వివరణల్లో ఉటంకిస్తాను. కానీ సూరయ్య ఈ పద్యానికి ఇచ్చిన వివరణ ఇలా ఉంది: "క్రియలు వర్తమానార్థకము, భూతార్థకము, భవిష్యదర్థకము, తద్ధర్మార్థకము నని నాలుగు విధములు". లక్షణమున (అంటే ఈ గ్రంథంలో) తద్ధర్మార్థకము తెలుపలేదు. జరిగిన కాలమును దెలుపునది భూతార్థకము. జరుగుచున్న కాలమును దెలుపునది వర్తమానార్థకము. జరుగబోవు కాలమును దెలుపునది భవిష్యదర్థకము. భూతార్థమున 'ఎన్, ఎను' అనునవియు, వర్తమానార్థమున "చున్న"

అనునదియు, భవిష్యదర్థమున "కల" అనునదియు, తద్ధర్మాద్యర్థమున "దు, ఎడు, ఎడి" అనునవియు వచ్చును". (పు.109) అని చెప్పాడు. అయితే ఈ వాదనను అంగీకరిస్తే మనకు ఒక ప్రశ్న కలుగుతుంది. ఇలాంటి 'లక్షణ' గ్రంథాన్ని రాయటానికి పూనుకున్న కేతన క్రియారూపాలపై దృష్టిపెట్టలేదా? లేక కేతన కాలానికి తద్ధర్మార్థమని లేకుండా తర్వాత కాలంలో ఏర్పడిందా? ఏర్పడితే అది ఎప్పుడు పరిణామం చెంది నిర్ధారణగా "తద్ధర్మంగా" గుర్తింపబడింది? ఈ అంశాలపై బహుశా ఇంకా కొంత పరిశోధన జరగాల్సి ఉందేమోననిపిస్తుంది.

ప్రస్తుతానికి కేతన ఇచ్చిన ప్రత్యయాలలో కూడా ఒక సందిగ్ధత ఉన్నట్లు భావించవచ్చు. ఎందుకంటే వర్తమాన, భవిష్యత్ కాలాలలో చెప్పిన 'పలుకుచోనున్నగు' అనేమాటను రెండు రకాలుగా (సంధి చేసి నుగాగమంగానూ, కాకుండాను) విడదీయవచ్చు. ఎలాగంటే,

i) పలుకుచోన్ + ఉన్న + అగు.

ii) పలుకుచో + నున్న + అగు.

అలాగే భవిష్యదర్థంలో కూడా:

i) భవిష్యదర్థమున్ + ఉన్న (ం) + గా

ii) భవిష్యదర్థము + నున్నం + గా

అని రెండు రకాలుగా చెప్పే అవకాశం కనిపిస్తోంది. వీటికి సంబంధించి కేతన ఇచ్చిన తర్వాతి ఉదాహరణలను పరిశీలిస్తే ఈ విషయంలో కొంత స్పష్టత ఏర్పడవచ్చు.

5.1.2. భూతకాలం

క. ఒరులకు నెను నిరి యగును నె
దిరికిఁ దివితి కారములును దిరి యగుఁ దనకున్
బరువడిఁ దినియున్ దిమియున్
బొరయు నుభయవచనములకు భూతక్రియలన్. 140

ఒరులకున్ = ఇతరులకు అంటే మూడో వ్యక్తికి (ప్రథమ పురుష అని సాంకేతికంగా చెప్పేది); ఎను(న్) = ఎను ప్రత్యయం; ఇరి = ఇరి ప్రత్యయం; అగును = అవుతాయి; ఎదిరికి = ఎదుటి వ్యక్తి అంటే శ్రోతకు (మధ్యమ పురుషకు); తివి, తి కారములును = -తివి, తి అనే ప్రత్యయాలు; తిరియగున్ = తిరి అనే ప్రత్యయం అవుతాయి; తనకున్ = మాట్లాడేవ్యక్తి, వక్తకు (ఉత్తమ పురుషకు); పరువడిన్ = వరుసగా; తినియున్, తిమియున్=

తిని, తిమి అనే ప్రత్యయాలు; పొరయున్ = అవుతాయి; ఉభయవచనములకు = రెండు వచనాలలో (ఏక, బహు); భూతక్రియలన్ = భూతకాల క్రియారూపాలలో.

"భూతకాల క్రియారూపాలలో ప్రథమ పురుష ఏక వచనానికి 'ఎను' ప్రత్యయం; బహువచనానికి 'ఇరి' ప్రత్యయం, మధ్యమపురుష ఏక వచనానికి 'తివి' కానీ 'తి' కానీ బహువచనానికి 'తిరి' వచ్చి చేరుతాయి. ఉత్తమ పురుషకు ఏక వచనంలో – 'తిని', బహువచనంలో 'తిమి' వస్తాయి".

సాధారణంగా భాషలలో క్రియారూప సంయోజనలో (ప్రత్యయాలు చేర్చినప్పుడు) కాలబోధక, లింగ, వచన, పురుష ప్రత్యయాల క్రమం ఈ కింది విధంగా ఉంటుంది.

క్రియాధాతువు + కాలబోధకప్రత్యయం + వచన/పురుష/లింగ బోధక ప్రత్యయం.
Verb + Tense marker + Person+Number+Gender

అయితే కొన్ని భాషలలో ఈ అన్ని రూపాలు ఉండకపోవచ్చు.

పైన చెప్పిన ప్రకారం తెలుగులో కేతన రాసిన కావ్య భాషాలక్షణం కూడా ఇదే క్రమంలో ఉంది.

వీటిలో చివరిదైన పురుష, వచన ప్రత్యయాలను ఈ కింది పట్టిక ద్వారా చూపవచ్చు.

పురుషలు	**ఏకవచనం**	**బహువచనం**
ప్రథమ	– ఎను	– ఇరి
మధ్యమ	– తివి/–తి	– తిరి
ఉత్తమ	– తిని	– తిమి

అయితే ఇక్కడ గుర్తించాల్సింది ఒకటుంది. భూతకాల ప్రత్యయంగా కేతన ఇచ్చిందీ, ప్రథమ పురుష ఏకవచనంగా ఇచ్చిందీ రెండూ ఒకే రూపాలు. ఇందులో మరో అంశం కూడా ఉంది. క్రియకు భూతకాల బోధకంగా 'ఎన్' చేర్చడం నిజంగా, అంటే అన్ని పురుషల్లోనూ, వచనాల్లోనూ లేదు. కనిపించదు. అంటే ప్రత్యేకంగా భూతకాల రూపం పూర్వపద్యంలో కేతన చెప్పినట్లు 'భూతార్థమున 'ఎన్' అగు' అనేది కలవడం లేదని గమనించాలి.

ఉదా: క్రియ+ఎను+ఎను అని కానీ, అలాగే క్రియ+ఎను+తివి/తి, తిని, ఇరి, తిరి, తిమి అని కానీ ప్రయోగాలు కావ్య భాషలో కనిపించవు. తర్వాత కేతన ఇచ్చిన ఉదాహరణ చూసినా మనకు ఈ విషయం స్పష్టంగా తెలుస్తుంది. (చూ.పద్యం 142 కింద).

ఆధునిక తెలుగులో ప్రథమ పురుష లింగ భేదాలను సంతరించుకుంది. కానీ ప్రాచీన తెలుగులో లింగ భేదం కన్పించదు. గమనించండి!

	ప్రాచీనం	**ఆధునికం**
	ఏక-బహు	ఏక-బహు
అతడు/	పలికెను-పలికిరి	పలికాడు-పలికారు
ఆమె/	పలికెను	పలికింది-పలికారు
అది	పలికెను	పలికింది-పలికాయి

అంటే ఆధునిక తెలుగులో ఏకవచనంలో పుంలింగ-పుంలింగేతర భేదం ఉండగా, బహువచనంలో మనుష్య - మనుష్యేతర భేదం కనిపిస్తుంది.

క. పలికెను బలికి రనంగాఁ
బలికితివి పలికితి మఱియుఁ బలికితి రనఁగాఁ
బలికితిని బలికితి మనఁగ
నలఘుమతీ వరుసతో నుదాహరణంబుల్ 141

పలికెను = పలికాడు/పలికింది; పలికిరి = పలికారు; పలికితివి/పలికితి= పలికావు; మఱియు = ఇంకా; పలికితిరి = పలికారు; అనఁగ = అనే విధంగా; పలికితిని= పలికాను; పలికితిమి = పలికాము; అనఁగన్ = అనే విధంగా; అలఘుమతీ = గొప్ప హృదయం కలవాడా (సహృదయుడా); వరుసతో = వరుసగా; ఉదాహరణంబుల్ = ఉదాహరణలు.

"పలికెను, పలికిరి, పలికితివి/ పలికితి, పలికితిరి, పలికితిని, పలికితిమి అని వరుసగా ఉదాహరణలు"

ఈ పద్యంలో 'పలుకు' అనే క్రియను (ధాతువును) తీసుకుని దానికి ఏక, బహువచనాలలో ప్రత్యయాలను చేర్చి ఉదాహరణలిచ్చాడు కేతన. ఇంతకుముందు పద్యం వివరణలోనే చెప్పినట్లు 'సామాన్యలింగ భేదం' నుండి పురుష - పురుషేతర అని ఏకవచనంలోనూ, మనుష్య - మనుష్యేతర అని బహువచనంలోనూ లింగభేదం పరిణామ క్రమంలో అభివృద్ధి చెందినట్లు పై ఉదాహరణను బట్టి అర్థం చేసుకోవచ్చు. వివరంగా తెలుసుకోవాలంటే ఇదే క్రియకు కావ్యభాషకు కేతన పైన ఇచ్చిన ఉదాహరణల పక్కనే ఆధునిక వ్యవహారంలో ఇవి ఎలా ఉన్నాయో చూద్దాం...

	కేతన ఉదాహరణలు/కావ్యభాష		ఆధునిక వ్యవహారం	
	ఏక	- బహు	ఏక	- బహు
ఉత్తమ	పలికితిని	- పలికితిమి	పలికాను	- పలికాము
మధ్యమ	పలికితివితి	- పలికితిరి	పలికావు	- పలికారు
ప్రథమ	పలికెను	- పలికిరి	పలికాడు(పు.)	- పలికారు (మనుష్య)
			పలికింది	- పలికాయి
			(పుంలింగేతర)	(మనుష్యేతర)

కావ్యభాషలో ఉన్న మధ్యమ, ప్రథమ పురుష ప్రత్యయభేదం ఆధునిక భాషలో పోయిన విషయం కూడా ఇక్కడ గమనించాల్సిన మరో అంశం. (మరికొన్ని వివరాలకు చూ: కృష్ణమూర్తి, భద్రిరాజు, 1961; 1981)

5.1.3. వర్తమానకాలం

క. డును దరు లొరులకు నెదిరికిఁ
దనరంగా దు దవు దరులు తనకు దను దమున్
జను నేకబహువచనములు
మనుసన్నిభ క్రియల వర్తమానార్థములన్ 142

డును, దరులు ఒరులకున్ = ఇతరులగురించి చెప్పేటప్పుడు 'డును', 'దరు' లనే ప్రత్యయాలు; ఎదిరికి = ఎదుటి వ్యక్తికి (వినేవారు/శ్రోత); తనరంగా = సరిపోయేటట్లుగా; దు, దవు, దరులు = దు లేదా దవు, దరు ప్రత్యయాలు; తనకు = మాట్లాడేవారికి/ వక్తకు; దను, దమున్ = దను, దము ప్రత్యయాలు; చనున్ = వస్తాయి; ఏక, బహు వచనములు= ఏకవచన, బహువచనాలు; మనుసన్నిభ = మనువుతో సమానమైన వాడా!; క్రియల = ధాతువుల; వర్తమాన + అర్థములన్ = వర్తమానకాలాన్ని తెలియజేసేటప్పుడు.

"వర్తమానకాలంలో ఏక, బహువచనాలలో ప్రథమపురుషకు డును - దరులును; మధ్యమ పురుషకు దు/దవు - దరులును; ఉత్తమ పురుషకు దను - దములును వరుసగా వచ్చి చేరుతాయి".

వర్తమాన కాలంగా కేతన చెప్పిన ఈ ప్రత్యయాలపై సూరయ్యకూ, ఇతరులకూ భేదాభిప్రాయం కనిపిస్తుంది. ఇది కింది పద్యంలో ఉదాహరణలప్పుడు చూద్దాం.

వర్తమాన కాలానికి చేరే ప్రత్యయాలు - కేతన ప్రకారం ఇవి.

	ఏక	బహు
ప్రథమ	-డును	-దరు
మధ్యమ	-దు/దవు	దరు
ఉత్తమ	దను	దము

క. అడిగెడు నడిగెద రనఁగా
నడిగె దడిగెదవు ధనంబు నడిగెద రనఁగా
నడిగెద నడిగెద మనఁబొ
ల్పడరంగా వరుసతో నుదాహరణంబుల్. 143

అడిగెడును = అడుగుతాడు/అడుగుతుంది; అడిగెదరు = అడుగుతారు; అనఁగా = అనే విధంగా; అడిగెదు/ అడిగెదవు = అడుగుతావు; ధనంబున్ = డబ్బును; అడిగెదరు= అడుగుతారు; అనఁగాన్ = అనే విధంగా; అడిగెదన్ = అడుగుతాను; అడిగెదము = అడుగుతాము; అనన్ = అనే విధంగానూ; పొల్పు+అడరంగా = చక్కగా; వరుసతో = వరుసగా; ఉదాహరణంబుల్ = ఉదాహరణలు.

"అడిగెడును, అడిగెదరు, అడిగెదు/ అడిగెదవు, అడిగెదరు, అడిగెదను, అడిగెదము అని వరుసగా ఉదాహరణలు"

దేవినేని సూరయ్య "పై యుదాహరణంబులన్నియు వర్తమానార్థములుగా గేతన యుదాహరించినాడు. కాని యవి తద్ధర్మ కాలమును దెలుపునవై యున్నవి. వర్తమానార్థమున నీ దిగువ రూపములుదాహరింపబడుచున్నవి" (పు. 110). అంటూ "గ్రాంథికభాష" వ్యవహారాలుగా చూపించే ఈ కింది ఉదాహరణలిచ్చాడు:

	ఏక	బహు
ప్రథమ	అడుగుచున్నాడు	అడుగుచున్నారు
మధ్యమ	అడుగుచున్నావు/ అడుగుచున్నాడవు	అడుగుచున్నారు అడుగుచున్నారరు
ఉత్తమ	అడుగుచున్నాను/ అడుగుచున్నాడను	అడుగుచున్నాము/ అడుగుచున్నారము (పు. 110)

కేతన తన 140 వ పద్యంలో "వర్తించునర్థమెఱుంగ బలుకుచో నున్నగా" అని సూత్రీకరించిన విషయం మనం ఇక్కడ గుర్తు చేసుకుంటే "ఉన్న" అనేది వర్తమాన కాలబోధక ప్రత్యయంగా చెప్పిన కేతన 'ఉన్న' లేని ఈ విధమైన ఉదాహరణలు ఎందువల్ల ఇచ్చాడో తెలుసుకోవాలంటే నన్నయ, తిక్కన మొదలైన కవుల ప్రయోగాలను, పరిశీలించాల్సి ఉంటుంది. వీటిని గురించి హరిశివకుమార్ ఇలా అన్నారు.

"వీనికి (వర్తమాన, భవిష్యత్ కాలాలకు) కేతన యిచ్చిన యుదాహరణములను పరిశీలించినచో వర్తమాన కాలమునకును, భవిష్యత్కాలమునకును భేదము గోచరింపదు. అంతేకాక అవి తద్ధర్మ - ఆశీరర్థకములతోడను దగ్గఱ సామ్యమును గల్గియున్నవి. ఇట్టి యభేదము నన్నయకు పూర్వశాసనములలో నెక్కువగా గన్పట్టును (ప్రాఙ్నన్నయ యుగము పు. 258). వర్తమాన కాల ప్రత్యయములుగా పేర్కొనినవి నన్నయ భారతమున నున్నవిగాని, యవియు భవిష్య దర్థస్ఫోరకములుగనే కన్పట్టుచున్నవి. (నన్నయభారతము 857 - 859). భూతకాల విషయమున మాత్రము భేదమేమియు గోచరింపదు. కాని యిట్టి రూపముల కంటెను, క్రియా జన్య విశేషణములపై సర్వనామములను జేర్చుట వలన కల్గిన భూతభవిష్యత్ వర్తమాన క్రియారూపములను నన్నయ బహుళముగ వాడినాడు. ఇట్టివి నన్నయకు పూర్వశాసనములలో గూడనున్నవి - ఱిచ్చినవాన్టు (ఇందకూరుశాస), రక్షించిన వానికి (నలజానంపాడు శాస). ఇట్టి ప్రయోగములలో భూతకాల క్రియా జన్య విశేషకమైన 'ఇన' ప్రత్యయము కన్పట్టుచున్నది. ఇట్లే నన్నయభారతమున 'వచ్చినవాడవు' ఇత్యాది ప్రయోగములలో గూడ 'ఇన' యనునదే క్రియాజన్యవిశేషక రూపముగా కన్పట్టుచున్నది. అందువలననే కర్త, కర్మ, క్రియల యందు 'ఇన' యనునది భూతార్థమును తెలుపునని చెప్పి 'పండినవాడు, పొడిచినవాడు' అనువాని నుదాహరించినాడు కేతన (ఆం.భా.భూ-179)."

ఇక్కడ కూడా మనకు మరొక సమస్య ఉంది. కాల బోధకంగా "చున్న" అని తీసుకోవాలా "ఉన్న" అని తీసుకోవాలా అన్నది. గ్రాంథిక భాషలో శత్రర్థకంగా చెప్పే చువర్ణం ఆధునిక భాషలో 'తు' వర్ణంగా కనిపిస్తుంది. ముఖ్యంగా అసమాపక క్రియల్లో వీటిని ముందుగా చూడాల్సి ఉంది.

గ్రాంథికం	వ్యవహారం
అడుగుచు	అడుగుతూ
వచ్చుచు	వస్తూ
పిలుచుచు	పిలుస్తూ

తెలుగులో అసమాపకక్రియ రూపొందే ప్రక్రియలో భిన్న ప్రాతిపదికలు కనిపిస్తాయి. ఉదాహరణకు 'వచ్చు' అనే ధాతువుకు విధ్యర్థకంలో రా, రండి అనే రూపాలు వస్తాయి. వ్యతిరేక రూపాలు, భావార్థక రూపాలు మొదలైనవి దీనిపై వచ్చి చేరుతాయి. రాను, రాలేను, రావడం మొదలైనవి. అందువల్ల 'ధాతువు'కు ప్రధానరూపంగా చెప్పుకునే రూపమే అన్ని సంయోజనాల్లోనూ, నిష్పన్నాలలోనూ ఉంటుందని సాధారణంగా భావిస్తాం. కానీ తెలుగు క్రియా నిర్మాణంలో ఏకరూపత లేదని దీనివల్ల తెలుస్తుంది.

ఏమైనప్పటికీ కేతన తానే చెప్పిన వర్తమాన కాలబోధక ప్రత్యయం 'ఉన్న' లేకుండానే ఇచ్చిన ఉదాహరణలు కింది పట్టికలో చూడవచ్చు.

	ఏక	**బహు**
ప్రథమ	అడిగెడును	అడిగెదరు
మధ్యమ	అడిగెదు/అడిగెదవు	అడిగెదరు
ఉత్తమ	అడిగెదను	అడిగెదము

కేతన ఇచ్చిన ఈ రూపాలను తర్వాత కాలంలో వివిధ అర్థాలలో కవులు వాడినట్లు కనిపిస్తుంది. కావ్య ప్రయోగాలను, వాటి సందర్భాలను తీసుకుని వివరంగా పరిశీలిస్తే తప్ప దీనిని గురించి ఇదమిత్థంగా తేల్చి చెప్పటం వీలుపడదని భావించవచ్చు.

భవిష్యత్కాలం:

క. ఉను దురు లొరులకుఁ జెప్పను
దనరఁగ దువు దురు లెదిరికిఁదనకు దును దుముల్
దనరఁగ నివి యేకబహువ
చనము లగు భవిష్యదర్థసంసూచకముల్. 144

ఉను దురులు = ఉను, దురు అనే ప్రత్యయాలు; ఒరులకున్ = ఇతరులకు; చెప్పను= చెప్పేటప్పుడు; తనరఁగ = స్పష్టంగా; దువు, దురులు = దువు, దురు అనే ప్రత్యయాలు; ఎదిరికి = ఎదుటి (వినే) వ్యక్తికీ; తనకు = మాట్లాడే వ్యక్తికి (వక్తకు); దును, దుముల్ = దును, దుము అనే ప్రత్యయాలు; తనరఁగన్ = చక్కగా; ఇవి = ఇవన్నీ; ఏకబహువచనములు= ఏక బహువచనాలు; అగు = అవుతాయి; భవిష్యత్ అర్థ = భవిష్యత్కాలం అర్థంలో; సంసూచకముల్ = తెలియ జెప్పే గుర్తులు.

"ప్రథమ పురుషలో ఉను, దురు లనేవి, మధ్యమ పురుషలో దువు, దురు లనే ప్రత్యయాలూ, ఉత్తమ పురుషలో దును, దుము అనేవి ఏక, బహు వచనాల్లో భవిష్యత్కాలాన్ని తెలియజేస్తాయి".

ఈ పద్యంలో కేతన చెప్పిన ప్రత్యయాలను ఈ కింది విధంగా పట్టికలో చూపించవచ్చు. అయితే పైనే చెప్పుకొన్నట్లు ఇవి నిజంగా భవిష్యత్కాల బోధకాలా అనే విషయంపై అభిప్రాయభేదాలున్నాయి.

	ఏక	బహు
ప్రథమ	– ఉను	– దురు
మధ్యమ	– దువు	– దురు
ఉత్తమ	– దును	– దుము

క. పలుకును బలుకుదు రనcగాc
బలుకుదువు పలుకుదు రనcగc బలుకుదు నర్థిన్
బలుకుదు మనcగా నిన్నియు
నలఘుమతీ వరుసతో నుదాహరణంబుల్. 145

పలుకును = పలుకుతాడు/పలుకుతుంది, పలుకుదురు = పలుకుతారు; అనcగాన్= అనే విధంగా; పలుకుదువు = పలుకుతావు; పలుకుదురు = పలుకుతారు; అనcగన్ = అనే విధంగా; పలుకుదున్ = పలుకుతాను; అర్థిన్ = కోరుతూ; పలుకుదుము = పలుకుతాము; అనcగాన్ = అనే విధంగా; ఇన్నియున్ = ఇవన్ని; అలఘుమతీ = గొప్ప మనస్సు గలవాడా; వరుసతోన్ = క్రమంగా; ఉదాహరణంబుల్ = ఉదాహరణలు.

"భవిష్యత్కాలానికి సంబంధించి పలుకును, పలుకుదురు (ప్రథమ) అనీ, పలుకుదువు, పలుకుదురు (మధ్యమ) అనీ, పలుకుదును, పలుకుదుము (ఉత్తమ) అనీ వరుసగా ఏక, బహువచనాల్లో ఉదాహరణలు".

ఇది కూడా 'భవిష్యత్కాలానికి' మాత్రమే చెందింది కాదనే వాదం ఉందని ముందే చెప్పుకున్నాం. దేవినేని సూరయ్య కూడా మళ్లీ ఒకసారి "పై రూపములను భవిష్యదర్థమున, గేతన యిచ్చినాడు గాని యివియు దద్ధర్మార్థకములే యగు. భవిష్య దర్థమున నీ దిగువ రూపములు సరియగును". (పు.112) అంటూ ఈ కింది విధంగా రూపాలు 'కల' ప్రత్యయంతో ఇచ్చాడు:

	ఏక	బహు
ప్ర	పలుకగలడు	పలుకగలరు
మ	పలుకగలవు	పలుకగలరు
ఉ	పలుకగలను	పలుకగలము

(పై పట్టికలో పలుకగలడు అని పుంలింగం ఇచ్చి, పలుకగలదు అని పుంలింగేతర పదం ఇవ్వలేదు)

కానీ ఈ 'కల/గల' ప్రత్యయం కూడా భవిష్యదర్థంలో కన్నా గూడా "సామర్థ్యార్థం"లోనే ఎక్కువగా వాడటం ఉంది. పైన అర్థవివరణలో ఇచ్చిన ఆధునిక రూపాలకు కూడా కేవల భవిష్యదర్థం లేదు. పట్టిక రూపంలో ఈ ఆధునిక రూపాలను మళ్లీ ఒకసారి చూద్దాం.

	ఏక	బహు
ప్ర	పలుకుతాడు/పలుకుతుంది	పలుకుతారు
మ	పలుకుతావు	పలుకుతారు
ఉ	పలుకుతాను	పలుకుతాము

వీటిని కూడా ప్రయోగాలను బట్టి భవిష్యత్, తద్ధర్మ రూపాలలో ఒకటిగా గ్రహించాల్సి ఉంటుందే తప్ప ఇవి కూడా భవిష్యత్ కాల రూపాలు అని చెప్పడానికి లేదు.

ఉదా: రేపు చెప్తాడు;	ఎప్పుడూ అదే చెప్తాడు	ఇప్పుడే చెప్తాడు
(భవిష్యత్)	(తద్ధర్మ)	(వర్తమానం)

పై క్రియా రూపాల చర్చ సారాంశం ఏమంటే తెలుగు క్రియారూపాలగురించీ, ముఖ్యంగా 'కాలబోధక' ప్రత్యయాల గురించీ ఇంకా విస్తృత పరిశోధన జరగాల్సి ఉంది అని!

5.2. మనుష్య, మనుష్యేతర వచనాల్లో క్రియ

క. స్థావర తిర్యక్ప్రతతుల
కేవెరవునఁ గ్రియలు పొందు నేకవచనమున్
దేవ మనుష్యాది క్రియగు
భావింపఁగ నేకవచన బహువచనంబుల్. 146

స్థావర = కదలని వాటి; తిర్యక్ ప్రతతులకు = జంతు, పక్షి సముదాయాలకు; ఏ వెరవునన్ = ఏవిధంగానైనా; క్రియలు పొందున్ = క్రియారూపాలు వస్తాయి; ఏకవచనమున్ = ఏక వచనంలో; దేవ మనుష్య+ఆది = దేవతలు, మానవులు మొదలైన వారి విషయంలో; క్రియ = క్రియా రూపం; భావింపఁగన్ = ఆలోచిస్తే; ఏక వచన బహు వచనంబుల్ = ఏక, బహు వచనాలు రెండూ ఉంటాయి.

"దేవతలు, మనుష్యులు మొదలైనవారికి క్రియారూపాలు ఏక బహువచనాలు రెండిట్లో వస్తాయి, కానీ మనుష్యేతరమైన స్థావర తిర్యక్కులలో అంటే కదలనివైన చెట్లు, కొండలు మొదలైన వాటికీ, పశుపక్ష్యాదులకూ ఏకవచనంలోనే క్రియలు వస్తాయి".

తెలుగుభాష క్రియా పరిణామం చాలా ఆసక్తికరంగా ఉంటుందని ఇంతకుముందే గుర్తించాం. కావ్య భాష లేదా గ్రాంథిక భాషగాచెప్పే ప్రాచీన తెలుగు క్రియానిర్మాణానికి, ఆధునిక తెలుగు క్రియా నిర్మాణానికీ పరిణామక్రమంలో కొన్ని మౌలికమైన మార్పులు చోటు చేసుకున్నాయి. ఆ వివరాలు తెలుసుకునేముందు మనం గుర్తించాల్సిన ముఖ్య విషయం ఒకటుంది. అది మొట్టమొదటి తెలుగు వ్యాకరణం తెలుగులో రాసిన కేతన క్రియ గురించి వివరిస్తున్నానంటూ ఒక వాక్య నిర్మాణ సూత్రాన్ని మొట్టమొదటిసారిగా ప్రతిపాదించాడు; అది కూడా ఎంతో తక్కువ మాటల్లో ఎంతో స్పష్టంగా. దీనికి మనం కేతన నిశిత దృష్టిని అభినందించక తప్పదు. దీనిని 'నామ క్రియా సమ్మతి సూత్రం' అంటే Noun-Verb Agreement Rule అని భాషాశాస్త్రంలో అంటారు. అంటే మామూలుగా భాషల్లో నామం ఏకవచనంలో ఉంటే క్రియా రూపం కూడా ఏక వచనంలోనూ; నామం బహు వచనంలో ఉంటే క్రియ కూడా బహు వచనంలోనూ ఉంటుంది. కానీ ప్రాచీన తెలుగులో నామం ఏకవచనంలో ఉన్నా, బహువచనంలో ఉన్నా, ఆ నామం గనక స్థావర, తిర్యక్కులకు అంటే దేవ మనుష్యేతర మైనదైతే క్రియారూపం రెంటికీ ఒక్క విధంగానే ఉంటుంది; అదే దేవ, మనుష్య నామాలకు ఏకవచనంలో క్రియ ఏకవచనంలోను నామం బహువచనంలో ఉంటే బహువచనంలోనూ ఉంటుంది.

(దేవినేని సూరయ్య దీనికింద " 'ఆది' (దేవమనుష్య+ఆది) శబ్దముచే యక్ష రాక్షసాది శబ్దములు గ్రాహ్యములు" అని మాత్రమే వివరణ ఇచ్చాడు).

పై సూత్రాన్ని బాగా అర్థం చేసుకోవాలంటే కేతన ఇచ్చిన ఉదాహరణలను పరిశీలించాలి. (చూ.కింది పద్యం).

క. శిల గదలె శిలలు గదలెను
బులి గఱిచెం బులులు గఱిచె బోటి చనియె బో
టులు చనిరి ముని యలరె మును
లలరిరి నా వరుసతో నుదాహరణంబుల్. 147

శిల + కదిలె = రాయి కదిలింది; శిలలు - కదిలెను = రాళ్లు కదిలాయి; పులి + కఱిచెన్ = పులి కరిచింది; పులులు + కఱిచె = పులులు కరిచాయి; బోటి చనియె = స్త్రీ వెళ్లింది; బోటులు చనిరి = స్త్రీలు వెళ్లారు; ముని - అలరె = ముని ఉన్నాడు; మునులు - అలరిరి = మునులు ఉన్నారు; నా = అనే విధంగా; వరుసతోన్ = క్రమంగా, వరుసగా; ఉదాహరణంబుల్ = ఉదాహరణలు.

"శిలకదలె, శిలలు కదలెను; పులికఱిచె, పులులు కఱిచె; బోటి చనియె, బోటులు చనిరి; మునియలరె, మునులు అలరిరి అనేవి వరుసగా ఉదాహరణలు".

పైన చెప్పిన సూత్రంలో కేతన మూడు విధాలుగా నామాలను వర్గీకరించాడు. ఒకటి స్థావరాలు అంటే కదలని వస్తువులు (చెట్లు, రాళ్లు మొదలైనవి); రెండు తిర్యక్కులు అంటే పశుపక్ష్యాదులు (వాటిని అడ్డంగా నడిచేవి అని అన్నాడు దేవినేని సూరయ్య); మూడు దేవమనుష్యాదులు - అంటే మనుషులతోపాటు దేవతలు మొదలైన వారు (అందువల్లనే సూరయ్య యక్షులు, రాక్షసులు మొదలైనవారు అన్నాడు; కావ్యాలలో వచ్చే యక్ష, కిన్నర, కింపురుష, గంధర్వ, అసుర ఇలా ఎన్నైనా చేర్చవచ్చు ఈ 'ఆది' అంటేమొదలైన అనేచోట). ఆవిధంగా;

1) స్థావర (కదలనివి) : శిల కదిలె (ఏక)
శిలలు కదిలె (బహు)

శిల - శిలలు రెంటికీ 'కదిలె' అనేదే క్రియ.

2) తిర్యక్కులు : పులి కఱిచెన్ (ఏక)
పులులు కఱిచె (బహు)

3) మనుష్య (మొ॥) : బోటి చనియె (ఏక)
బోటులు చనిరి (బహు)

ముని అలరె (ఏక)
మునులు అలరిరి (బహు)

చనియె - చనిరి; అలరె - అలరిరి అని ఏక - బహు వచన భేదాలు కనిపిస్తాయి.

అయితే ఆధునిక తెలుగులో ప్రథమ పురుష క్రియా రూపాల్లో రెండు ముఖ్యమైన మార్పులు చోటు చేసుకున్నాయి. ఇప్పటి తెలుగులో ఏక వచనంలో 'పురుష–పురుషేతర' అనే భేదం క్రియల్లో కనిపిస్తుంది. అంటే పురుష ప్రత్యయం - డు కాగా, స్త్రీ, మనుష్యేతరాలకు - ది ప్రత్యయం వస్తుంది. కానీ బహు వచనరూపాల్లో ఈ భేదం మారిపోయి మనుష్య - మనుష్యేతరగా మారుతుంది. ఈ విషయం ఇంతకుముందు చెప్పుకున్నాం. అంటే కేతన ఇచ్చిన ఉదాహరణలను ఆధునిక తెలుగులో రాయాలంటే ఈ కింది విధంగా ఉంటాయి;

ఏక	బహు
శిల కదిలింది	శిలలు కదిలాయి
పులి కరిచింది	పులులు కరిచాయి
స్త్రీ వెళ్లింది	స్త్రీలు వెళ్లారు
ముని ఉన్నాడు	మునులు ఉన్నారు

ఈ భేదం తెలుగులో ఎప్పుడు ఎలా ప్రారంభమయిందో పరిశోధించాల్సిన అవసరం ఉంది. కానీ ఇక్కడ ఇంకో విషయం కూడా గుర్తించాలి. క్రియారూప భేదాలు గ్రాంథిక, వ్యవహారాల్లో మొదటి నుంచీ ఉన్నాయేమో అన్న విషయం. దీనిని ఇంకా వివరంగా పరిశోధించాల్సి ఉంది. ఆధునికమాండలికాలలో కూడా క్రియారూప భేదాలు స్పష్టంగా కనిపిస్తాయి.

5.2.1. భావార్థకం

క. ఉటపరపదములె క్రియ లగు
చుటలొక్కెడ యుటలు పుటలు చుట్టంబులఁద్రో
వుట ద్రోయుట యన చుటలున్
బుటలును నగు సంస్కృతంబు పొందినచోటన్. 148

ఉట పరపదములు + ఎ = ఉట అనే ప్రత్యయానికి ముందు ఉన్న మాటలే; క్రియలు + అగు = క్రియలు అవుతాయి; చుటలు = చుట ప్రత్యయాలు; ఒక్కెడ = కొన్ని చోట్ల; యుటలు = యుట ప్రత్యయం (కొన్నిసార్లు); పుటలు = పుట ప్రత్యయం (మరికొన్ని సార్లు); చుట్టంబులన్ = బంధువులను; త్రోవుట/త్రోయుటయన = త్రోవుట లేదా త్రోయుట అనే విధంగా; చుటలున్, పుటలునున్ = చుట, పుటలు; అగు = వస్తాయి; సంస్కృతంబు = సంస్కృత పదాలు; పొందినచోటన్ = వచ్చి చేరిన సందర్భాలలో.

"ఉట అనే దానికి ముందున్న పదాలే క్రియలవుతాయి. కొన్నిసార్లు చుట అనే ప్రత్యయం కానీ యుట అని గానీ వుట అని గానీ త్రోవుట, లేదా త్రోయుట అనే విధంగా వస్తాయి. చుటలు, పుటలు సంస్కృత పదాలు వచ్చి చేరిన చోట కనిపిస్తాయి".

క్రియారూపాలకు ఏదైనా ప్రత్యయం చేర్చడం వల్ల భావార్థకం నిష్పన్నమవుతోంది. అప్పుడు ఆ నిష్పన్న రూపానికి ముందున్నది 'క్రియారూపమే' నని కేతన చెప్తూ, ఈ <u>ఉట</u> ప్రత్యయం క్రియకు చేరడమే కాక అది కొన్నిసార్లు <u>చుట</u> అనీ, ఒక్కొక్కసారి <u>యుట</u> లేదా <u>పుట</u> అనే విధంగా వాడటం జరుగుతుందనీ, కానీ సంస్కృత పదాలకు మాత్రం చుట లేదా పుట అనే ప్రత్యయాలే వస్తాయనీ చెప్పాడు.

ఇది క్రియ నుండి భావార్థకం అయిన రూపం నిష్పన్నమయ్యే (Derivational) ప్రక్రియ. ఈ క్రియలకు కొన్ని ప్రత్యయాలు చేర్చడం ద్వారా వివిధ రూపాలైన ఇతర పదాలను రూపొందించవచ్చు. వాటిని తర్వాత వ్యాకర్తలు వేర్వేరుగా సంకేతించారు.

సాధారణంగా 'ఉట' అనే ప్రత్యయరూపం చేర్చక/చేరక ముందు క్రియారూపమే ఉందనీ, తెలుగులో చుట, యుట, పుట ప్రత్యయాలుగా అది కొన్నిచోట్ల కనిపిస్తే, సంస్కృత పదాలు వాడే చోట చుట, పుట మాత్రమే వస్తాయనీ వర్ణించాడు కేతన.

అంటే ఈ సూత్రంలో కూడా సంస్కృత, సంస్కృతేతర అని తెలుగు క్రియలను రెండుగా వర్గీకరించి, వాటికి చేర్చే ప్రత్యయ రూప భేదాలన్నింటినీ చూపించాడు కేతన. ఇంకో రకంగా చెప్పాలంటే కేతన చూసిన భేదాలన్నీ 'ఉట' ప్రత్యయాలేననీ, ఉట చేరినప్పుడు తెలుగు క్రియలలో ఒక్కొక్కసారి 'చు' కానీ, 'యు' కానీ 'వు' కానీ అదనంగా (Addition) చేరుతాయనీ, అలాగే సంస్కృత క్రియలకు '<u>చు</u>', లేదా '<u>పు</u>' ఆదేశంగా వచ్చి చేరుతాయనీ సాధారణీకరించవచ్చు. అయితే ఏవి ఎక్కడ ఎందుకు ఏ విధంగా వస్తాయో వివరించాల్సిన అవసరం ఉంటుంది.

కేతన 'ఉట' అన్న దానిని చిన్నయసూరి 'ట' ప్రత్యయంగా పేర్కొని 'టవర్ణకంబు భావార్థంబునందగు' అని సూత్రీకరించాడు. (క్రియ –35)

తెలుగు ఉదాహరణలు : త్రోయుట/త్రోవుట, చంపుట

తత్సమ క్రియారూపాలకు 'ఇంచు' తర్వాతే 'ట' చేరుతుంది.

సంస్కృత ఉదాహరణలు : భుజించుట,

సంస్కృత/ తత్సమ పదాలపై వచ్చే 'ఇంచు' కూ, తెలుగు మాటలపై చేరే 'ఇంచు'కూ అర్థంలోనూ వాక్య నిర్మాణ రీత్యా తేడా ఉన్నట్లుగా తెలుస్తుంది. ఉదాహరణకు భుజించు,

శిక్షించు, రక్షించు మొదలైన వాటికీ, 'చంపించు, రాయించు' వంటి వాటికీ అర్థంలోనూ, ప్రయోగంలోనూ కనిపించే తేడాలను మరింతలోతుగా అధ్యయనం చేయాల్సి ఉంది. 'చుట' ప్రత్యయం భావార్థంలో కన్నా ప్రేరణార్థంలో ఎక్కువగా చేరుతుంది. దీనిని కింద పద్యంలో వివరించాడు. హరి శివకుమార్ "నన్నయ అగుటయున్ (ఆది 2-154) చెప్పుటయున్ (ఆది 1-33) వంటి వానిని ప్రయోగించినాడు" (పు.139) అని ఉదాహరణలిచ్చాడు.

5.2.2. ప్రేరణార్థకాలు

క. పుటచేతనైన నొరుcబం
పుట చుటచే నైన నొరులc బుత్తెంచుట చే
యుట యుటచే నగు ననియా
పటుమతి యగు నూత్నదండి ప్రకటముచేసెన్. 149

పుట చేతన్ అయిన = 'పుట' అనే ప్రత్యయం వాడటం వల్ల కానీ; ఒరున్ = ఇతరులను; పంపుట = పంపడం (వెళ్లమని చెప్పడం); చుటచేన్ ఐనన్ = చుట ప్రత్యయం వల్ల అయినా; ఒరులన్ = ఇతరులను (మరొకరిని); పుత్తెంచుట = పంపించడం, చేయుట= చేయడం (అనే రూపం); యుట చేన్ = యుట అనే ప్రత్యయం చేరడం వల్ల; అగున్ అని= అవుతుందని; ఆ పటుమతి + అగు = ఆ గట్టి మనస్సు గలవాడైన; నూత్న దండి= నూతన (అభినవ) దండి అనే బిరుదుగల కేతన; ప్రకటము చేసెన్ = ప్రకటించాడు (తెలియజేసాడు).

" 'పుట' అనే ప్రత్యయం 'పంపుట' వంటి వాటికీ, 'చుట' అనే ప్రత్యయం 'పుత్తెంచుట' వంటి క్రియలకూ, 'యుట' అనే ప్రత్యయం 'చేయుట' వంటి క్రియలకూ చేరుతాయి".

ఈ పద్యం ఇప్పటివరకూ కేతన చెప్పిన విధానానికి భిన్నమైనది, విలక్షణమైనది. ఇక్కడ ప్రత్యయం దాని పక్కనే ఒక ఉదాహరణ ఇస్తూ తెలుగుక్రియలలో మూడు రకాల ప్రత్యయాలు 'పుట, చుట, యుట' అనేవి వచ్చి చేరుతాయనీ, అవి వరుసగా 'పుట' అంటే 'పంపుట' వంటి క్రియలలో చేరేదనీ, 'చుట' ప్రత్యయం పుత్తెంచుట వంటి వాటికీ, 'యుట' ప్రత్యయం చేయుట వంటిక్రియలకూ వచ్చి చేరుతాయని ఇస్తూ, ఒకే పద్యంలో ప్రత్యయభేదం, దాని ఉదాహరణ పక్కపక్కనే ఇచ్చాడు. అలాగే తన పద్ధతిలోనే ఉదాహరణకు ముందు వాక్య పూరకంగా, అర్థస్ఫోరకంగా ఉండేలా 'ఒరులన్' అని చేర్చాడు. అంటే 'పంపడం' అనే క్రియతో 'ఇతరులను' అనే పదం చేర్చడం వల్ల కర్త (ఎవరు అనే విషయం)

అవసరం లేకుండానే వాక్యార్థస్ఫూర్తి కలుగుతుంది. అలాగే 'చుట' అనే ప్రత్యయానికి 'పుత్తెంచుట' అనే ఉదాహరణ చూపుతూ దీనికి కూడా 'ఇతరులను (ఒక పనిమీద) పంపించటం' అనే వాక్యార్థాన్నిచ్చేలా 'ఒరులన్ పుత్తెంచుట' అని ఉదాహరణనిస్తూ, 'చుట' ఇలాంటి వాటికి చేరుతుందని వివరించాడు. అలాగే 'యుట' అనే ప్రత్యయంతో 'చేయుట' ఏర్పడుతుందని కూడా ఈ క్రమంలోనే చేర్చాడు.

ఈ పద్యం రెండు మూడు విధాలుగా ప్రత్యేకతను కలిగి ఉందనిపిస్తుంది. ఇంతకు పూర్వం కేతన సూత్రాన్ని, ఉదాహరణలను విడివిడిగా చూపించాడు. విడివిడిగా అంటే విడివిడి పద్యాలలో కానీ, ఒకే పద్యంలో మొదటిభాగం 'సూత్రం రెండో భాగంలో ఉదాహరణ ఇవ్వడం అనే విధంగా కానీ అని అర్థం. కానీ ఈ పద్యంలో దానికి భిన్నంగా ప్రత్యయం వెంటనే ఉదాహరణ ఇవ్వడం జరిగింది. ఎందుకంటే ఈ మూడూ భాషా సాధారణ (సామాన్య) సూత్రాలు కావు. ఇవి అపవాదాలు (exceptions), అంటే తిను, కొను, అమ్ము, మాట్లాడు, పలుకు వంటి అనేక క్రియలకు ఈ ప్రత్యయాలు చేరవు. ప్రేరణార్థంలో (కావ్య భాషలో) వచ్చి చేరే 'చుట' గురించి దీని కింది పద్యంలో వివరణ ఉంది.

అయితే ఇక్కడ గమనించాల్సిన మరో ముఖ్య విషయం ఉంది. అసలు ప్రత్యయం ఏమిటి? అన్నది. ఎందుకంటే ఈ మూడింటిలోనూ (-ట) అనేది కనిపిస్తుంది. అలాంటప్పుడు (-ట)ని సాధారణ ప్రత్యయంగా తీసుకుంటే, అన్ని తెలుగు క్రియా రూపాలూ తినుట, కొనుట, అమ్ముట, మాట్లాడుట సాధించవచ్చు; అలాగే పంపుటలో- పుటను, పుత్తెంచుటలో-చుటను, చేయుటలో - యుటను విడదీస్తే మనకు మిగిలేవి పం-; పుత్తెం; చే- మాత్రమే. అయితే ఇవి క్రియా రూపాలుగా గ్రహించలేం. అందువల్ల కేతన చెప్పిన ఈ సూత్రం వ్యాకరణ రీత్యానూ, భాషా శాస్త్రరీత్యానూ సమ్మతమైందిగా అనిపించదు.

మరో విషయం చిన్నయసూరి బాలవ్యాకరణంలో వీటిని ఈ విధమైన ప్రత్యయాలుగా గ్రహించలేదు, సూచించలేదు అన్న సంగతి. అయితే 151 పద్యం (కింద)లో కేతన ఇచ్చిన ఉదాహరణలు చూస్తే ఆయన -ట ప్రత్యయాన్నే సామాన్య ప్రత్యయంగా గుర్తించినట్లు తెలుస్తుంది.

క. పలుకుట పలికించుటయును
నలుగుట యలిగించుటయును నబలలు మదిలో
వలచుట వలపించుటయును
తలఁచుట తలపించుటయు నుదాహరణంబుల్. 150

పలుకుట, పలికించుట యును = మాట్లాడటం, మాట్లాడించటం; అలుగుట, అలిగించుట యును = అలక (కోపం) చెందటం లేదా మరొకర్ని అలిగేలా చేయడం, అబలలు = స్త్రీలు; మదిలో = మనస్సులో; వలచుట, వలపించుటయును = ఇష్టపడటం, ఇష్టపడేలా చేసుకోవడం; తలచుట, తలపించుట = అనుకోవడం, అనుకునేలా చేయడం; ఉదాహరణంబుల్ = ఉదాహరణలు.

"పలుకుట, పలికించుట; అలుగుట, అలిగించుట; వలచుట, వలపించుట; తలచుట, తలపించుట అనేవి ఉదాహరణలు".

150వ పద్యానికి, 151వ పద్యానికి మధ్య అనుసంధానంగా ఉండాల్సిన అంశాలు లోపించినట్లు దీని ద్వారా అనుమానం కలుగుతోంది. కేతన తర్వాత కాలంలోని వ్యాకర్తలు -ట ప్రత్యయాన్ని భావార్థక ప్రత్యయం అనీ, ప్రేరణాత్మక ప్రత్యయం (-ఇంచు) అనీ పేర్కొన్నారు. వారి ప్రకారం సకర్మక, ప్రేరణ క్రియల ప్రత్యయాలు ధాతువులకు అంటే క్రియాప్రాతిపదికలకు (verb roots or stems) చేరే ప్రక్రియ ఈ కింది విధంగా ఉంటుంది.

ధాతువు	**సకర్మక**	**ప్రేరణ**
పలుకు	పలుకుట	పలికించుట
అలుగు	అలుగుట	అలిగించుట
వలచు/వలపు	వలచుట	వలపించుట
తలచు	తలచుట	తలపించుట

(కేతన ఇచ్చిన (ప్రత్యయం) (-ఉట); (ఇతరులు - ట))
(కేతన : (చుట); ఇతరులు (ఇంచు))

కేతన ప్రకారం తీసుకుంటే ఆయన -ట ప్రత్యయాన్ని సకర్మక క్రియ భావార్థకంగా చెప్పకుండా -ఉటను తీసుకొని ఉదాహరిస్తూ వాటికి ప్రేరణార్థక ప్రత్యామ్నాయాలుగా -చుట రూపాలుగా పలికించుట, అలిగించుట, వలపించుట, తలపించుట ఉదాహరణలుగా ఇచ్చాడు. అయితే ధాతురూపానికీ, -చుట ప్రత్యయానికీ మధ్యన కనిపించే '-ఇన్' ఏమిటో దానిని ఎలా అర్థం చేసుకోవాలో వివరించలేదు కేతన. అందువల్లనే చిన్నయసూరి '-ఇంచు' ప్రత్యయాన్ని ప్రేరణార్థకంగా పేర్కొన్నాడు.

ఈ ప్రత్యయాలు చేరినప్పుడు జరిగే అర్థ సంబంధమైన మార్పుల్ని ఆధునిక భాషా శాస్త్రవేత్తలే తెలిపారు. 'తలపించు' అనే క్రియారూపానికి 'తలచు' అనే క్రియారూపానికీ అర్థంలో సామ్యం లేకపోగా ఎంతో భేదం ఉందని అంగీకరించక తప్పదు.

పైన చర్చించిన విషయాల గురించి దేవినేని సూరయ్య ఏమీ చెప్పలేదు. కేవలం "వివరణ: పుటకు ఉదాహరణము - పంపుట; చుటకు - పుత్తెంచుట, యుటకు - చేయుట మొ॥" (పు. 114) అని మాత్రమే వివరించాడు.

హరిశివకుమార్ ఈ విషయాన్ని అసమాపక క్రియలు అనే శీర్షిక కింద చర్చిస్తూ "(1) 'ఉట' అనునది అంతమందు గల పదములు క్రియలగును (ఆం. భా. భూ-148) అని చెప్పాడు. కానీ 148 వ పద్యంలో ఈ అర్థం కనిపించదు. తర్వాత చిన్నయసూరి కూడా "ట వర్ణంబు భావంబునందగు - భావం బనగా ధాత్వర్థంబు" అని చెప్పి 'ట' వర్ణాంత ధాతువులను చెప్పినాడు (పు. 139). అలాగే "(2) ప్రేరణంబున 'చుట' అనునది క్రియల చివర చేరును (ఆ. భా. భూ. 149)" అని చెప్తూ శివకుమార్ శాసనాలలోని నన్నయలోని ప్రయోగాలు ఉదాహరించాడు. కానీ ఉట-టల భేదాల గురించి గానీ, చుట, ఇంచుట భేదాల గురించి కానీ ఏమీ చెప్పలేదు. వీటి గురించి కూడా విస్తృత పరిశోధన జరగాల్సి ఉంది.

క. అసమస్త లఘుద్వ్యక్షర
లసితము లగు తత్సమంబులం జెప్పెడిచో
పొసఁగు నియించుటయున్ గ్రియ
లసదృశ యించుటయె క్రియల నగు పెఱయెడలన్. 151

అసమస్త = కొన్ని; లఘు = హ్రస్వ; ద్వి+అక్షర (=ద్వ్యక్షర) రెండక్షరాల; లసితములగు= ఉండేటటువంటి (అంటే రెండు లఘు అక్షరాలతో కూడిన); తత్సమంబులన్ = తత్సమ పదాల గురించి; చెప్పెడి చో = చెప్పేచోట; పొసగున్ = ఒప్పుతుంది; సరిపోతుంది; ఇయించుటయున్ = 'ఇయించు' అనే ప్రత్యయం కూడా; క్రియల = క్రియలందు; అసదృశ = సాటిలేని వాడా! యించుటయె = 'ఇంచుట' మాత్రమే; క్రియలన్ + అగు = క్రియలలో చేరుతుంది; పెఱయెడలన్ = ఇతరచోట్లలో.

"కొన్ని తత్సమ పద క్రియారూపాలలో రెండు హ్రస్వాక్షరాలు ఉన్నప్పుడు 'ఇయించుట' అనే ప్రత్యయం చేరుతోంది, మిగిలిన అన్నిచోట్ల 'ఇంచుట' ప్రత్యయమే క్రియారూపాలలో చేరుతుంది".

ఈ పద్యంలోని సూత్రం ద్వారా కేతన 'ఇంచుట' ప్రత్యయాన్ని సరిగ్గా చెప్పాడు. అన్ని క్రియలకూ 'ఇంచుట' ప్రత్యయమే వచ్చి చేరుతుందనీ, కేవలం రెండు హ్రస్వాక్షరాలు (లఘు అక్షరాలు (హ్రస్వ = భాషా ధ్వనిలో వాడేది; లఘు = ఛందస్సులో వాడేది) ఉన్న

తత్సమ క్రియలపై మాత్రమే 'ఇయించుట', అనే ప్రత్యయం వస్తుందనీ చెప్పడం ద్వారా కేతన 'చుట' అన్నప్పుడు 'ఇన్' ప్రస్తావన చేయని విషయాన్ని గుర్తించినట్లు భావించాలి. లేదా 150, 151 పద్యాలలో చెప్పిన వాటిని అపవాదాలుగానూ 152లో చెప్పిన సూత్రాన్ని సామాన్య సూత్రంగానూ పరిగణించడం సరియైన విధంగా కేతనను అర్థం చేసుకోవడానికి దోహదం చేస్తుందని అనుకోవాలి. అప్పుడు ఈ ప్రత్యయానికి సంబంధించిన అన్ని సపదాంశాలనూ (allowmorphs) కేతన "వర్ణనాత్మక భాషా శాస్త్ర పద్ధతి"లో వర్ణించాడని గుర్తించక తప్పదు.

దేవినేని సూరయ్య; "దీర్ఘాక్షరములు కాని కొన్ని ధాతువులకు 'ఇంచు' పరంబగునప్పుడు 'ఇయ' అనునది వికల్పముగా పూర్వభాగమున వచ్చుననియు, దీర్ఘాక్షరములగు ధాతువుల మీదనున్న ఇంచు అనుదానికి పూర్వమున 'ఇయ' అనునది రాదని యెఱుగ వలయు" (పు. 115) అని చెప్పాడు.

హరి శివకుమార్ "ఈ 'ఇంచు'గాగమమునకు బదులు కొన్నిచోట్ల 'ఇయుంచుట' (ఇయుడాగమము) అనునదియు వచ్చును; (వరించుట- వరియించుట ఆం. భా. భూ. 150). కేతన దానిని సంస్కృత ధాతువులపైన విధించగా, సూరి దీనిని 'నగించు' వంటి తెలుగు ధాతువులపైన కూడా విధించినాడు (బాల. క్రియా. 50). నన్నయలో తెనుగు ధాతువులమీద ఇయుడాగమము కన్పట్టదు. కేతన చూపిన యుదాహరణములు కూడా సంస్కృత ధాతువులపైన కలిగినవే యగుట గమనార్హము" (139). అని చెప్పి, కేతన చాలా జాగ్రత్తగా నన్నయ ప్రయోగాల ఆధారంగా తన వ్యాకరణాన్ని రూపొందించినట్లు స్పష్టం చేసాడు.

క. వరియించుటయు వరించుట
తిరముగ నుతియించుటయు నుతించుట బలిమిన్
బరు భంజించుటయును సం
హరించుటయు వరుసతో నుదాహరణంబుల్. 152

వరియించుటయు వరించుట = ఇయించుతో వరియించుట (వర అనే రెండు హ్రస్వాక్షరాలు కలిగిన తత్సమ ధాతువుకు) అనీ; వరించుట = వరించుట అని 'ఇంచుట' తో కూడా; తిరముగ = స్థిరంగా; నుతియించుటయు = నుతి + ఇయించుట (నుతి = రెండు లఘు అక్షరాలు) = పొగుడుట; ప్రార్థించుట; నుతించుట = నుతి + ఇంచుట; బలిమిన్ = బలంతో (శక్తితో); పరు = ఇతరులన్; భంజించుటయును = భంజ్ + ఇంచుట = విరుచుట; సంహరించుటయు = చంపడం; వరుసతో = క్రమంగా; ఉదాహరణంబుల్ = ఉదాహరణలు.

“వరియించుట, వరించుట, నుతియించుట, నుతించుట, భంజించుట, సంహరించుట మొదలైనవి వరుసగా ఉదాహరణలు”.

రెండులఘు అక్షరాలు కలిగిన తత్సమ ధాతువులకు ఉదాహరణగా వర, నుతి అనే రెండు అక్షరాల పదాలను తీసుకుని వాటికి రెండు ప్రత్యయరూపాలూ - ఇయించుట, ఇంచుట చేరడాన్ని ఉదాహరిస్తూ, భంజించుట, సంహరించుట అనే రెండు లఘు అక్షరాలు కాని వాటికి ఉదాహరణలుగా తీసుకుని ‘ఇంచుట’ మాత్రమే చేరడానికి ఉదాహరణగా ఇచ్చాడు.

5.4. ప్రార్థన, ప్రశ్న, సంశయం, నిశ్చయం, తెగడటం

తే. ప్రార్థనార్థంబుచోటను బ్రశ్నచోట
సంశయం బుండుచోట నిశ్చయము చోటఁ
దెగడుచోటను నేత్వంబు తెనుఁగునందు
నోయొ లొందును సంశయం బొందుచోట. 153

ప్రార్థన+ అర్థంబుచోటను = కోరే సందర్భంలోనూ; ప్రశ్నచోట = ప్రశ్నించే (=అడిగే)టప్పుడు; సంశయంబు + ఉండుచోట = సందేహాన్ని అడిగేటప్పుడు; నిశ్చయముచోట = కచ్చితంగా చెప్పేటప్పుడు; ఏత్వంబు = ‘ఏత్వం’ (ఏకారం); తెనుగునందు= తెలుగులో; ఓ, (యొ)లు= ఓ లేదా ఒ(యొ) లు = దీర్ఘమైన ఓ కారం కానీ, హ్రస్వ ఒ కారం కానీ; ఒందును = పొందుతాయి (వస్తాయి); సంశయం బుండుచోట= ఒక్క సందేహమే ఉన్నప్పుడు.

“కోరేటప్పుడు, ప్రశ్న వేసేటప్పుడు, సందేహాన్ని వ్యక్తం చేసేటప్పుడు; నిర్ధారణగా చెప్పేటప్పుడు, తిట్టేటప్పుడు (వాదించేటప్పుడు) తెలుగులో ‘ఏత్వం’ వస్తుంది; అయితే సందేహం తెలియజేసేటప్పుడు ‘ఓ, ఒ’లు వస్తాయి”.

ఆధునిక భాషాశాస్త్రం ప్రకారం ఈ సూత్రాన్ని వాక్యనిర్మాణానికి సంబంధించిందిగా పరిగణిస్తారు. అయితే కేతన దీనిని క్రియా రూప నిర్మాణంలో భాగంగా చూపించాడు. ఎందుకంటే క్రియాంతభాష అయిన తెలుగు వంటి భాషలలో వాక్యనిర్మాణం ఎక్కువగా క్రియాపూరకంపై ఆధారపడుతుంది. ఏదైనా ఎవరినైనా కోరినప్పుడు (ఉదా: ఈ పుస్తకం నాకు ఇవ్వవా?); ఎవరినైనా, దేనినైనా ప్రశ్నించినప్పుడు (రేపు మీరు వస్తున్నారా?); సందేహం కలిగినప్పుడు (ఈ బొమ్మ బాగుందా? ఆబొమ్మా!); కచ్చితంగా చెప్పేటప్పుడు (ఇది మంచిదే!); ఎవరినైనా తిట్టేటప్పుడు (చావవే) - ఇలాంటి సందర్భాలలో చాలా

వాటిలో క్రియపైనే ఆయా అర్థాలను సూచించే 'చిరుప్రత్యయం' (particle) చేరటం సామాన్యం. అయితే ఈ చిరుప్రత్యయం ఎప్పుడూ, అన్ని సందర్భాలలోనూ క్రియపైనే వస్తుందనడానికి లేదు. emphatic particle గా ఇంగ్లీషులో పేర్కొనేదాన్ని కూడా కేతన 'నిశ్చయముచోట' అని గుర్తించి సూత్రీకరించడం ఆశ్చర్యకరం. ఈ విషయాలపై మరింత వివరంగా 'తెలుగు వాక్యం' (రామారావు, చేకూరి, 1975) లో తెలుసుకోవచ్చు.

ఈ ఒక్క సూత్రం ద్వారా ఐదు రకాల వాక్యార్థ భేదాలను ఒకే ఒక్క 'ఏత్వం' సూచిస్తుందన్న విషయాన్ని చెప్పడం, దానిలోనే సంశయానికి (సందేహార్థకం) 'ఓ, ఒ' కూడా వస్తాయని చెప్పడం కేతన మొట్టమొదటిసారిగా తెలుగుకు ప్రతిపాదించాడు. ఆధునిక తెలుగులో ఈ 'ఏత్వం' 'ఆ' గా మారింది. ఈ విషయాన్ని ఉదాహరణలను వివరించేప్పుడు కింది పద్యంలో చర్చించటం జరుగుతుంది.

దేవినేని సూరయ్య సూత్రాన్ని యథాతథంగా వచనంలో ఇచ్చాడు. (పు.116). హరిశివకుమార్ కూడా అలాగే చెప్తూ (పు.140), నన్నయ్య ప్రయోగాలు కొన్ని చూపించాడు.

క. పోవే వానలు గలవే
నీవే ననుఁ బిలిచి తిపుడు నియతుం డతఁడే
నీవు పొలియవే యమృతమొ
త్రావును విషమోయనఁగ నుదాహరణంబుల్. 154

పోవే = వెళ్లవా (కోరడం); వానలుగలవే = వర్షాలు ఉన్నాయా (ప్రశ్న); నీవేనను పిలిచితి + ఇప్పుడు = ఇప్పుడు నన్ను పిలిచింది నువ్వేనా (సందేహం); నియతుండు + ఇతడే = క్రమశిక్షణ గలవాడు ఈయనే (నిశ్చయం); నీవు పొలియవే = నువ్వు చావు+ (తిట్టు (తెగడు)); అమృతమొ = చావు లేకుండా చేసే ద్రవం + 'ఒ'; త్రావును = తాగుతాడు/తాగుతుంది; విషమో = చనిపోయేలా చేసే ద్రవం +ఓ; అనగన్ = అనే విధంగా; ఉదాహరణంబుల్ = ఉదాహరణలు.

"పోవే, వానలుగలవే, నీవే నను ఇప్పుడు పిలిచితి; నియతుండు ఇతడే, నీవు పొలియవే, అమృతమొ, విషమో త్రావును – ఇవీ వరుసగా ఉదాహరణలు".

గ్రాంథిక భాషలో 'ఏత్వం'లో వ్యక్తీకరించే ఐదు రకాల భేదాలు ఆధునిక భాషలో 'ఆ' తో వ్యక్తమవుతాయి. కానీ సంశయానికి మాత్రం 'ఓ' నే వస్తుంది. కింది ఉదాహరణలను చూడండి :

	కేతన ఉదాహరణలు 'ఏ'	ఆధునిక భాష 'ఆ'
1) ప్రార్థన :	పోవే	పోవా!
2) ప్రశ్న :	వానలుగలవే★	వానలున్నాయా?★
3) సంశయం :	నీవే నను పిలిచితి (ఇపుడు)	ఇప్పుడు నన్ను పిలిచింది నువ్వేనా(?)
4) నిశ్చయం :	నియతుండు ఇతడే	నియమం కలవాడు ఈయనే!
5) తెగడటం (తిట్టడం) :	నీవు పోలియవే	నువ్వు చావరా! (పుం) నువ్వు చావవే (స్త్రీ, నపుం)
6) సంశయానికి (ఒ/ఓ) :	అమృతమొ, విషమో త్రావును.	వస్తాడో, రాడో! (ఓ) ఉన్నాడో, లేడో

శివకుమార్ "నన్నయ భారతమున - చిత్తశాంతి యొనర్పవే (ఆది, 1-150, నియోగించితే, అరుగునో, తలంచిరో వంటి ప్రయోగములున్నవి" అని చూపాడు.

సంశయంలో ఒ-ఓల (హ్రస్వ-దీర్ఘ) భేదం ఉండటానికి కారణం ఛందస్సే. లఘుమాత్ర కావలసినప్పుడు కవులు 'ఒ' వాడి, గురు, మాత్ర కావలిసినప్పుడు 'ఓ' వాడారు. అందువల్లనే ఆధునిక తెలుగులో హ్రస్వం లేదు, కేవలం దీర్ఘమైన 'ఓ' మాత్రమే ఉంది. ఉదా: వస్తాడో రాడో! పుస్తకమో, పెన్నో! మొ॥

(★ ఆరోజుల్లో కూడా వానలు సరిగ్గా పడేవి కావేమో!)

క. ఎంచఁగ నేఁగుపదముతుదఁ
దెంచుట యగుఁ గ్రియల నరుగుదెంచుటపై కే
తెంచుట చనుదెంచుట నడ
తెంచుట తోతెంచు టనఁగఁ దెల్లం బగుచున్. 155

ఎంచఁగన్ = లెక్కిస్తే, పరిశీలిస్తే; ఏఁగు పదము తుదన్ = ఏగు (=వెళ్లు, పోవు) అనే క్రియాపదం చివర; తెంచుట; యగున్ = (-తెంచుట) అనే ప్రత్యయం వస్తుంది; క్రియలన్ = క్రియారూపాలలో; అరుగుదెంచుట - అరుగు (=వెళ్లు, పోవు) + తెంచుట; (=వచ్చు); పైకి+ఏతెంచుట = పైకి రావడం, చను + తెంచుట = వెళ్లడం, పోవడం;

నడతెంచుట = నడిచి రావడం; తో తెంచుట = వెంటరావడం; అనఁగన్ = అనే విధంగా; తెల్లంబు + అగుచున్ = విశదం అయ్యే విధంగా.

" 'ఏఁగు' అనే అర్థంలో వచ్చే క్రియా పదాలన్నింటికీ (–తెంచుట) చేరుతుంది. ఉదాహరణలు అరుగుదెంచుట; (పైకి) ఏ తెంచుట; చనుదెంచుట; నడతెంచుట; తోతెంచుట".

వీటన్నింటినీ భాషా శాస్త్రంలో verbs of motion (కదిలే క్రియలు) అనడం పరిపాటి. ఇవి వివిధ భాషల్లో వివిధ రకాలుగా ఉంటాయి. రష్యన్ భాషలో ఇవి చాలా ఎక్కువ. ఇక్కడ మాత్రం అన్ని క్రియారూపాలూ కూడా 'వెళ్లు', 'పోవు' అనే అర్థాలను ఇస్తూ, 'తెంచుట' వాడటంతో 'వచ్చు' అనే అర్థాన్ని కూడా ఇస్తాయి. ఈ క్రియా పదాలన్నింటిలోనూ 'తెంచుట' కనిపిస్తూండటం వల్ల కేతన వలె "సామాన్య రూప, అర్థ సామ్యాలతో అన్నిచోట్లా కనిపించే వర్ణసముదాయాన్ని (కనిష్ఠ పదాంశంగా ఆధునిక వర్ణనాత్మక భాషా శాస్త్రంలో వేరు చేయాలనే నైడా (Nida, 1968) బ్లూమ్‌ఫీల్డ్ (Bloomfield, 1933) సూత్రాలవలె వేరుచేసి ప్రత్యయంగా చూశాడు. ఇలాంటివి చూసినప్పుడు కేతన వ్యాకరణ రచనలో ఎంత ఆధునిక దృష్టికలవాడోనని ఆశ్చర్యం కలగకమానదు. వెళ్లు లేదా వచ్చుకు సంబంధించిన కేతన ఉదాహరణలు (–తెంచుట) ప్రత్యయంతో – ఈ కింది విధంగా ఉంటాయి.

1. అరుగు + తెంచుట → అరుగుదెంచుట
2. ఏగు + తెంచుట → ఏ తెంచుట
3. చను + తెంచుట → చను దెంచుట
4. నడ(<డు) + తెంచుట → నడ తెంచుట
5. తో(చు) + తెంచుట → తో తెంచుట

ఆధునిక తెలుగులో చివరి రెండు పదాల ప్రయోగం (నడతెంచు, తోతెంచు) కనిపించదు. దీనిపై కూడా సూరయ్య ప్రత్యేక వివరణేమీ ఇవ్వలేదు. పై ఉదాహరణలే చూపించాడు.

శివకుమార్ " 'ఏఁగు' వంటి పదములకు 'తెంచు' అను ప్రయుక్తమై 'అరుగు దెంచు, ఏ తెంచు' అని యేర్పడును. నన్నయకు పూర్వ శాసనములలో – అరుగుదెంచు, తో తెంచు, ఏగుదెంచు వంటి ప్రయోగములున్నవి. నన్నయకూడ – పుత్తెంచు (అర. 2–185), చనుదెంచు (ఆది, 1–117) వంటి రూపములను ప్రయోగించియున్నాడు" (పు. 140) అని ప్రయోగాలు చూపాడు.

క. ఒకకర్త చేయు పనులకుఁ
ప్రకటితముగ మొదలనయినపని యిత్వాంతం
బకృతం బైనను కాంతం
బకుటిల కర్తవ్య కార్య మన్వంత మగున్. 156

ఒక కర్త చేయుపనులకున్ = వాక్యానికి కర్తగా ఉండే నామం చేసే (వివిధ) పనులకు; ప్రకటితముగ = స్పష్టంగా; మొదలన్ = మొదటగా; ఐన పని = అయిపోయిన పని; ఇత్వ అంతంబు = 'ఇ' చివర వచ్చేది; అకృతంబు+అయినను = చేయనిపని అయినప్పుడు (వ్యతిరేకార్థంలో); కాంతంబు = 'క' అంతంగా; అకుటిల = కపటం లేని; కర్తవ్యకార్యము = చేయాల్సిన పని; అను+అంతము = 'అను' శబ్దం చివర్లో వచ్చేది; అగున్ = అవుతుంది.

"ఒకకర్త చేసే పనులకు మొదలుపెట్టి పూర్తయిన పని ఇకారాంతం అవుతోంది; చేయని పనులకు 'క' కారం చివర్లో వస్తుంది; కపటంలేని, సూటిగా చేయదగ్గ పనులకు 'అను' చివర్లో వస్తుంది".

ఈ పద్యంలో కేతన మూడు సూత్రాలను వివరించాడు. ఇవన్నీ అసమాపక క్రియలు.. మూడు కూడా మూడు వాక్య నిర్మాణ రీతులకు సంబంధించినవే అందువల్లనే భూతకాల అసమాపక క్రియలకు (క్త్వార్థకాలకు) సాధారణంగా ఏకకర్తృకం ఉంటుందన్న గమనింపు కూడా దీనిలో చేర్చాడు కేతన (చూ. రామారావు, చేకూరి, 1975). ఏకకర్తృకమై అంటే ఒకే కర్త ఉండి, పూర్తయిన పనుల జాబితా ఉన్నప్పుడు అవన్నీ 'ఇ' కారాంతాలు అవుతాయి. (చూ. ఉదా: క్రింది పద్యం). అలాగే 'చేయనిపని' అంటే వ్యతిరేక అసమాపక క్రియారూపంలో 'క' ప్రత్యయం వస్తుందనీ; కపటంలేని స్పష్టమైన పనులకు క్రియల చివర్లో 'అను' ప్రత్యయం వస్తుందనీ కేతన సూత్రీకరించాడు. వీటిని తర్వాత వ్యాకర్తలు వరుసగా క్త్వార్థక, వ్యతిరేక క్త్వార్థక, తుమున్నర్థకాలుగా పేర్కొన్నారు.

"ఒక కర్త పూర్తి చేయు పనులలో మొదటి పూర్తియైన పని 'ఇ' కారాంతమును, చేయనిపనియైనచో 'అక' అంతమును, చేయదగిన పనియైనచో 'అన్వంతము'ను అగునని చెప్పి క్త్వార్థక - వ్యతిరేకార్థక, తుమున్నర్థక ధాతువులను కేతన వివరించాడు" అని హరిశివకుమార్ వివరించాడు (పు-140)

అ. ఆడఁబోయి చూచి యలిగెఁ బెట్టక త్రోచె
వినక పలికె నియ్యకొనక చనియె
రుడువ నేఁగె వేఁడుకొన నాసతో వచ్చె
నన నుదాహరణము లయ్యెఁ గృతుల. 157

ఆడన్ = అక్కడికి; పోయి = వెళ్లి; చూచి = చూసి; అలిగె = కోపం తెచ్చుకున్నాడు/ తెచ్చుకున్నది; పెట్టక = పెట్టకుండా; త్రోచె = తోసాడు/తోసింది; వినకపలికెన్ = వినకుండా మాట్లాడాడు/ మాట్లాడింది; ఇయ్యకొనక = ఇవ్వడానికి ఇష్టపడక; చనియె = వెళ్లిపోయాడు/ పోయింది; కుడువన్ ఏగె = తినడానికి వెళ్లాడు/ వెళ్లింది; వేడుకొనన్ = వేడుకోవడానికి; ఆసతో వచ్చెన్ = ఆశగా వచ్చాడు/ వచ్చింది; అనన్ = అనే విధంగా; ఉదాహరణములు= ఉదాహరణలు; అయ్యెన్ కృతులన్ = కావ్యాలలో ఉన్నాయి.

"కావ్యాలలో కనిపించే ఉదాహరణలు; ఆడబోయి చూచి యలిగె, పెట్టక త్రోచె, వినక పలికె; ఇయ్యకొనక చనియె, కుడువన్ ఏగె; వేడుకొనన్ ఆసతో వచ్చె మొ॥".

ఇ కారం చేరి క్త్వార్థక అసమాపక క్రియారూపాలు ఏర్పడ్డప్పుడు అవి ఏక కర్తృకంగానే ఉంటాయనీ, భిన్న కర్తృకాలుగా ఉండడం వ్యాకరణ, వ్యవహార సమ్మతం కాదనీ చేకూరి రామారావు సోదాహరణంగా పరివర్తన వ్యాకరణ సిద్ధాంత రీత్యా 'తెలుగు వాక్యం'లో (1975) వాదించాడు. అయితే ఈ విషయాన్ని 13వ శతాబ్దంలోనే పసికట్టి 'ఒక కర్త చేయు పనులకు' అంటూ చిన్న చిన్న మాటలలో సూత్రీకరించి ఉదాహరించిన కేతన వ్యాకరణ రచనా విధానంలోని సునిశితదృష్టి, మనల్ని ఆశ్చర్యపరుస్తుంది. దీనికి వ్యతిరేకార్థంలో 'క' చేరుతుందని (కొందరు 'అక' అనీ అంటారు) చెప్పి కేతన "పెట్టకత్రోచె, వినక పలికె, ఇయ్యకొనక చనియె" అని మూడు ఉదాహరణలు ఇచ్చాడు. అంటే రెండు విధాలైన క్త్వార్థక, వ్యతిరేక క్త్వార్థక ప్రయోగాలలోనూ "ఒకే కర్త" ఉండాలనీ, ఉంటుందనీ కేతన చేసిన సూత్రీకరణ ఆధునిక భాషా శాస్త్రజ్ఞులను నిజంగా ఆనందపరిచే విషయం. ఇవి కూడా భూతకాలిక అసమాపక క్రియలు కాగా, భవిష్యత్ సూచకమైన తుమున్నర్థకంలో కుడువన్ ఏగె, వేడుకొనన్ ఆసతో వచ్చె అనేవి 'అన్' అనే ప్రత్యయం చేరి ఏర్పడుతాయని, ఇవి కావ్యాలలో ఇలా వాడుతూ ఉన్నారనీ కేతన సోపపత్తికంగా ఉదాహరించాడు. అయితే వీటికి వ్యాకరణ పారిభాషిక పదాలను కేతన వాడలేదు. ఈ క్త్వార్థక, వ్యతిరేక క్త్వార్థక, తుమున్నర్థక అనే మాటల వల్ల ఆధునిక భాషా సాహిత్య విద్యార్థులు పాఠశాలల్లో విశ్వవిద్యాలయాల్లో వాటిని నేర్చుకోవడం పట్ల ఎంతో విముఖత చూపుతున్నారు. వారికి ఇలాంటి కేతన ప్రతిపాదించిన తేలికైన సూత్రపద్ధతిలో వ్యాకరణాన్ని వివరిస్తే తెలుగు భాషా వైముఖ్య ధోరణులు తగ్గిపోయే అవకాశం ఉందేమో ఆలోచించాలి.

పైన చెప్పిన మూడు రకాల అసమాపక క్రియలు కూడా ఒకేకర్తను (ఏకకర్తృకం) కలిగి ఉంటాయన్న విషయం గమనిస్తే కేతన సూత్రీకరణలోని ఆధునికత్వం మనకు బోధపడుతుంది.

దేవినేని సూరయ్య, హరిశివకుమార్‌గార్లు ఇద్దరూ పై వివరాల ప్రస్తావన లేకుండా తర్వాత కాలంలో వాటిని వ్యవహరించిన వ్యాకరణ పరిభాషలో వివరించారు. చూడండి.

సూరయ్య : "వివ: ఇకారాంతములకు. ఉ॥ పోయి, చూచి, 'క్త్వార్థకము'
కకారాంతములకు ఉ॥ పెట్టక, వినక, ఇయ్య కొనక 'వ్యతిరేక క్త్వార్థకము'
అన్వంతములకు ఉ॥ కుడువన్ (ను); వేడుకొనన్(ను) 'తుమున్నర్థకములు"
(పు.117) అని మాత్రమే చెప్పాడు.

హరి శివకుమార్ "ఒక కర్త పూర్తి చేయు పనులలో మొదట పూర్తియైన పని 'ఇ'కారాంతమును, చేయనిపనియైనచో 'అక' అంతమును, చేయదగిన పనియైనచో 'అన్వంతము'ను అగునని చెప్పి, క్త్వార్థక - వ్యతిరేకార్థక - తుమున్నర్థక ధాతువులను కేతన వివరించినాడు". (పు.140) అని చెప్పి శాసనప్రయోగాలు కూడా చూపించాడు.

క్రియలను గురించిన వివరణలో వాక్యనిర్మాణ సూత్రాన్ని కూడా తొలిసారిగా ప్రవేశపెట్టిన ఘనత కేతనకే దక్కుతుంది.

క. తినుటకును తింట యగు మఱి
కొనుటకుఁ గొంట యగుఁ గనుటకుం గంట యగున్
వినుటకు వింట యగున్ దా
ననుటకు నంట యగు వలసినప్పుడు కృతులన్. 158

తినుటకు = తినుట అనే క్రియకు; తింట+అగు = తింట అని అవుతుంది; మఱి= ఇంకా; కొనుటకు కొంట యగున్ = కొనుట అనే క్రియకు కొంట అని అవుతుంది; కనుటకున్; కంట యగున్ = కనుట అనే క్రియ కంటగా మారుతుంది; వినుటకు వింటయగున్ = వినుట వింటగా అవుతుంది; తాన్ = తాను; అనుటకు అంట యగు = అనడానికి అంట అని అవుతుంది; వలసినప్పుడు = కావలసినప్పుడు; కృతులన్ = కావ్యాలలో.

"కావ్యాలలో అవసరమైనప్పుడు తినుట అనే క్రియ తింట అనీ, కొనుట కొంట అనీ, కనుట కంట అనీ, వినుట వింట అనీ, అనుట అంట అనీ మారుతుంది".

తెలుగులో కావ్యాల, కవుల పుణ్యమా అని రూపవైవిధ్యాలు ఎక్కువగా కనిపిస్తాయి. ఇవి ఎంత ఎక్కువగా ప్రబలిపోయాయంటే చిన్నయసూరి కూడా వీటిలో కొన్నింటికి సూత్రాలు రాయక తప్పలేదు. దీనికి కేతనే ఆద్యుడుగా కనిపిస్తున్నాడు. ఈ సూత్రాన్ని బట్టి చూస్తే శాసనభాషలోనూ, తాటాకుల్లోనూ మనకు మరొక రెండు రకాల రూపవైవిధ్యాలు

కూడా కనిపిస్తాయి. - (1) ధ్వని/వర్ణ మార్పుల వల్ల ఏర్పడ్డ రూపవైవిధ్యాలు (చిలుక-చిలక - లు →ల స్వరసమీకరణ); (2) లేఖక దోషరూప వైవిధ్యాలు. అయితే ఇక్కడ కేతన ఇచ్చిన రూపవైవిధ్యం ఛందస్సుకోసం కవులు ఏర్పరచుకున్నది. పై మూడు రకాల వైవిధ్యాల వల్ల ఏది సరియైన రూపం అన్న విషయమై గ్రాంథిక, వ్యావహారిక వాదాలకాలంలో అనేక చర్చలు జరిగాయి. రకరకాల రూపవైవిధ్యాలు కనిపిస్తున్నప్పుడు వాటిలో ఒకదాన్ని 'శిష్ట'మైనదిగా, ప్రామాణికమైనదిగా నిర్ణయించాలన్న ప్రయత్నమే జయంతి రామయ్య పంతులు, గిడుగు రామమూర్తిపంతులు వాదాలలోని భేదాలలో కనిపించే ప్రధాన అంశం అని గుర్తించాలి.

కేతన రాసిన ఈ సూత్రంలోని విషయాన్ని గమనిస్తే తెలుగు భాషకు సంబంధించిన రెండు అంశాలు ఇతని కాలానికే రూపు దిద్దుకున్నట్లు కనిపిస్తుంది. అవి:

1. న కారం బిందువు (సున్న)గా మారటం.

2. ఈ మార్పు ఛందో అవసరాల రీత్యా అనివార్యం కావటం. అంటే తినుట, వినుట, కొనుట, అనుట - ఇవన్నీ మూడు లఘువులతో 'న' గణంగా పరిగణించ బడుతాయి; కాని సున్న స్వతంత్రం కాకపోవటం వల్ల దానితో కలిసిన ముందు అక్షరం గురువుగా మారుతుంది. అందువల్ల తిను - తిం-గా మారి గురువై, తింట, వింట, కొంట, అంట మొ॥వన్నీ గురు+లఘు జంటగా 'గలం' అనే 'హ' గణంగా మారుతాయి. అందువల్ల కవులు 'న' గణం అవసరమైతే 'న' కారంతోనూ, 'గలం' (హ) గణం అవసరమైనప్పుడు బిందుపూర్వకంగానూ వీటిని మార్చుకుని వాడుకున్నారు. దాంతో తెలుగులో రూపాంతరాలకు జీవం పోసారు. ఇలాంటివే చిలుక - చిల్క, అలుక - అల్క; అర్మిలి - అరిమిలి మొదలైన - కలిపే, విడగొట్టే పదమధ్య వర్ణమార్పిడి రూపాలు. వీటన్నిటినీ వర్ణాదేశ, వర్ణలోప సంధులుగా గుర్తించాలి.

దేవినేని సూరయ్య "అను, కను, విను, తిను, మను అను నీ యన్వాది క్రియలకు ట వర్ణము పరమగునప్పుడు ను స్థానమున నిండుసున్న వైకల్పికముగా వచ్చును" (పు.118) అని తర్వాతి వ్యాకర్తల సూత్రాన్ని ఇచ్చాడు.

హరి శివకుమార్ "అవసరమైనప్పుడు కావ్యములందు తినుటకు తింట, కొనుటకు కొంట, వినుటకు వింట వంటి రూపములు వచ్చునని కేతన నిర్దేశించినాడు. శ్రీ వజ్ఝలవారు చెప్పినట్లు ఇట్టి ప్రయోగములు నన్నయ భారతమున మృగ్యములైనను, అట్టి ప్రయోగములు కేతన కాలమునకే నుండెననుటకు - అంట, కంట, గైకొంట వంటి తిక్కన ప్రయోగములే ప్రబల నిదర్శనములు. ఇట్టివి అసాధువులని అహోబిల పండితుడు నిరసించి కేతన

మతమును ఖండించినాడు. ఈ విషయమును శ్రీ గిడుగు వారును సమర్థించినారు" (పు. 141) అన్నాడు.

5.8.1. వ్యతిరేకక్త్వార్థకం

క. ఉటలకును నకలగు తెనుఁగు
చుటలకు వక లగును గదియుచో మును దాఁజే
యుటకున్ జేయక మును ద్రో
చుటకున్ ద్రోవక మునును బ్రచురమైయునికిన్. 159

ఉటలకున్ = ఉట చివర ఉన్న క్రియాపదాలకు; 'అక'లు అగు = 'అక' ప్రత్యయం చేరుతుంది, తెనుగు = తెలుగులో; చుటలకు = చువర్ణాంత క్రియలకు; 'వక'లు అగును= 'వక' చేరుతుంది; కదియుచో = కలిపినప్పుడు; మును = పూర్వం, ముందు; తాన్ = తాను; చేయుటకున్ = చేయడానికి; చేయకమును = చేయకపూర్వం; త్రోచుటకున్ = తోయడానికి; త్రోవకమునును = తోయడానికి పూర్వం; ప్రచురమై = ప్రయుక్తమై, ఉపయోగించబడి; ఉనికిన్ = ఉండడం వల్ల.

"ఉట అనే వర్ణకం చివరలో ఉన్న క్రియలకు అక అనీ; 'చుట' అని చివర్లో ఉన్న క్రియారూపాలకు 'వక' అనీ వచ్చి చేరుతాయి. చేయుటకున్, చేయకమును; త్రోచుటకున్, త్రోవకమును అనేవి ఉదాహరణలు".

భూతకాల అసమాపక క్రియల వ్యతిరేకరూపాలలో రెండు సపదాంశాలు (allomorphs) గుర్తిస్తున్నాడు కేతన. ఇవి రెండూ కూడా వర్ణ విధేయ సూత్రాలే. 'ఉట' అనే అక్షరాలు క్రియల చివర ఉన్నట్లయితే వాటికి 'అక' అనే ప్రత్యయం చేరుతుందనీ, 'చుట' అని ఉన్న వాటికి 'వక' చేరుతుందనీ సూత్రం చెపుతోంది. ఒక్కొక్కదానికి ఒక్కొక్క ఉదాహరణకూడా ఇచ్చాడు.

ఉదా: చేయుట ('ఉట' చివర ఉన్న క్రియ)లో ఉట చివర ఉంది. అందువల్ల చేయుటకు చేయక (అక ప్రత్యయంతో) అనీ; త్రోచుటలో 'చుట' ఉన్నందువల్ల త్రోచక అని కాకుండా 'వక' చేరి త్రోవక అని అవుతుందనీ కేతన వివరించిన తీరులో 'సపదాంశాల' గుర్తింపు, వాటి 'వర్ణవిధేయ' సూత్రీకరణా కనిపిస్తుంది. నిజానికి రెండిటిలోనూ ఉన్నది 'అక' ప్రత్యయమే. ఈ ప్రత్యయం చేరినప్పుడు 'చు' కారాంతాలకు 'వ' ఆగమంగా వచ్చి చేరిందని అర్థం. ఇదే ఆధునిక తెలుగులో 'య' డాగమంగా మారింది. (తోయు– తోయక).

దేవినేని సూరయ్య "వ్యతిరేకక్త్వార్థమందు ఉకారాంతములగు ధాతువులకు అక వచ్చుననియు, చు వర్ణాంత ధాతువులకు వక వచ్చుననియు నెఱుంగునది" (పు. 119) అని వివరించి, ఉ॥ చేయుట - చేయక, త్రోచుట - త్రోవక అని ఇచ్చాడు.

హరిశివకుమార్ "తరువాతి పద్యమున కేతన - భావార్థకమైన 'ఉట' అంతమందు గల వ్యతిరేకార్థ ధాతువులకు చివర 'అక' అనునదియు, 'చుట' అంతమందు గల్గిన ధాతువులకు చివర 'వక' అనునదియు వచ్చును - చేయక, త్రోవక" (పు. 141) అని వివరించాడు.

క. దీవెన కెడమయుఁ గాతయుఁ
గావుతయున్ దెనుఁగుకవులకబ్బంబులలో
శ్రీవెలిఁగెడ మధిపుఁడు మేల్
గావించుగాత మేలుగావుత యనఁగన్. 160

దీవెనకు = దీవించడానికి; ఎడమయు = 'ఎడమ' అనే ప్రత్యయం; కాతయున్ = 'కాత' ప్రత్యయం; తెనుగు కవుల = తెలుగు కవుల; కబ్బంబులలో = కావ్యాలలో; శ్రీ వెలిగెడమ = సంపద వెలగాలి; అధిపుడు = రాజు; మేల్ కావించు + కాత = మేలు చేయుగాక; మేల్ + కావుత = మంచి జరగాలి; అనఁగన్ = అనే విధంగా.

"దీవించడానికి తెలుగు కవుల కావ్యాలలో 'ఎడమ', 'కాత' అనే ప్రత్యయాలు కనిపిస్తాయి. ఉదా: శ్రీ వెలిగెడమ; అధిపుడు మేల్ గావించుగాత; మేల్గావుత అనే విధంగా".

వీటిని 'ఆశీరర్థక' వాక్యాలుగా పేర్కొంటారు. ఇవి రెండు విధాలుగా ఉన్నాయి. 1) 'ఎడమ' ప్రత్యయం క్రియతో కలుస్తుంది; 2) కాత – కావుత అనేవి నామం విశేషణంతో చేరుతాయి.

ఆధునిక తెలుగులో 'ఎడమ' ప్రయోగం లేదు. కావుత/కాత అనేవి అగు – అవులకు జరిగిన వర్ణ వ్యత్యయ రూపాలుగా మారి, మేలగు అనీ కాత → కాక → గాక అయి రెండూ కలిసి మేలు + అవు/అగు+కాక = మేలగుగాక; అని కానీ, కలుగుగాక, జరుగుగాక అనే విధంగా కొన్ని క్రియలతో చేరి ఈ 'దీవెన' అర్థాలు ఏర్పడుతున్నాయి.

చక్కటి తెలుగు పదం 'దీవెన' అని కేతన వాడినా దీనిని సంస్కృతీకరించి, అంటే సంస్కృతవ్యాకరణ సంప్రదాయాల ననుసరించి 'ఆశీరర్థకం' అని వాడటం వల్ల తర్వాతి కాలంలో ఇంతకుముందే చెప్పినట్లు వ్యాకరణ పరిభాషలో క్లిష్టత ఏర్పడి సామాన్యులకు

అర్థం కాకుండా పోయింది. తేలికైన మాటలలో, సులభమైన శైలిలో వ్యాకరణం ఎలా రాయవచ్చో కేతనను చూసి నేర్చుకోవాల్సి ఉంటుంది.

దేవినేని సూరయ్య "ఆశీరాద్యర్థకమున తెలుగునందు ఎడున్, కావుతన్, కాతన్ అనునవి వచ్చును, శ్రీ వెలిగెడున్, మేల్గావించుగాతన్, మేల్గావుతన్ మొదలగునవి యుదాహరణములు. ఆశీరాద్యర్థకంబున వచ్చు ఎడు, త వర్ణంబులు ద్రుతాంతంబులు. ఈ ద్రుతమున కచ్చు పరంబగునప్పుడు మకారము వచ్చును. జయం బయ్యెడుమని, జయంబగుతమని మొ॥" (పు.119) అని వివరించగా; హరిశివకుమార్ "ఈ ఆశీరర్థక ప్రత్యయముల విషయమున భిన్నాభిప్రాయములున్నవి. కేతన చెప్పిన ప్రత్యయములు ఎడున్, తన్, గావుతన్ అనునవి యని కొందఱును, (వావిళ్ల 1914, శ్రీ వఠ్ఠమూడి మొ॥). ఎడమ, కాత, గావుతలు అని కొందఱును (న.భా.- పు.868, శ్రీ జి.వి.సీతాపతి 'త్రిలింగరజతోత్సవ సంచిక' - పుటలు 666-667) భిన్నాభిప్రాయములు కల్గియున్నారు. కొన్ని ఆ కాలపు ప్రయోగములు పరికించినచో, పై రూపములన్నియు నంగీకృతములేయని స్పష్టమగుచున్నది. నన్నయ - ఎడున్ (ఆది - 1-105), ఎడమ (ఆది - 2-87) కావుతమ (ఆది 8-63) అను వానిని ప్రయోగించియున్నాడు. కేతనయే తన దశ కుమారచరిత్రమున - ఎడున్ (దశకు 9-98) తన్ (దశకు 1-1), గావుతన్ (1-6), గావుతమ (1-4) అను వానిని ప్రయోగించినాడు (పుటలు 141-142)" అని ఇచ్చిన వివరణ ఎంతో అదనపు సమాచారాన్ని అందించడమేగాక ఈ విషయంలో మరింతగా జరగాల్సిన కృషిని పరోక్షంగా తెలియజేస్తుంది. ఈ కావుత, గావుత, గాతల రూపాలు అగు, గాక లుగా పరిణామం ఎప్పుడు చెందాయో, 'ఎడమ' కావ్యాలలోనే ఉందా లేక వ్యవహారంలో కూడా ఉందా?, దాని ప్రయోగం తెలుగుభాషా పరిణామంలో ఎప్పటినుండి ఆగిపోయింది? - ఇవన్నీ పరిశీలించాల్సిన అంశాలు.

5.10. నూత్న పదసృష్టి - అర్థ విజ్ఞానం:

162వ పద్యం నుండి ఒకటి రెండు మినహాయింపులతో కేతన తన తదనంతర వ్యాకర్తలు కృత్, తద్ధితాలనీ ఆధునికభాషాశాస్త్ర వేత్తలు Derivational Processes అనీ పేర్కొన్న వాటిని వివరించాడు. కానీ వీటికి ముందుగా విభక్తి, సంధి, సమాసం, క్రియలకు వలె 'తదనంతరంబ.... ఎరింగించెద' అన్న పూరక సూత్రాన్నేదీ ఇవ్వలేదు. క్రియల నుండి ఉత్పన్నమయ్యే కొత్త పదాలే (కృత్తులు) కాకుండా, నామ, విశేషణాలనుండి ఉత్పన్నమయ్యే కొత్త పదాలూ (తద్ధితాలు) కలిపి ఈ క్రియ అధ్యాయం కిందనే కేతన

పేర్కొనటం వల్ల అప్పటికి వీటికి సంబంధించి స్పష్టంగా వ్యాకరణ పరిభాషలో భేదం ఏర్పడలేదేమో ననైనా భావించాలి లేదా కేతన వీలయినంత తక్కువ పరిభాషనే ఎంచుకుని, సంక్లిష్టమైనవన్నీ పరిహరించి, పక్కన పెట్టేసాడు అనైనా అనుకోవాలి. ఈ రెండిట్లో రెండోదే సరియైందనిపిస్తుంది.

తే. ఏకపదముపైఁ గాఁడు నేర్పెల్లఁ దెలుపు
గొనబుకాఁడు బలిమికాఁడు కొండెకాఁడు
చనవుకాఁడు చెలిమికాఁడు జాడగాఁడు
బందికాఁ డన నెల్లెడఁ బరఁగుచుండు. 161

ఏకపదముపై = ఒక్కమాటపై; కాఁడు = కాడు అనే ప్రత్యయం; నేర్పు ఎల్లన్ = నైపుణ్యాన్ని అంతటినీ; తెలుపు = తెలియజేస్తుంది; గొనబుకాఁడు = గొనబు+కాఁడు = అందగాడు; బలిమి + కాఁడు = బలిమికాఁడు = బలవంతుడు; కొండె+కాఁడు = పితూరీలు (కొండేలు) చెప్పేవాడు (చెప్పడంలో నేర్పరి); చనవు +కాఁడు = సభ్యత గలవాడు; చెలిమి+కాఁడు = స్నేహితుడు; జాడగాఁడు = ఎరిగినవాడు; బంది+కాఁడు = దొంగ (=బందిపోటు); అనన్ = అనే విధంగా; ఎల్లెడన్ = అన్నిచోట్లా (భాషలోనూ, కావ్యాల్లోనూ అని అనుకోవాలి); పరఁగుచుండు = ఉపయోగింపబడుతాయి.

"ఒక పదంపై చేరిన 'కాఁడు' అనే ప్రత్యయం నైపుణ్యాన్ని తెలియజేస్తుంది. గొనబుకాఁడు, బలిమికాఁడు, కొండెకాఁడు; చనవుకాఁడు, చెలిమికాఁడు, జాడగాఁడు, బందికాఁడు అనేవిధంగా అంతటా ప్రయోగింపబడుతాయి".

కేతన ఈ పద్యంలో ప్రత్యయానికి ఉన్న 'అర్థాన్ని' చెప్పాడు - దీనిని వ్యాకరణ సూత్రంగా తీసుకోవాలంటే ఈ ప్రత్యయం వేటికి చేరుతుందో చెప్పాలి, కానీ దాని అర్థాన్ని కాదు కదా? అయినా ఈ పద్యం నుండీ వ్యాకరణ శాస్త్రంలో అర్థ విజ్ఞానాన్ని మొట్టమొదటిసారిగా ప్రవేశపెట్టింది కూడా కేతనే అని గుర్తించాలి. అసలు విషయం ఏమంటే - కాడు అనే ప్రత్యయం ఏయే పదాలకు చేరుతుందో నిష్కర్షగా చెప్పడం కుదరదు. - కాడు మాత్రమే కాదు; తద్ధిత, కృత్ ప్రత్యయాలన్నింటికీ ఇది వర్తిస్తుంది. అంతేకాదు, ఈ పరిస్థితి అంటే ఏయే మాటలతో ఏ ప్రత్యయం వస్తుందో చెప్పడం మాత్రమే సాధ్యమై, ఏయే రకం మాటలతో ఆ ప్రత్యయం చేరదో చెప్పడం కూడా ఒక్క తెలుగుకే కాదు, ఏ భాషలోనూ కూడా పూర్తిగా సాధ్యమయ్యే విషయం కాదు. బహుశా అందుకనే కేతన ప్రత్యయాల చేర్పు వల్ల కలిగే అర్థంలో మార్పుని మాత్రమే వివరించాడనుకోవాలి.

దేవినేని సూరయ్య తన వివరణలో “ఒక పదము మీద “కాడు” అను ప్రత్యయము చేరి నేర్పు తెలియజేయును. ఉ॥ గొనబుకాడు(అందగాడు), బలిమికాడు (బలముగలవాడు), కొండెకాడు (కొండెము చెప్పువాడు), చనవుకాడు (అనురాగము గలవాడు), చెలిమికాడు (స్నేహము గలవాడు), జాడకాడు (దారి గుర్తెరిగినవాడు) బందికాడు (బందిపోటువాడు)” అని ఉదాహరణములు”, వాటి అర్థాలు ఇచ్చి “వానికి తద్ధితములని పేరు. తద్ధితములనగా సంస్కృతాంధ్ర విశేష్య విశేషణములగొన్ని ప్రత్యయములేర్పడి యర్థభేదమును దెల్పును” (పు.119-120). అని చెప్పి కొన్ని సంస్కృత తద్ధితాలను కూడా వివరించాడు.

హరిశివకుమార్ 166వ పద్యం ముందు చెప్పి, దానిలో ‘కాడు’ (ఆడు, ఈడులతో కలిపి) పుంలింగమని చెప్పాడనీ, అలాగే “ ‘కాడు’ ప్రత్యయము నేర్పును కూడా తెల్పునని చెప్పినాడు కేతన” (పు.144) అని చెప్తూ ఈ రూపములనన్నింటిని చిన్నయ సూరి కూడా సాధించినాడు (బాల.తద్ధిత - 11, 15, 23) ‘కాడు’ ప్రత్యయం బహువచనంలో కూడా వచ్చింది (పద్యం 71) అని కూడా అన్నారు.

ఆ. ఈఁడు బాస దెల్పు నీఁడు గుణము దెల్పు
నీఁడు కులము దెల్పు నెల్లయెడలఁ
గన్నడీఁడు నాఁగఁ గపటీఁడు నాఁగ సా
లీఁడు నాఁగ వేరులేక చనుట. 162

ఈఁడు బాస తెల్పున్ = ఈడు ప్రత్యయం భాషను తెలియజేస్తుంది; ఈఁడు గుణము కూడా దెల్పున్ = ఈడు గుణాన్ని తెలియజేస్తుంది. ‘ఈఁడు’ కులము దెలుపు = ఈడు కులాన్ని కూడా తెలియజేస్తుంది; ఎల్లయెడలన్ = అన్నిచోట్ల కూడా. కన్నడీఁడు నాఁగ = కన్నడీఁడు (కన్నడ భాష మాట్లాడేవాడు) అనే విధంగా; కపటీఁడు నాఁగ = మోసం చేసేవాడు (గుణం) అనే విధంగా; సాలీఁడు నాఁగ = సాలె (చేనేత) కులానికి చెందినవాడు అనే విధంగా వేరు లేక చనుట = వేరు వేరుగా లేకపోవడం వల్ల.

“వేరు వేరు ప్రత్యయాలు లేకపోవడం వల్ల ఈడు అనే ప్రత్యయరూపం భాషను, గుణాన్ని, కులాన్ని తెలియజేస్తుంది; ఉదా: కన్నడీడు (భాషకు సంబంధించినవాడు), కపటీడు (గుణం) సాలీడు (కులం) అనే విధంగా”

భాషాశాస్త్రంలోని రెండు ప్రధాన విభాగాలు - పదాంశ నిర్మాణ శాస్త్రం, (Morphology) శబ్దార్థ విజ్ఞానశాస్త్రం (Lexical Semantics) కేతన గుర్తించిన ఈ అంశాన్ని - అంటే రూపం ఒక్కటిగా ఉండి వేరు వేరు అర్థాలను ఇచ్చే విషయాలను - విడివిడిగా

చర్చిస్తాయి. రూపం ఒకటిగా ఉండి అర్థాల్లో సామ్యం లేనట్లయితే ఆ రూపాలను వేరు వేరు పదాంశాలుగా గుర్తించాలని ఇంగ్లీషులోని 'బ్యాంక్' అనే మాటను చూపుతుంది. బ్యాంక్ అనే పదానికి రూపం (ఇంగ్లీషులోనైతే వర్ణక్రమం, ఉచ్చారణ రెండూ కలిపి) ఒకేలా ఉన్నా 'ఒక బ్యాంకుకు డబ్బు సంబంధమైన కార్యాలయం'గానూ మరో బ్యాంక్ నదీ తీరం గానూ అర్థాలున్నందువల్ల అవి ఒకేగాట కట్టకుండా, వేర్వేరు పదాంశాలుగా గుర్తించాలని అక్కడ వివరిస్తే, అదే శాస్త్ర సూత్రం ఆధారంగానే శబ్దార్థ విజ్ఞాన శాస్త్రంలో వాటిని 'హోమోనిమీకి చెందినవిగా, అంటే రూపసామ్యం కలిగి భిన్నార్థాలు కలిగినవిగా చెప్తారు. అందువల్ల ఇలాంటి వాటిని నిఘంటువుల్లో వేరువేరు ఆరోపాలుగా చూపాలని, వాటికి వేరు చేసి చూసే విధంగా అంకెలు చేర్చాలనీ నిర్ణయించి అలాగే నిఘంటువుల్లో ఆ లోపాలు కూడా ఇస్తున్నారు.

కేతన కూడా ఒక్కసారే 'ఈడు' అని వాడకుండా; మూడుసార్లు విడివిడిగా ఈడు బాస తెల్పు, ఈడు గుణము తెలుపు, ఈడు కులము తెల్పు అని మూడు 'ఈడు'లను చెప్తూ, ఇవన్నీ రూప సామ్యం కలిగి "వేరు లేకుండా" ఉన్నాయని స్పష్టం చేస్తాడు. ఈ చివర చెప్పిన మాటలవల్లా మూడుసార్లు విడివిడిగా 'ఈడు' అనడం వల్లా పైన వివరించిన భాషాశాస్త్ర సూత్రాన్ని కేతన తనదైన పద్ధతిలో గుర్తించి నిర్దేశించినట్లు గ్రహిస్తే, ఆయన సునిశితబుద్ధికీ, సూత్రీకరణకూ మనం నమస్కరించకుండా ఉండలేం.

సూరయ్య "ఈడు అనునది భాషను, గుణమును, కులమును దెల్పును" (121) అని మాత్రమే చెప్పగా హరిశివకుమార్ "కన్నడీడు, కపటీడు, సాలీడు" వంటి పదములలో 'ఈడు' అనునది భాషను గుణమును తెలుపుననియు వివరించినాడు" (పుట. 144) అంటూ కులాన్ని వదిలేయడం జరిగింది. ఇంతకుమించిన వివరణేమీ వారిలో లేదు.

క. ఇండి యనుట లే దనుటయె
యొండొకయర్థంబు గలుగ నోపదు ధర ము
క్కిండియు వెరవిండియు వ్రా
యిండియు నుప్పిండి యనఁగ నేర్పడియునికిన్. 163

ఇండి+అనుట = ఇండి అనే ప్రత్యయం వాడితే; లేదు+అనుటయె = లేదని చెప్పడమే; ఒండొక = మరొక; అర్థంబు = అర్థం; కలుగన్ + ఓపదు = ఉండే వీలులేదు; ధర = భూమిపై; ముక్కిండియు = ముక్కు లేనివాడు; వెరవిండియు = ఉపాయం లేనివాడు; వ్రాయిండియు = రాయడం లేనివాడు (=తెలియనివాడు); ఉప్పిండియు = ఉప్పులేనిది; అనగన్ = అనే విధంగా; ఏర్పడి+ ఉనికిన్ = ఏర్పడి ఉండడం వల్ల.

“ఇండి అనే ప్రత్యయానికి లేదు అనే అర్థం; మరో అర్థం ఏదీ లేదు. ఉదా: ముక్కిండి, వెరవిండి, వ్రాయిండి, ఉప్పిండి”.

ఈ ప్రత్యయం ‘లేకపోవడం’ అనే అర్థంలో కొన్ని పదాలకు మాత్రమే చేరుతుంది. అయితే పైన ఈడుకు మూడు భిన్న అర్థాలు ఉన్నట్లు చెప్పడం వల్ల కేతన దానికి “ఒండొక అర్థంబు కలుగనోపదు” (వేరే ఇంకే అర్థం లేదు) అని స్పష్టం చేస్తూ నాలుగు ఉదాహరణలు ఇచ్చాడు - ముక్కిండి, వెరవిండి, వ్రాయిండి, ఉప్పిండి. వీటిలో ముక్కిండి → ముక్కిడిగామారి నేటి తెలుగులో వాడకంలో ఉంది, సామెతలో కూడా (‘ముందే ముక్కిడి, ఆపైన పడిశం’) నిలిచి ఉంది.

దేవినేనిసూరయ్య “ఇండి (ఇండి) అనునది లేదు అనునర్థమును దెలుపును (పు. 121) అంటూ ఇండితో కేతన ఇచ్చిన రూపాలేకాక అవి ‘ఇండి’ అనునది తదభావద్యోతకమున వచ్చునని చెప్పి, ‘ముక్కిండి, వెరవిండి’ అనువాని నుదాహరించినాడు కేతన. ఇట్టి బిందుపూర్వకరూపమునకు ప్రయోగములు మృగ్యములు” (పు. 144) అని చెప్తూ, “చిన్నయ సూరికూడా ‘ఇఁడి’ అనే చెప్పినాడు; కేతన చెప్పినది బహుశః ప్రాచీన రూపము కావచ్చును. నేటి ఇఁడిలోని అరసున్న పూర్వమొకప్పుడిది బిందుపూర్వకమై యుండెనని తెల్పుచున్నది. దశకుమారచరిత్ర, విజ్ఞానేశ్వరములలో కేతనయే ‘వెరవిఁడి’ (దశ. 11-104; విజ్ఞా - 101) అను ఇఁడి ప్రత్యయముతో కూడిన రూపాన్నే వాడి యున్నాడు” అని పేర్కొన్నాడు (పు. 144). ఈయన తిక్కన ప్రయోగం బిందువులేని “అరులకు సిరి యిచ్చెదనను వెరవిఁడియుం గలడె’ అనే ప్రయోగం కూడా చూపాడు.

తే. ఆఁడు నరియును నధమ కార్యములఁ దెలుపు
బొంకులాఁడు తగవులాఁడు అంకులాఁడు
పెంటి పెనపరి ముండరి తుంటరియును
గల్లరియు నన నెల్లెడఁ జెల్లుఁ గాన. 164

ఆఁడున్ = ఆడుప్రత్యయం; అరియును = అరిప్రత్యయం కూడా, అధమ కార్యములన్ = నీచమైన పనులను; తెలుపు = తెలియజేస్తాయి. బొంకులాఁడు = అబద్ధాలు చెప్పే వ్యక్తి; తగవులాఁడు = జగడాల మారి; అంకులాఁడు = భార్యకాని స్త్రీలతో తిరిగేవాడు; పెంటిపెనపరి= వాదులాడే వ్యక్తి; ముండరి = భర్తను కోల్పోయిన స్త్రీలతో తిరిగేవాడు; తుంటరి యును = కొంటెపనులు చేసేవాడు; కల్లరియు = అబద్ధాలాడే వాడు; అనన్ = అనే విధంగా; ఎల్లెడన = అన్నిచోట్ల; చెల్లుఁగాన = ఉపయోగింపబడుతాయి కాబట్టి.

"ఆఁడు, అరి అనే రెండు ప్రత్యయాలు కూడా నీచమైన పనులను చేయడాన్ని తెలియజేస్తాయి. బొంకులాఁడు, తగవులాఁడు, అంకులాఁడు, పెంటిపెనపరి; ముండరి, తుంటరి, కల్లరి అనేవి ఉదాహరణలు".

రెండు ప్రత్యయాలు – రూపంలో వేరు వేరు, కానీ అర్థంలో సమానం. ఇవి రెండూ కూడా చేరినప్పుడు నీచమైన పనులు చేయడాన్ని తెలుపుతాయి అన్న అర్థ వివరణ ముందుగా ఇచ్చి, కేతన పుంలింగ పదాలుగా బొంకులాడు, తగవులాడు, అంకులాడు వంటి ఉదాహరణలిచ్చాడు. ఈ విషయంలో రెండు అంశాలు గమనించాలి. (1) ఈ ఆడు ప్రత్యయం ఏకవచనంపై చేరలేదు, బహువచనరూపాలపై అంటే బొంకులు, తగవులు, అంకులు పై చేరింది. పోతే ఆడు వల్ల నీచార్థం వస్తోందా లేక ప్రధానపదాలైన బొంకులు, తగవులు, అంకులు అన్న మాటలకే నీచార్థం ఉందా? అన్నది చర్చించాల్సిన విషయం అలాగే 'అరి' ప్రత్యయం చేరడం వల్ల 'అధమకార్యం' తెలుస్తోందా లేక పెనపరి, ముండ, తుంట, కల్ల. అనే మాటల్లోనే ఏదైనా నీచార్థం ఉందా లేదా అన్నది కూడా పరిశీలించాల్సిన విషయమేననిపిస్తోంది.

ఈ విషయాలపై దేవినేని సూరయ్య, హరిశివకుమార్ ప్రత్యేకంగా ఏమీ చెప్పలేదు. హరిశివకుమార్ మాత్రం ఈ ప్రత్యయాలకు కేతన 'అర్థవివరణ'చేసినాడని (పు.144) తెలిపాడు.

క. అమి లేమికి నిమి కల్మికి
నమరంగాఁ దనము ధర్మ మగుటకుఁ దగుఁ గా
నమి వినమి తాల్మి కూరిమి
తమమంచితనంబు లోభితన మనఁ జనుటన్. 165

అమి లేమికిన్ = 'అమి' ప్రత్యయం 'లేకపోవడానికి'; ఇమి కలిమికిన్ = 'ఇమి' ప్రత్యయం 'కలిగి ఉండడానికి' (లేమి = పేదరికం; కలిమి = ధనం); అమరంగా = సరిగ్గా; తనము = తనము ప్రత్యయం; ధర్మము + అగుటకున్ = ఆచరించదగ్గ విషయానికి; తగున్ = సరిపోతాయి; కానమి = కాను + అమి = కనిపించని, వినమి = విను + అమి = వినిపించని; తాల్మి = తాలు+ ఇమి = ఓపిక ఉండడం; కూరిమి = స్నేహంగా ఉండటం; తమ = తమ యొక్క; మంచితనంబు = మంచితనం; లోభితనము = పిసినారి స్వభావం; అనన్ = అనే విధంగా; చనుటన్ = ఉపయోగింపబడటం వల్ల.

"అమి అనే ప్రత్యయం లేకపోవడానికి, ఇమి ప్రత్యయం ఉందనడానికి, తనము స్వభావా (ధర్మా)నికి చేరుతాయి. కానమి, వినమి ('అమి'కి); తాల్మి, కూరిమి ('ఇమి'కి) మంచితనం, లోభితనం ('తనం' ప్రత్యయానికి) ఉదాహరణలు".

ఈ సూత్రంలో 'మూడు' ప్రత్యయాలు వాటి అర్థాలూ, వాటికి ప్రయోగాలు చూపించాడు కేతన. కానమి, వినమి అనేటటువంటి పదాల్లో కనిపించే 'అమి' ప్రత్యయం 'లేకపోవడానికీ', తాల్మి, కూరిమి వంటి మాటల్లో కనిపించే 'ఇమి' 'ఉందని చెప్పడానికి', మంచితనము, లోభితనము వంటి పదాల్లోని 'తనం' స్వధర్మాన్ని తెలియజేయడానికీ ఉదాహరణలుగా చూపించాడు. వీటిలో అమి ప్రత్యయం చేరే 'కనమి, వినమి' పదాలు ఆధునిక భాషలో ఉపయోగంలో లేవు. మిగిలిన రెండూ ఉన్నాయి. (66వ పద్యం చూడండి) దేవినేని సూరయ్య వివరణ: "అమి అను ప్రత్యయము లేదను నర్థమునకు, ఇమి అను ప్రత్యయాలు ఉన్నదను నర్థమును, తనము అను ప్రత్యయము ధర్మమును దెల్పును". (పు. 123)

హరిశివకుమార్ : " 'అమి' అనునది లేవను నర్థమునను; 'ఇమి' అనునది యున్నదను నర్థమునను, 'తనము' అనునది తత్ – ధర్మము తెలుపునదిగను వాడబడునని కేతన చెప్పినాడు. వాటిలో 'అమి' ప్రత్యయము కేవలము క్రియాపదములపైననే కనిపించుచున్నది. అందువలన సూరి దీనిని 'మిజి' యని చెప్పి క్రియా ప్రకరణములో చెప్పినాడు. కాని కేతన దీనిని కృదంతముగా పరిగణించినట్లు కన్పట్టుచున్నది. నన్నయ భారతమున తేజరిల్లమి (ఆది 1-141), రక్షింపమి (అర-1-170) వంటి ప్రయోగములున్నవి. 'ఇమి' యనునది 'బలిమి', 'చెలిమి' ఇత్యాది పదములలో 'కల'యను నర్థమున నామవాచకములపైనను, 'తాల్మి, కలిమి' ఇత్యాది ప్రయోగములలో క్రియలపైనను వచ్చుచున్నది. అందువలన సూరి దీనిని తద్ధిత ప్రకరణములోను, మరియు కృదంత ప్రకరణములోను గూడ చెప్పినాడు. కాని కేతన మాత్రము అర్థ విచారణ చేసి యున్నదను నర్థమున వచ్చునని చెప్పినాడు. 'పలుగుదనము' (ఆది-5-203) వంటి ప్రయోగములలో 'తనము' తత్ – ధర్మ బోధకముగ నున్నది". (పు. 144 – 145).

క. ఆఁడును నీఁడును గత్తెయుఁ
గాఁ డనుచోఁ గర్త యగు జగం బెఱుఁగంగా
బోఁడి యనఁగ నెల్లెడలను
నాఁడుం బేళ్లకును జెల్లు నభినవదండీ. 166

ఆఁడునున్ = ఆడు ప్రత్యయం; ఈఁడునున్ = ఈడు ప్రత్యయం; కత్తెయున్ = కత్తె ప్రత్యయం; కాఁడు+అనుచోన్ = కాడు అనే ప్రత్యయం వాడినప్పుడు; కర్తయగు = కర్త అవుతుంది; జగంబు ఎఱుగంగా = ప్రపంచానికి తెలిసే విధంగా; బోఁడియనగ = బోడి అనే ప్రత్యయానికి, ఎల్లెడలనున్ = అన్నిచోట్లా రూడా; ఆఁడున్ + పేళ్లకును = ఆడవారి పేర్లకు; చెల్లున్ = సరిపోతుంది; అభినవదండీ = ఓ కేతనా!

"ఆండు, ఈండు, కత్తె, కాండు, బోండి అనే ప్రత్యయాలన్నీ కూడా (వాక్యంలోని) కర్తను తెలియజేస్తాయి. వీటిలో – కత్తె, బోడి అనేవి అన్ని సందర్భాలలోనూ ఆడవారి పేర్లకే వస్తాయి".

ఈ ప్రత్యయాలలో కొన్నింటికి ఇంతకు పూర్వం పద్యాలలో ఉదాహరణలు ఇవ్వడం వల్ల కేతన ఇక్కడ ప్రత్యేకంగా మళ్లీ ఉదాహరణలు చూపలేదని అనుకోవాలి. ఇవన్నీ కూడా చేరిప్పుడు ఆ పదాలు 'కర్త' (వాక్యానికి సంబంధించింది; క్రియతో అన్వయించేది) అవుతాయి. వీటిలో కత్తె, బోడి అనేవి "ఎల్లవేళలా" (=అన్నిచోట్లా) స్త్రీలను తెలియజేస్తాయి. (చూ. 162, 163 పద్యాలు)

దేవినేని సూరయ్య ఈ పద్యం కింద విశేషాంశములు పేరుతో వివిధ తద్ధిత (భావార్థక, మతుబర్థక, స్వార్థక, మానార్థక, దఘ్నార్థక, తాచ్ఛీల్య శీర్షికల కింద) ప్రత్యయాలను ఇచ్చాడు. పనిలో పనిగా (ఈ సందర్భములో) కృదంతాలను కూడా కొన్నింటిని ఉదాహరణలతో సహా ఇచ్చాడు.

5.10 రుగాగమ సంధి

క. ఆలికి రా లగు దిగువ గు
ణాలి నిలిపి పలుకుచోట నను వగునెడ గొ
డ్రాలు జవరాలు పాతకు
రాలు గెడపురాలు ముద్దరా లనఁ జనుటన్. 167

ఆలికి రాలగు = 'ఆలి' ప్రత్యయం చేరినప్పుడు 'ర' వస్తుంది; దిగువ = ముందుగా; గుణాల = గుణవాచకాలు (విశేషణాలకు); నిలిపి = చేర్చి; పలుకుచోటన్ = చెప్పేచోట్లలో; అనువు + అగున్ + ఎడ = అనువైన సందర్భాలలో; గొడ్రాలు = పిల్లలు లేని స్త్రీ; (< గొడ్డు + ఆలు); జవరాలు = యవ్వనవతి (< జవ + ఆలు); పాతకురాలు = పాపి (< పాతక+ఆలు); కెడపురాలు = చెడ్డ స్త్రీ (కెడపు+ఆలు) ముద్దరాలు = అమాయక స్త్రీ (ముద్ద + ఆలు); అనన్ = అనే విధంగా; చనుటన్ = చెల్లే (వాడే) విధంగా.

"ఆలి ప్రత్యయం విశేషణాలకు చేర్చినప్పుడు ఆలికి ముందు (=దిగువ) 'ర' వచ్చి 'రాలు' అవుతుంది. ఉదాహరణలు; గొడ్రాలు, జవరాలు, పాతకురాలు, కెడపురాలు, ముద్దరాలు".

కేతన తర్వాతి వ్యాకర్తలు దీనిని రుగాగమసంధి అన్నారు. కానీ కేతన అచ్చమైన వర్ణనాత్మక (భాషాశాస్త్ర పద్ధతిలో) వ్యాకర్త. అందువల్ల ఆలు అనే ప్రత్యయాన్ని విశేషణాలకు

చేర్చినప్పుడు ముందుగా 'ర' చేరి 'రాలు' అవుతుంది అన్నాడు. 'వ్యాకర్తలు ఇచ్చిన ఉదాహరణలన్నీ కూడా కేతన నుండీ చిన్నయసూరి దాకా అవే అని చెప్పవచ్చు. ఆలు శబ్దము పరంబగునప్పుడు రుగాగంబగు - (చిన్నయసూరి సంధి - 30) అని 'రు' ఆగమంగా సూత్రీకరించాడు చిన్నయసూరి.

5.10.1 గ-వ ల మార్పు

ఆ. అచ్చ తెలుఁగుమాట నను వైనచో వకా
రము గకారరూప మమరఁ దోఁచుఁ
దీవె తీగె యనఁగ జేవ చేగ యనఁగఁ
బవలు పగలు నాఁగఁ బరఁగుఁ గాన. 168

అచ్చ తెలుగుమాటన్ = అచ్చమైన (తత్సమేతర) తెలుగు మాటలలో; అనువైనచో = అనుకూలమైన చోట్ల; వకారము = 'వ' అనే అక్షరం; గకార రూపము = 'గ' అక్షరంగా (రూపంలో); తోచున్ = కనిపిస్తుంది; తీవె తీగె అనఁగ = తీవెను తీగె అనే విధంగా; చేవ చేగ అనఁగ = చేవను చేగ అనే విధంగా; పవలు పగలు నాఁగ = పవలు అనే మాటను పగలు అనే విధంగా, పరఁగున్ కాన = వినియోగిస్తారు కాబట్టి.

"అచ్చ తెలుగు మాటలలో అనుకూలమైన చోట్ల 'వ' కు బదులుగా 'గ' కారం వస్తుంది. తీవె, చేవ, పవలు అనే పదాలు వరుసగా తీగె, చేగ, పగలు అని కూడా వాడబడుతాయి".

కేతన కాలానికి తీవె, చేవ, పవలు అనే రూపాలే మొదటిరూపాలు గానూ, తీగె, చేగ, పగలు అనేవి 'వ'కారం 'గ'గా మారుతుందని చెప్పిన సూత్రం ఆధారంగానూ నిష్పన్నం చేయబడుతాయని తెలుస్తోంది. కానీ ఆధునిక తెలుగులో దీనికి భిన్నంగా తీగె, పగలు అనే రూపాలను ప్రధాన రూపాలుగా తీసుకొని, 'గ' కారం వకారంగా మారిందని సూత్రీకరించి తీవె, పవలు పదాలను నిష్పన్నం చేయడం జరుగుతోంది. ఏ రకంగానైనా కూడా గ-వ లేదా వ-గ ల మధ్య ధ్వని మార్పు సహజమేనని చెప్పవచ్చు. దేవినేని సూరయ్య "అనువైనచోనని చెప్పి యుండుటచే బదాద్యము కానిదై అసంయుక్తంబైన, వకారమునకు గకారము వచ్చునని యెఱుంగునది (పు. 126)" అని చిన్నయసూరి సూత్రాన్ని మాత్రమే చెప్పగా హరిశివకుమార్ "అచ్చ తెనుగు మాటలలో ననువైన చోట్ల 'గ' కారమునకు 'వ' కారము పచ్చుసు" అని సూత్రాన్ని (పైన వివరించినట్లు) తిరగవేసి ఇస్తూ ఉదాహరణల్లో కూడా "తీగె-తీవె, పగలు-పవలు" అంటూ తిరగేసి ఇచ్చారు. వీటితోపాటు "నన్నయ

పవలు (ఆది 2-152), తవిలి (అర.2-230) వంటి వానిని ప్రయోగించియున్నాడు" అని చూపి, సూరి (చిన్నయసూరి) "అపదాంత్యంబయి యసంయుక్తంబయిన గకారంబునకు వకారం బగునని చెప్పినాడు" (పు.140) అన్నాడు. ఏమైనా వీరిద్దరూ కేతన సూత్రాన్ని తిరగేసి ఇచ్చారు. కానీ కేతన 'వ' కార రూపాలనే ప్రధానంగా తీసుకున్నాడనీ, దాన్ని హరిశివకుమార్ చూపిన 'నన్నయ' ఉదాహరణలు కూడా బలపరుస్తున్నాయనీ గ్రహించాలి.

తే. ఆతఁ డిట్టివాఁ డెట్టివాఁ డట్టివాఁడు
నాఁగఁ జనునట్టి త్రితయమునకుఁ గ్రమమున
నాతఁ డిట్టిఁడు నెట్టిఁడు నట్టిఁ డనఁగఁ
దగుల నిమ్మెయి నభినవదండి చేసె. 169

ఆతఁడు ఇట్టివాఁడు = ఆయన ఇలాంటివాడు; ఎట్టివాఁడు = ఎలాంటివాఁడు; అట్టివాడు= అలాంటివాడు; నాఁగన్ = అనే విధంగా; చనున్ + అట్టి = వాడేటటువంటి; త్రితయమునకున్ = మూడు రకాల పద ప్రయోగాలకు; క్రమమునన్ = వరుసగా; ఆతఁడు = ఆయన; ఇట్టిఁడు, ఎట్టిఁడు, అట్టిఁడు (అనే ఈ మాటలను); అనఁగన్ = అనే విధంగా; తగులన్ = సరియైన విధంగా; ఇమ్మెయిన్ = ఈ + మెయిన్ = ఈ విధంగా; అభినవదండి చేసె = కేతన చేసాడు (ఏర్పరిచాడు).

"ఆయన ఇట్టివాడు, ఎట్టివాడు, అట్టివాడు అనే ఈ మూడు పదాలకు క్రమంగా ఇట్టిడు, ఎట్టిడు, అట్టిడు అనేవి వాడబడుతాయని కేతన సూత్రీకరించాడు".

ఆ, ఈ, ఏ అనే అక్షరాలు కేవలం అక్షరాలు మాత్రమే కావు. ఇవి దూర, సామీప్య, ప్రశ్నార్థక రూపాలకు చెంది, సర్వనామాలలోనూ, స్థల, కాలాలలోను అర్థవంతమైన సపదాంశాలుగా ఉపయోగింపబడుతాయి. వాటిని తర్వాత వ్యాకర్తలు 'త్రికము' అని వ్యవహరించగా, కేతన 'త్రితయము' అని వాడాడు. ఈ పై మూడు - ఇట్టివాడు (దగ్గర వ్యక్తికి), ఎట్టివాడు (ప్రశ్నార్థకానికి), అట్టివాడు (దూరంగా ఉన్న వ్యక్తికి) వాడే సర్వనామాలలో 'వా' లోపించి ఇట్టిడు, ఎట్టిడు, అట్టిడు అని కూడా వాడవచ్చునని సూత్రీకరించాడు కేతన. కానీ ఇవి తర్వాత కాలం వ్యాకరణాల్లో ఉన్నట్టు కనిపించదు. బహుశా ఇలాంటి రూపాలు కేతన కాలం తర్వాత ప్రయోగాల్లో ఉండి ఉండకపోవచ్చు.

ఈ విషయమై దేవినేని సూరయ్య కూడా 'ఇక్కడ వాకారములోపించినదని ఎఱుంగునది' (పు.126) అని మాత్రమే అన్నాడు.

హరిశివకుమార్ "ఇట్టి రూపములను చింతామణి కర్తగాని అధర్వణుడుగాని, అప్పకవి గాని సాధింపనేలేదు" అన్నాడు. ఇది కూడా పైన చెప్పిన అంశాన్ని బలపరుస్తోంది.

అయితే ఈయన నన్నయ - అట్టిఁడ (ఆది 4-168), ఇట్టిఁడే (ఆది. 5-230), వంటి యేక వచనరూపములేకాక, అట్టిరు (ఆది 4-17; సభా-1-236) వంటి బహువచన రూపములను గూడ ప్రయోగించి యున్నాడు". (పు.146) అని ఉదాహరణలు చూపడం వల్ల ఇవి నన్నయ కాలంలో ఎక్కువగా ప్రయోగంలో ఉండి ఉండవచ్చునని భావించాలి.

5.11 సంబోధనల్లో వైవిధ్యం:

తే. అన్యుఁ బిలుచుచో నిడుద లౌ నక్షరములు
కురుచ లై జడ్డముల మోచుఁ గొన్ని యెడలఁ
కొడుక రా మఱి కొడుక పో కొడుక రమ్ము
కొడుక పొ మ్మన జగతిలోఁ గూడుఁ గాన. 170

అన్యున్ = ఇతరులను; పిలుచుచో = పిలిచేటప్పుడు; నిడుదలు + ఔను = దీర్ఘంగా ఉండే అక్షరాలు; కుఱుచలు + ఐ = హ్రస్వాలై; జడ్డముల = ద్విత్వ'ము' = 'మ్ము'; మోచున్ = మోస్తాయి; కొన్నియెడల = కొన్నిసార్లు; కొడుక రా = కుమారా, రా! (అనీ); మఱి = ఇంకా; కొడుక పో = కుమారా; పో! (అనీ); కొడుక రమ్ము = కుమారా, రమ్ము; కొడుకపొమ్ము = కుమారా, పొమ్ము; అన = అనే విధంగా; జగతిలోన = ప్రపంచంలో; కూడున్ + కాన = కలుస్తుంది కాబట్టి.

"ఇతరులను పిలిచేటప్పుడు దీర్ఘాక్షరాల్లో ఉండే సంబోధన కొన్నిసార్లు హ్రస్వమై, అట్లా అయినప్పుడు ద్విత్వ ము కారాన్ని (మ్ము) పొందుతుంది. ఉదా: రా-రమ్ము, పో-పొమ్ము".

సాధారణంగా సంబోధనలు తెలుగులో దీర్ఘాంతాలుగా ఉంటాయి. రాముడా! సీతా! అని స్వరాన్ని పెంచి దీర్ఘాంతమైన అచ్చుతో పలుకుతాం (కొన్ని భాషల్లో కేవలం స్వరాన్ని పెంచడం ద్వారా మాత్రమే ఉంటుంది). కానీ రాసేటప్పుడు కావ్య భాషలో మాత్రాభేదం కోసం (గురు - లఘు తేడా) హ్రస్వ - దీర్ఘ భేదాలలో భాషా నియమాల పరిధిలోనే స్వేచ్ఛ తీసుకుని ఉపయోగించుకున్నారు కవులు. దానిలో భాగమే విధ్యర్థక వాక్యంగా మనం పేర్కొనే 'రా, పో' లను 'అన్యు బిలుచుచో' అంటే ఇతరులను పిలిచేవిగా అర్థాన్ని ఆధారంగా చెప్పి ఇవి కొన్నిసార్లు హ్రస్వంగా మారుతాయనీ, అప్పుడు దాని వెంట ద్విత్వ మకారం అంటే 'మ్ము' వస్తుందనీ చెప్పాడు. ఆధునిక భాషలో రా, పో రూపాలను ఏకవచనానికీ, రండి, పొండి రూపాలను బహువచన గౌరవ వచనాలతూ వాడుతున్నాం. నాకు దొరికిన పాఠంలో ఇది 'జడ్డముల' మోచు అంటే జడ్డ = ద్విత్వ, ముల = ము+మ

= 'మ్ము'ను పొందుతుంది అని వుంది. అయితే దేవినేని సూరయ్య 'జడ్డలై మోచు' (పు.126) అని ఇచ్చాడు. అప్పుడు 'మ్ము' చేరడాన్ని వివరించడం సాధ్యం కాదు. అందువల్ల నాకు లభ్యమైన ప్రతిలోని పద్యమే సరియైందని భావించాల్సి ఉంటుంది. రా, పోలతో పాటు సూరయ్య తే – తెమ్ము (పు. 127) కూడా చేర్చాడు.

తే. అన్యుఁ బనుపుచో నుట్టంత మైన శబ్ద
మచ్చు పైనున్న ముట్టంత మగుట నిజము
మొనసి పొడు వరిసేనల ననఁగఁ జనదు
పొడువు మరిసేన ననుటయె పోలుఁ గాని. 171

అన్యున్ = ఇతరులను; పనుపుచోన్ = ఆజ్ఞాపించేటప్పుడు; ఉట్టు+అంతమైన శబ్దము = ఉకారాంతమైన పదం; అచ్చుపైన్ = అచ్చు మీద; ఉన్న = ఉన్నటువంటి; ముట్టు+అంతము = ముకారాంతం; అగుట నిజము = అవటం తప్పనిసరి; మొనసిపొడువు + అరి సేనలన్ = ధైర్యంగా పొడువు శత్రుసేనలను; అనఁగన్ చనదు = అనరాదు; పొడువుము + అరిసేనన్ = శత్రుసేనను పొడువుము; అనుటయె = అనడమే; పోలున్ + కాని = సరియైనది కాని.

"ఇతరులను ఆజ్ఞాపించేటప్పుడు ఉకారాంతమైన శబ్దం పై అచ్చు వచ్చినట్లయితే అది 'ముకారాంతం' అవాలి; ఉదా: "పొడువరిసేనల" అనడం సరికాదు; 'పొడువుము అరిసేన' అనడమే సరియైనది".

విధ్యర్థక వాక్యాలలో ఏక వచనంలో క్రియకు ఆధునిక తెలుగులో ఏమీ చేరదు. ధాతురూపమే విధ్యర్థకరూపంగా ఎక్కువగా కనిపిస్తుంది. అలాగే చాలా క్రియలు కూడా 'ఉ' కారాంతాలే. 'విధి' అంటే ఆజ్ఞాపించటం, కోరటం లేదా చెప్పడం. అందువల్ల మనం మరొకర్ని ఏకవచనంలో "తిను!, విను!" అంటాం.

క్రియారూపం	విధ్యర్థక ఏకవచనరూపం
తిను	తిను!
విను	విను!
చెప్పు	చెప్పు!
మాట్లాడు	మాట్లాడు!

కానీ కావ్య భాషకు సంబంధించిన తెలుగులో ఇలా క్రియా రూపంతో అభేదంగా ఉండే రూపప్రయోగం సరియైనది కాదనీ, –ము కారాంత ప్రయోగం ఉన్నదే సరియైనదని

కేతన వ్యాఖ్యానించాడు. అందువల్లనే కావ్యభాషలో ఎక్కువగా తినుము, వినుము, చెప్పుము, పొడువుము (కేతన) ఇలా ముకారాంత రూపాలు కనిపిస్తాయి.

తే. చునులపై నకారము పొడచూపుఁ బోవు
నొప్పు నచ్చులు పై డాసి యుండెనేని
యొదవుచున్నచో నొదవుచునున్న చోట
పొడుచుచడరెను బొడుచుచునడరె ననఁగ. 172

చునులపై = చును చివరలో వచ్చే పదాలపై; న కారము = 'న' అక్షరం; పొడచూపున్= వస్తుంది (కనిపిస్తుంది); పోవున్ = పోతుంది; ఒప్పున్ = సరిగ్గా; అచ్చులు= స్వరాలు (ఆదులు) పై డాసి = కలిసి; ఉండెనేని = ఉన్నట్లయితే; ఒదవుచున్నచో = ఒదవుచున్న అనే క్రియలో చు ఉన్నచోట; ఒదవుచునున్నచోట = ఒదవుచునున్న అనే చోట; పొడుచుచడరెను = పొడుచుచు+ అడరెను = (పొడుస్తూ భయపడ్డాడు) అనే చు కారాంత పదాలకు; పొడుచుచును + అడరెను = ను చేరినరూపంతో; అనఁగ = అనే విధంగా.

"క్రియలో చునుల తర్వాత వచ్చే 'న'కారం అచ్చు ఉన్నట్లయితే, ఒదవుచున్న లేదా ఒదవుచునున్న; పొడుచుచడరెను లేదా పొడుచుచునడరెను అనే ఉదాహరణల్లో కనిపించే విధంగా కొన్నిసార్లు పై అచ్చుతో కలిసి ఉంటుంది, కొన్నిసార్లు పోతుంది".

న కారం అంటే ద్రుతమనీ, ద్రుతం అంటే జారిపోవడం అనీ చెప్పారు కేతన తర్వాత వ్యాకర్తలు. కావ్యభాషలోని తెలుగు మాటలన్నింటినీ "ద్రుతప్రకృతికాలు, కళలు" అని రెండుగా విభజించి, న కారాంతమైన వన్నీ ద్రుతప్రకృతికాలనీ, కానివి కళలనీ సూత్రీకరించారు. అందువల్ల ఈ నకారం కొన్నిచోట్ల వస్తుంది; కొన్నిసార్లు పోతుంది. ఇది కూడా ఛందో అవసరాల రీత్యా ఏర్పడిందేనేమో అనిపిస్తుంది. అదనపు మాత్ర అవసరమైన చోట్ల ద్రుతానికి అవకాశం ఉన్నప్పుడు నకారాన్ని పెట్టుకోవడం, గణవిభజనకు అడ్డం వస్తున్నట్లయితే తొలగించి వాడడం కవులకు చాలా వెసులుబాటును ఇస్తుంది. ఈ సూత్రం కూడా దానికే చెందిందని భావించాలి.

దీనిపై దేవినేని సూరయ్య "శత్రర్థచువర్ణముపై నకారము పోగా సంధి యగుననియు లేనిచో నకారము మీది స్వరముతో మేళవించుననియు నెఱుంగునది" అని వివరించాడు.

పింగళిపకుమార్ దీని విషయమై ఏమీ వ్యాఖ్యానించలేదు.

5.14 వచ్చు, పో క్రియలు

ఆ. అందు నిందు నెందు ననునర్థములు మఱి
యటయు నిటయు నెటయు నగుఁ గ్రమమునఁ
గ్రియలు రాక పోక లయి మీఁదనుండిన
నుతగుణాభిరామ నూత్నదండి. 173

అందున్; ఇందున్, ఎందున్ = దానిలో, దీనిలో, దేనిలో (అందులో, ఇందులో, ఎందులో); అనున్ + అర్థములు = అనే అర్థాలు కల పదాలు; మఱి = ఇంకా; అటయున్, ఇటయున్; ఎటయున్ = అట, ఇట, ఎట అని కూడా; అగున్ = అవుతాయి; క్రమమున = వరుసగా; క్రియలు = క్రియారూపాలు; రాకపోకలు + అయి = వచ్చు, పో అనేవి; మీదన్ + ఉండిన = ఈ రూపాల పై వచ్చినప్పుడు; నుతగుణాభిరామనూత్నదండి = ఓ కేతనా.

"వచ్చు, పోవు అనే క్రియారూపాలకు ముందు అందు, ఇందు, ఎందు ఉన్నట్లయితే అవి వరుసగా అట, ఇట, ఎట అని అవుతాయి".

ఈ సూత్రం ప్రకారం అందున్, ఇందున్, ఎందున్, అనే పదాలు 'రాక, పోక' అనే వ్యక్తీకరణలో మారిపోయి "అట, ఇట, ఎట" అనే విధంగా వచ్చు, పోవు అనే అర్థాలకు చెందిన క్రియారూపాల కలయికలో మారుతాయి. అందున్→అట అనీ, ఇందున్ →ఇట అనీ, ఎందున్ →ఎట అనీ అవుతాయని అర్థం చేసుకోవాలి. మరో విధంగా చెప్పాలంటే అంతర్నిర్మాణంలో ఉండే అందు, ఇందు, ఎందు అనేవి "రాకపోకల క్రియలు" (Verb of Motion) చేరినప్పుడు బాహ్య వ్యక్తీకరణలో అట, ఇట, ఎట అవుతాయని కేతన చెప్పిన విధం అర్థం చేసుకుంటే కేతన భాషా పరిశీలనా దృష్టీ, దానిని సూత్రీకరించిన తీరు భాషా వ్యాకరణ జిజ్ఞాసులకు ఎంతో ఆనందాన్ని కలగజేస్తుంది.

క. అటపోయెడి నిటవచ్చెడి
నెటకరిగెడి ననుట యుచిత మిటువలెఁ గాదే
నటయాడెడి నిటపాడెడి
నెటగూర్చున్నాఁ డనంగ నెసంగవు గృతులన్. 174

అటపోయెడిన్ = అక్కడకు వెళ్లాడు; ఇట వచ్చెడిన్ = ఇక్కడకు వచ్చాడు; ఎటకు + అరిగెడిన్ = ఎక్కడకు వెళ్తున్నాడు; అనుట = అనడం; ఉచితము = సరియైనది; ఇటువలెన్ = ఈ విధంగా; కాదేన్ = కానట్లయితే; అటన్ + ఆడెడి = అక్కడ ఆడాడు; ఇటన్ పాడెడి =

ఇక్కడ పాడాడు; ఎటన్ + కూర్చున్నాడు = ఎక్కడ కూర్చున్నాడు; అనఁగన్ = అనే విధంగా; ఎసగవు = ఉండవు; కృతులన్ = కావ్యాలలో.

"రాకపోకల క్రియలతోనే అట పోయెడిన్, ఇట వచ్చెడిన్, ఎట కరిగెడిన్ అనే విధంగా కావ్యాలలో వాడటం ఉచితంగా ఉంటుంది కానీ రాకపోకలు కాని క్రియలైన ఆడు, పాడు లతో అట ఆడెడిన్, ఇట పాడెడిన్, ఎట కూర్చున్నాడు అని వాడడం సబబు (సరియైంది) కాదు".

కేతన మొట్ట మొదటిసారిగా చేసిన భాషా సంబంధమైన నిశిత పరిశీలనలో ఇది కూడా ఒకటి. రూపాలు అందు, ఇందు, ఎందు అనే మాటలకు బదులుగా అట, ఇట, ఎట అనేవి కేవలం "రాకపోకల" కు చెందిన క్రియారూపాలతోనే వస్తాయనీ, మిగిలిన క్రియలు వేటితోనూ రావు అనీ ఆడు, పాడు, కూర్చుండు వంటివి తీసుకొని ఉదహరించాడు.

ఇది కూడా ఆధునిక భాషా శాస్త్ర పద్ధతి. దీనిలో వ్యాకరణ అసమ్మతి కానీ వ్యవహార అసమ్మతికానీ ఉన్నప్పుడు దానిని చుక్క (★) గుర్తుతో సంకేతించి అవి భాషా వ్యవహారంలో రావనీ, కుదరవనీ వివరిస్తారు ఆధునిక భాషా శాస్త్రజ్ఞులు. చేకూరి రామారావు సుజాత భర్తను కొట్టిన తెడ్డు సరియైనరూపమనీ, ★ సుజాత తెడ్డుతో కొట్టిన భర్త అన్నది తెలుగు వ్యవహర్తలు అంగీకరించని రూపమనీ తెలుగు వాక్యం (1975)లో వివరంగా చర్చించారు. అలాగే కేతన పాడు, ఆడు, కూర్చుండు వంటి క్రియలతో అట, ఇట, ఎట రావని, కావ్యాలలో అవి అనుమతించరనీ చెప్పాడు. కానీ భద్రిరాజు కృష్ణమూర్తి తిక్కన భారతం నుండి ఈ రూపాల ప్రయోగాలు తీసి చూపించాడు. అయితే ఇవి నన్నయలో ఎలా ఉన్నాయో పరిశీలించాలి. ఈ విషయంపై మరింత పరిశోధన చేయవచ్చు.

క. సల్లలితైకపదముపై
నిల్లు నిలును గ్రియలఁ గొన్ని యెడలను దగ సం
ధిల్లుట శోభిలుటయుఁ బ్రభ
విల్లుట యన జగతిలోన బెడఁ గై యుండున్. 175

సల్లలిత = సరియైన విధంగా; ఏక పదముపై = ఒకే పదం మీద; ఇల్లున్, ఇలునున్ = ఇల్లు లేదా ఇలు అనేవి; క్రియలన్ + క్రియలలో; కొన్ని యెడలను = కొన్ని చోట్ల; తగ = చక్కగా; సంధిల్లుట = కలపటం లేదా జతచేయటం (-ఇల్లుతో); శోభిలుటయున్ = ప్రకాశించుట (-ఇలుతో); ప్రభవిల్లుట = పుట్టడం (ప్రభవ + ఇల్లు); అన = అనే విధంగా; జగతిలోన = ప్రపంచంలో; బెడగు + ఐ = ఎక్కువగా; ఉండున్ - ఉంటాయి.

"కొన్ని క్రియలలో కొన్నిసార్లు ఒకే పదంపై -ఇల్లు లేదా - ఇలు అనే ప్రత్యయం చేరుతుంది. సంధిల్లుట, శోభిలుట, ప్రభవిల్లుట అనేవి ఉదాహరణలు".

ఇది కూడా కేతన పరిశీలనకు ప్రథమంగా చిక్కిన భాషా విశేషం. ఇక్కడ ఇల్లు లేదా ఇలు ప్రత్యయం కొన్ని సంస్కృత రూపాలపై చేరి క్రియారూపాలుగా మారుతున్నాయి. 'ఇంచు' అనేది ప్రేరణార్థకం. కానీ ఇల్లు లేదా ఇలు అనేది సకర్మక, అకర్మక క్రియలు రెండింటికీ చెందినది. ఇవి ఏయే రూపాలకు చేరుతాయో కచ్చితంగా చెప్పడం కష్టంకానీ, అప్పటికే ఉన్న కొన్ని ప్రయోగాలను - సంధిల్లు, శోభిలు, ప్రభవిల్లు వంటి వాటిని కేతన ఉదాహరించాడు.

దేవినేని సూరయ్య "కొన్ని ధాతువులకు ఇంచుక్కునకు మాఱుగా ఇల్లు ఇలు అనునవి వచ్చునని యెఱుంగునది. ఇవి అప్రేరణముననెవచ్చును" (పు. 129) అని చెప్పాడు. 'అప్రేరణము' అంటే "ప్రేరణార్థకం కాని వాటిలో" అని అర్థం చేసుకోవాలి.

క. మల్లెయు లంజెయు గద్దెయు
నొల్లెయు ననుపగిదిపలుకు లొప్పవుఁ గృతులన్
మల్లియ లంజియ గద్దియ
యొల్లియ యని పలికి రేని యొప్పున్ గృతులన్. 176

మల్లెయు = మల్లె (పువ్వు) అనేమాట; లంజెయు = లంజె (=వేశ్య) అనే పదం; గద్దెయు = గద్దె (పీఠం) అనేమాట; ఒల్లె = ఒల్లె (పైట) అనే పదం; అను పగిది = అనేటటువంటి; పలుకులు = మాటలు; ఒప్పవు కృతులన్ = కావ్యాలలో సరిగ్గా ఉండవు, బాగా అనిపించవు; మల్లియ, లంజియ, గద్దియ, ఒల్లియ = వాటిపై 'య' చేర్చిన ఇలాంటి పదాలు; అని = అనే విధంగా; పలికిరి+ఏని = చెప్పినట్లయితే; ఒప్పున్ = అంగీకార్యం అవుతాయి; కృతులన్ = కావ్యాలలో.

"కావ్యాలలో మల్లె, లంజె, గద్దె, ఒల్లె వంటి మాటలు ఆ విధంగా వాడిన దానికన్నా మల్లియ, లంజియ, గద్దియ, ఒల్లియ అని వాడితేనే ఎక్కువ ఔచిత్యంగా ఉంటాయి".

పైన పేర్కొన్న రెండు రకాల రూపాలలో కావ్యాలలో వాడేందుకై కవులు రెండో గుంపునే (యకారంతో) ఎక్కువగా ఇష్టపడతారన్నది పై పద్యం సారాంశం. ఇదే సంప్రదాయం ఈనాటికీ సినిమా సాహిత్యంలో కూడా కనిపిస్తుంది (ఉదా: మల్లియలారా! మాలికలారా అనే సి. నారాయణరెడ్డి గీతం). అయితే ఈ రెండో రూపాలు ఏక వచన ప్రయోగంలో బాగా అనిపిస్తాయేమో కానీ సమాసకల్పనలో మాత్రం మొదటి రూపాలే

కనిపిస్తాయి; ఉదా: మల్లెపూలు అంటాం అంతే కానీ మల్లియపూలు అనే ప్రయోగం ఉన్నట్లు లేదు; అలాగే గద్దెపీట అంటాం కానీ గద్దియపీట అని ఎక్కడా వాడినట్లు లేదు.

హరిశివకుమార్ "కేతన ఈ పద్యమున ఎదంతరూపములను, ఇయాంత రూపములను రెంటిని యంగీకరించినట్లున్నది. కొన్ని ప్రతులలో నీ పద్యమున "ఒప్పవుకృతులన్" అను అర్ధబిందురహిత పాఠాంతరమును ఉండి వ్యతిరేకార్థము నిచ్చుచున్నది. చింతామణియు, అథర్వణ కారికావళియు, నీ రెండు రూపముల నంగీకరించెనని అహోబలపండితుడు అథర్వణోక్తి యాధారముగా కేతన సూత్రమును పూర్వపక్షము కావించినాడు (పు. 321). కూచిమంచి తిమ్మకవి కూడా ఈ సందర్భమున నహోబల పండితునే యనుకరించినాడు (సర్వలక్షణ - 17). శ్రీ కల్లూరి వారును, శ్రీ వజ్ఝలవారును, శ్రీ దివాకర్ల వేంకటావధాని గారును ఇట్టి ఇయాంత రూపములా కాలమున నంగీకృతములు కాకపోవుటచే కేతన వానిని నిరాకరించి యుండవచ్చునని వ్రాసినారు. నన్నయ భారతమున పదివేల గద్దియల్ (ఆర. 1-344), పదివేల లొట్టియల్ (సభా. 1-267) వంటి ఇయాంత రూపములే బహుళములు. కానీ ఇరువదివేల గద్దెల పసిండియు (ఆర. 2-345) అనుచోట ఎదంతరూపమును కన్పట్టుచున్నది. కేతనయే స్వయముగా తన దశకుమారచరిత్రమున లంజియ (6-78), లంజె (6-89) అను రెండు రూపములను ప్రయోగించియున్నాడు. దీనివలన అర్ధబిందువిరహితము కంటె, నర్ధబిందు సహితమైన రూపాలు 'ఒప్పవుఁగృతులన్' అనుకొన్నచో ఒప్పు+అవున్+కృతులన్' అని చెప్పవచ్చును. దీనికి 'ఒప్పుగ గృతులన్' " (వావిళ్ల - 1914) (పు. 147-148) అని పాఠాంతరాలతో రెండు రూపాల ప్రయోగాలు కావ్యాలలోనూ, కేతన కావ్యంలోనూ ఉన్న విషయం సోదాహరణంగా వివరించాడు.

ఇంతా చేస్తే, ఇది కూడా ఛందో విషయకమైన అంశంగానే గుర్తించాల్సి ఉంది. అంతకుమించిన విశేషమేమీ లేదు. అంటే మల్లె హగణం లేదా గలం కాగా, మల్లియ భగణం (గురువు - లఘువు - లఘువుతో) అవుతుంది. అయితే కవులు రెండో రూపాలనే ఎక్కువగా గ్రహించినట్లు కేతన చెప్తూంటే, హరిశివకుమార్ కేతన వాటిని నిరాకరించినట్లు కల్లూరి, వజ్ఝల, దివాకర్ల భావించినట్లు చెప్పారు. మిగిలిన వాదం వారిది సరియైనదే.

క. అవ దవలపై వకారము
కవియనుమతిఁ బోవు అడలు కడునిడుపు లగున్
శిపు ఘఱపండు ఘఱాఁడు గ
డవఁబలికెను వాఁడు శివు గడాఁ బలికె ననన్. 177

అవ, డవ లపై = పదాంతంలోని అవ, డవ అనే రూపాలపై; వకారము= 'వ' అనే అక్షరం; కవి యనుమతిన్ = కవి అంగీకారంతో (ఇష్టంతో); పోవు = పోతుంది; అడలు = అకార, డకారాలు; కడు = మిక్కిలి; నిడుపులగున్ = దీర్ఘాలవుతాయి; శివు = శివుణ్ణి ; మఱవండు = మఱాడు = మరవడు అనేది మరాడుగా మారుతుంది; కడవన్+పలికెను = చివరగా మాట్లాడాడు; వాఁడు = అతడు; శివున్ = శివునితో, కడా పలికెన్ = చివరికి మాట్లాడాడు; అనన్ = అనే విధంగా.

"అవ, డవ అనేవి చివరగా ఉన్న పదాలలో చివరి వకారం లోపించి, అ, డ లు దీర్ఘాలుగా మారుతాయి. ఉదా: శివు (ణ్ణి) మఱవండు అనేది మఱాఁడు అనీ, కడవపలికెను అనే దానిలో కడవలో వ - లోపించి కడా అనీ మారతాయి".

ఇది ఒక ధ్వని సూత్రం. 'అ, డ'ల తర్వాత ఉన్న 'వ' కారం లోపించినప్పుడు అ, డ లు దీర్ఘాలు అవుతాయి. ఈ సూత్రం వల్ల కూడా పద్య కావ్యాలకు గణనియతిలో హ్రస్వ - దీర్ఘ భేదం వల్ల మార్పు ఉంటుంది. మఱవడు అంటే నాలుగు హ్రస్వాలై నలగణం అవగా, మఱాడు అనేది పదం మధ్య దీర్ఘంతో 'జగణం' గా మారుతుంది. కడవ అనేది మూడు హ్రస్వాలతో నగణం అయితే, కడా అనేది 'నగం' (హ్రస్వదీర్ఘాలతో) అవుతుంది. ఇంతకుమించి ఈ మార్పులకు వేరే ప్రయోజనం ఉన్నట్లు కన్పించదు. హరిశివకుమార్ వీటికి నన్నయ, కేతనలనుండే కాక, బసవపురాణం నుండి ('మఱాకుమమ్మ' బసవ 3-407) కూడా ప్రయోగాలు చూపించాడు (పు. 148).

క. దూయుట దాఁగుట దొంగయు
దాయుట యని చెప్పి రేని దనరును గృతులన్
డూయుట డాగుట డొంగయు
డాయుట యని చెప్పినను బెడంగగుఁగృతులన్. 178

దూయుట = దూయడం, దాఁగుట = దాక్కోవడం, దొంగయు = దొంగిలించే వ్యక్తి; దాయుట = దాచడం; అని చెప్పిరి + ఏనిన్ = అన్నట్లయితే; తనరును = ఒప్పుతాయి; కృతులన్ = కావ్యాలలో; డూయుట, డాఁగుట, డొంగయు, డాయుట అని చెప్పినను = అని డకారంతో ప్రయోగించినా కూడా; బెడంగు+అగున్ = బాగానే ఉంటుంది; కృతులన్= కావ్యాలలో.

"కావ్యాలలో దూయుట, దాగుట, దొంగ(ను) దాయుట అని చెప్పినా, డూయుట, డాయుట, డొంగ (ను) డాయుట అని చెప్పినా కూడా రెండూ సరియైనవే."

ఇది ఒక 'ధ్వని మార్పు' కు చెందిన సూత్రం. శాసన భాషాకాలంలో డ కార ప్రయోగాలుగా పదాదిన ఉన్న రూపాలలో అధికభాగం 'ద' కారంగా అంటే మూర్ధన్య డ కారం దంత్య దకారంగా మారిపోయింది. తన కాలానికి ప్రయోగాలు రెండూ సరియైనవేనని చెప్పాడు కేతన.

హరిశివకుమార్ ముద్దరాజు రామన్న అన్న వ్యాకర్త లేదా కవి రెండు రూపాలు (డ, ద లతో) లేవని చెప్పినట్లు తిమ్మకవి ఉటంకిస్తూ, రెండూ ఉన్నాయని, రామన్న చెప్పింది 'యథార్థం కాద'ని రాసిన పద్యాన్నీ, అడిదము సూరకవి కూడా రెండు రూపాలూ ఉన్నాయన్న పద్యాన్నీ ఉటంకిస్తూ, నన్నయ ప్రయోగాలు కూడా (డించి (ఆది, 5-29), డాగి (అరణ్య 2-82), డిగ్గి (ఆది 6-52), డగ్గఱ (అరణ్య. 3-295), డప్పి (అర. 2-109) వంటి రూపాలను చూపాడు. "ఇట్టి వానిని సూరి కూడా నంగీకరించినాడు" (పు. 148-149) అని పేర్కొన్నాడు.

క. ఇన భూతార్థముఁ దెలుపును
గనుఁగొనఁగాఁ గర్తృకరణకర్మంబులఁ బం
డినవాఁ డనఁ బొడిచినవా
లనఁ బండినకొలుచు నాఁగ ననువై యునికిన్. 179

ఇన = ఇన అనే ప్రత్యయం, భూతార్థమున్ = భూతకాలం అర్థాన్ని; తెలుపును = తెలుపుతుంది; కనుగొనగాన్ = పరిశీలిస్తే; కర్తృకరణ కర్మంబులన్ = కర్తల (ప్రథమావిభక్తి); కరణ = (తృతీయా విభక్తి); కర్మ (ద్వితీయా విభక్తి) లలో; పండినవాఁడు + అన = పడుకొన్న (నిద్రపోయిన) వాడు (కర్త) అన్న విధంగా; పొడిచిన వాలు + అన = పొడిచిన కత్తి అన్న విధంగా (కరణం); పండిన కొలుచు (పండిన ధాన్యం) (కర్మ) నాఁగన్ = అన్న విధంగా; అనువై + ఉనికిన్ = అనుకూలంగా ఉండటం వల్ల.

"కర్తృవాచకానికి, కరణానికీ, కర్మకూ కూడా భూతకాలాన్ని తెలిపేందుకు - ఇన ప్రత్యయం వస్తుంది. పండినవాడు (కర్త), పొడిచిన వాలు (కరణం), పండిన కొలుచు (కర్మ) అనేవి ఉదాహరణలు".

-ఇన ప్రత్యయం భూతకాల అసమాపక క్రియలకు చేరుతుంది. అయితే ఇది కర్తకూ (Subject), కరణకూ (Instrument), కర్మకూ (Object), చేరుతుందని గుర్తించడం కేతన ప్రత్యేకత. అందువల్ల వాటన్నింటికి ఒక్కొక్క దానికి ఒక్కొక్క ఉదాహరణ ఇచ్చాడు.

1. కర్తకు : పండినవాడు 'పడుకొన్నవాడు'

2. కరణకు : పొడిచినవాలు 'పొడిచినకత్తి' (ఏ కత్తితో పొడిచాడో ఆ కత్తి)

3. కర్మకు : పండిన కొలుచు (పండిన ధాన్యం)

వీటిలో కర్త, కర్మ కాక కరణానికి కూడా 'ఇన' వస్తుందని కేతన చెప్పగా, సూరయ్య ఇంత ముఖ్యమైన పరిశీలన వదిలేసి "కర్త కర్మ క్రియలందు 'ఇన' అను ప్రత్యయము భూతార్థమును దెలుపును" అని రాయటంలో బహుశా చిన్న పొరపాటు దొర్లినట్లు భావించాల్సి ఉంటుంది (పు. 131). దీనిపై హరిశివకుమార్ ఏమీ చెప్పలేదు.

తెలుగు భాషపై ఈ రకం పరిశీలనలో కూడా కేతనే ప్రథముడని గుర్తించాలి.

క. ఇనపై నుండునకారం
బును పై వాఁ డనుపదంబు మొదలివకారం
బును జడ్డనకారం బగుఁ
గనినాఁ డభిమతములోలిఁ గన్నాఁ డనఁగన్. 180

ఇనపైన్ = ఇన ప్రత్యయంపైన; ఉండు = ఉండేటటువంటి; నకారంబును = న అనే అక్షరం (కూడా); పై = మీద; వాఁడు+అనుపదంబు = వాడు అనేమాట; మొదలి వ కారంబును = మొదటి 'వ' అక్షరం; జడ్డ నకారంబు + అగున్ = ద్విత్వ నకారం అవుతుంది; కనినాఁడు = కను+ఇన+వాడు = కనినాడు; అభిమతములు = ఇష్టాలు; ఓలిన్ = క్రమంగా; కన్నాఁడు + అనఁగన్ = కన్నాడు అనే విధంగా.

"భూతకాల అర్థాన్ని తెలిపే ఇన ప్రత్యయం 'వాడు' అనేమాట చేరినప్పుడు వకారం స్థానంలో ద్విత్వ నకారం అవుతుంది. కనినాడు - కన్నాడు అనేవి ఉదాహరణలు".

క్రియా రూపానికి 'ఇన' అనే భూతకాల అసమాపక క్రియ చేరి దానికి వాడు పదం కూడా చేరినప్పుడు (పై పద్యంలోని కర్త ఉదాహరణ పండినవాడు లోవలె) వకారం స్థానంలో ద్విత్వ న కారం వస్తుంది. దీని నిష్పన్నవిధానం ఈ విధంగా ఉంటుంది;

ఉదా: కను + ఇన + వాడు

⇒ కనిన + వాడు	'ఇన' ప్రత్యయం
⇒ కనిన + ఆడు	'వకార లోపం'
⇒ కనినాడు	'అకార సంధి'
⇒ కన్నాడు	'ద్విత్వ న కారం'

తిక్కన, కేతన ఇలాంటి క్రియారూపాలను వాడారు. ఇవి ఆధునిక భాషలో కూడా వాడే క్రియారూపాలు.

క. వినెఁ గనెఁ గొనె ననుపగిదిన్
జను పలుకుల నుండు నడఁగు సంబంధంబుల్
వినియెఁ గనియెఁ గొనియె ననఁగ
ననువై వర్తిల్లుఁ గాన నభినవదండీ. 181

వినెన్, కనెన్; కొనెన్ = విన్నాడు, కన్నాడు, కొన్నాడు; అనుపగిదిన్ = అనే విధంగా; చను = వ్యవహరింపబడే; పలుకులన్ = మాటల్లో; ఉండున్ అడఁగు = ఉంటాయి పోతాయి; సంబంధంబుల్ = సంబంధాలు; వినియెన్, కనియెన్, కొనియెన్ - అనఁగన్= 'ఇయ' కలిసిన పిమ్మట కనె - కనియె, వినె - వినియె, కొనె- కొనియె అనే రూపాంతరాలు; అనఁగన్ = అనే విధంగా; అనువై = అనుకూలంగా; వర్తిల్లున్ + కాన = ప్రవర్తిస్తాయి కాబట్టి; అభినవదండీ = కేతనా!

"వినె, కనె, కొనె వంటి మాటలకు వినియె, కనియె, కొనియె అనే రూపాంతరాలు కొన్నిసార్లు వస్తాయి, కొన్నిసార్లు రావు".

ఇది కూడా 'య' డాగమసంధి రూపమే. విని + ఎ = వినె కావాల్సి ఉండగా, రెండచ్చుల మధ్య సంధిని కానివ్వకుండా యడాగమం వచ్చి ఇ-య్-ఎ అని ఏర్పడటం తెలుగులో చాలా సాధారణంగా జరిగే విషయమే. అందువల్లనే కేతన 'ఉండున్, ఉడుగున్' అంటే వస్తుంది, పోతుంది అంటూ రూపాంతరాలను చూపాడు.

ఇది కూడా మల్లియ వలె ఛందస్సుకు అంటే గణాలకు దోహదం చేసే ప్రక్రియే. వినె, కనె, కొనె అనేవి రెండు లఘువులతో ఉన్నవి కాగా, వినియె, కనియె, కొనియె అనేవి మూడు లఘువులతో ఉండడం కవులకు ఎప్పుడూ ఆపద్ధర్మంగా పనికొచ్చే విషయమే.

తెలుగులో యకార, వకారాలు చాలా స్వేచ్ఛగా పదాదిన, పదమధ్యంలో, పదాంతంలో కొన్నిసార్లు వచ్చి చేరుతాయి. కొన్నిసార్లు ఉన్నవికూడా పోతాయి. (వకారం పోవడానికి- వాడు - ఆడు, వెన్నెల - ఎన్నెల; చేరడానికి ఊరు - వూరు; ఓర్పు - వోర్పు ఏలు- యేలు మొ॥) అందుకే చిన్నయసూరి యకారంబును వువూ, వొవోలును తెలుగు పదంబుల మొదటలేవని సూత్రీకరించాల్సి వచ్చింది.

ర. మానుగ నఱ్ఱి ఱ్ఱంతము
లైనపదము లూఁదఁబలుక నగు నె ఱ్ఱు ఱ్ఱం

తానేకశబ్ద జాలము
దా నఱ్ఱంత మగు నూది తగఁ బల్కు నెడన్. 182

మానుగన్ = చక్కగా; అఱ్ఱు = అకారం; ఇఱ్ఱు = ఇ కారం; అంతములు ఐన పదములు = చివరలో వచ్చే పదాలు; ఊదన్ పలుకన్ = ఊది పలుకగా; అగున్ = అవుతాయి; ఎఱ్ఱు = ఎకారం; ఉఱ్ఱు = ఉకారం; అంత = చివర్లో ఉండే; అనేక శబ్దజాలము = చాలా మాటలు; తాన్ = తాను; అఱ్ఱు + అంతము అగున్ = అకారాంతం అవుతుంది; ఊది = గట్టిగా నొక్కి; తగన్ = చక్కగా; పల్కున్ + ఎడన్ = పలికేటప్పుడు.

"ఒక మాటను నొక్కి చెప్పడానికి అకారాంత, ఇకారాంత పదాలకు 'ఎ' కారం వచ్చి చేరుతుంది; ఉకారాంత పదాలను నొక్కి (గట్టిగా) చెప్పడానికి 'అ' కారం వచ్చి చేరుతుంది".

ఈ సూత్రంలో కేతన ఒక మాటను గట్టిగా నొక్కి చెప్పేటప్పుడు చేరే ప్రత్యయాన్ని (దీన్ని ఇంగ్లీషులో emphatic particle అంటారు) గురించి చెప్పాడు. అయితే అది ఒకే రూపంలో అన్నింటా లేదు. అకారాంత, ఇకారాంత పదాలపై 'ఎ' వచ్చి చేరగా, ఉకారాంత పదాలపై 'అ' చేరుతుంది. అంటే కావ్యభాషలో ఇది వర్ణ విధేయసూత్రంగా ప్రవర్తిస్తోంది. వీటికి ఉదాహరణలు కింది పద్యంలో చూద్దాం.

క. దాతయె కల్పమహీజము
నీతియె బ్రతుకునకుఁ దెరువు నిఖిలకళా ని
ష్ణాతుఁడ మహాత్ముఁ డన ని
ట్లాతతముగఁ జెల్లుఁ గాన నభినవదండీ. 183

దాతయె = దాత + ఎ (= ఇచ్చేవాడే); కల్పమహీజము = కల్పవృక్షము; నీతియె = నీతి + ఎ = నీతిగా ఉండటమే; బ్రతుకునకున్ = జీవితానికి; తెరువు = మార్గం, దారి; నిఖలకళానిష్ణాతుఁడ = నిఖిల కళానిష్ణాతుఁడు + అ = అన్ని కళల్లో ఆరితేరినవాడు; మహాత్ముఁడ = మహాత్ముఁడు + అ అనన్ = అనే విధంగా; ఇట్లు = ఈ విధంగా; ఆతతముగన్ = ఎక్కువగా (చాలా చోట్ల); చెల్లున్ గాన = వ్యవహరింపబడుతోంది కాబట్టి; అభినవదండీ.

"భాషలో అంతటా వాడే దాతయె కల్పమహీజము; నీతియె బ్రతుకునకు తెరువు; నిఖిల కళానిష్ణాతుఁడ; మహాత్ముఁడ – అనేవి ఉదాహరణలు".

ఈ ఉదాహరణల్లో నొక్కి చెప్పే మాటలతోపాటు అన్ని కాలాలకూ వర్తించే మంచిమాటలను కూడా నొక్కి చెప్పాడు. నిజానికి కేతన చూపాల్సిన ఉదాహరణలు ఆయా మాటలకే పరిమితం చేసినట్లయితే–

1. అకారాంతాలకు :	దాత + ఎ		= దాతయె
	అ + ఎ		= యె
2. ఇకారాంతాలకు :	నీతి + ఎ		= నీతియె
	ఇ + ఎ		= యె
3. ఉకారాంతాలకు :	అ) నిఖలకళానిష్ణాతుడు + అ		= నిఖలకళానిష్ణాతుడ
		ఉ + అ	= నిఖల కళానిష్ణాతుడ!
	ఆ) మహాత్ముడు + అ		= మహాత్ముడ
		ఉ + అ	= మహాత్ముడ.

కానీ వీటిని చెప్తూ కేతన ఇచ్చిన సందేశం:

1. దాతయె కల్ప మహీజము
2. నీతియె బ్రతుకునకు తెరువు.

వీటికి నన్నయ ఉదాహరణలను శివకుమార్ చూపాడు (పు. 149)

ఇలా తన వ్యాకరణమంతటా చారిత్రక, సాహిత్య, సార్వజనీన విషయాలను ఉదహరిస్తూ కేతన దానిని ఆసక్తికరంగానూ, ఆదర్శనీయంగానూ చూపాడు. చిన్నయసూరి బహుశా కేతన నుండి ఈ స్ఫూర్తిని పొందడం వల్లనే, తన బాలవ్యాకరణమంతటా రామాయణ కథను పరచి మనల్ని ఆశ్చర్యానందాలలో ముంచాడు. వ్యాకరణాన్ని ఆనందంగా నేర్చుకోవడానికి ఈ పద్ధతి దోహదం చేస్తుందని చేరా 'తెలుగువాక్యం' కూడా (సమకాలీన విషయాల ఉదాహరణలవల్ల) నిరూపిస్తుంది.

(ఈ సూత్రం పూర్తిగా సరియైనది కాదనీ, ఇ కారాంతాలకు కూడా 'అ' ప్రత్యయమే చేరుతోందనీ (అంటే 'నీతియ' వలె) భద్రిరాజు కృష్ణమూర్తి తిక్కన ఉదాహరణలు చూపాడు. వీటిని ఇంకా పరిశీలించాలి.)

ర. ఉత్తమగుణ సూచక మగు

నెత్తమ్మియు నెమ్మొగంబు నెత్తావియు నా

ని త్తెఱంగున రసికులు దమ
చిత్తము రుచియించుచోటఁ జెప్పుదు రొప్పన్. 184

ఉత్తమ గుణసూచకం = విశిష్టగుణాన్ని తెలియజేసేది; అగు = అయిన; నెత్తమ్మియు= మంచి తామర పువ్వు (నెర+తమ్మి); నెమ్మొగంబు = మంచి ముఖం (నెర+మొగము); నెత్తావియు = మంచివాసన (నెర+తావి); నాన్ = అనే విధంగా; ఇత్తెఱంగున = ఈ విధంగా (ఈ + తెరగు (త్రికసంధి); రసికులు = సహృదయ ఆస్వాదకులు; తమ చిత్తము= తమ మనస్సుకు; రుచియించుచోటన్ = ఇష్టమైన చోట్లలో; చెప్పుదురు = చెప్తారు/ వాడతారు; ఒప్పన్ = తగినట్లుగా.

"కొన్ని పదాలకు "మంచిగుణాలు" ఉన్నాయని తెలిపేందుకై రసికులైనవారు కొన్ని ప్రత్యేకమైన మాటలు తమ మనసుకు ఇష్టమైనచోట్ల నెత్తమ్మి, నెమ్మొగము, నెత్తావి అని వాడతారు".

అసలు మాటలు తమ్మి, మొగము, తావి ఇలా ఉంటే, కొందరు 'రసికులు' (కేతన వాడిన ఈ మాటను గుర్తించండి) తమకు ఇష్టమైన చోట్ల ఉత్తమ గుణాన్ని తెలియజేసే నెత్తమ్మి, నెమ్మొగము, నెత్తావి వంటివి వాడుతారు.

ఇక్కడ కేతన గతంలో చెప్పిన రెండు పద్యాలను గుర్తుచేసుకోవాలి అవి 124, 125 పద్యాలు. 124 లో క్రొ, నె అనేవి కావ్యానికి పనిగట్టుకొని క్రొత్త, నెఱ అనే అర్థంతో చేరి ద్విత్వాలవుతాయని చెప్పి 125లో నెన్నడుము, నెమ్మొగము, నెత్తావి అనే ఉదాహరణలు అక్కడే ఇచ్చాడు. అయితే ఇవి రసజ్ఞులు తమ "చిత్తము రుచియించుచోట" చెప్తారనడం మనకు చిన్న నవ్వును కలిగిస్తుంది. వ్యాకరణ రచనలో కూడా తాను రసజ్ఞతనే చూపుతున్నానని మనకు చెప్పాలని కేతన భావంలా అనిపిస్తుంది.

క. పెక్కిటి కొక క్రియ యిడుచో
నొక్కటఁ దుదినొండె మొదలనొండెను మఱియు
క్కొక్కటి కొండెను బెట్టుదు
రక్కట క్రియ నడుమఁ బెట్ట రాంధ్రకవీంద్రుల్. 185

పెక్కిటికి = అనేకమైన వాటికి; ఒక క్రియ = ఒకే క్రియను; ఇడుచోన్ = ఉంచినట్లయితే; ఒక్కటన్ = ఒకేచోట; తుదిన్+ఒండె = చివరనైనా; మొదలన్ + ఒండెను = మొదట్లో నైనా; మరి = ఇంకా; ఒక్కొక్కటికి = ఒక్కొక్కదానికి; ఒండెను = విడిగా; పెట్టుదురు = పెడతారు; అక్కట = అయ్యో; క్రియన్ = క్రియారూపాన్ని; నడుమన్ = మధ్యలో (మాత్రం); పెట్టరు = ఉంచరు; ఆంధ్రకవీంద్రుల్ = తెలుగు కవులు.

"చాలా మాటలకు కలిపి ఆంధ్రకవులు ఒకటే క్రియ పెట్టేటప్పుడు దానిని చివరకానీ, మొదటకానీ, ఒక్కొక్క దానికి విడివిడిగా కానీ పెడతారు; కానీ అయ్యో, మధ్యలో మాత్రం పెట్టరు".

తెలుగు వాక్య నిర్మాణానికి సంబంధించి కేతన చేసిన మరొక గొప్ప పరిశీలన ఇది. దానిని ఆయన చెప్పిన తీరు కూడా ఎంతో బాగుందనిపిస్తుంది. మామూలుగా తెలుగు వాక్యంలో కర్త కర్మ (కర్మ - ఐచ్ఛికం) క్రియ ఉంటాయి. అయితే ఒకే క్రియ ఎక్కువ కర్తలతో రావచ్చు. (1) ఒకటి వాక్యం చివర్లో; (2) రెండు వాక్యం మొదట్లో లేదా (3) ప్రతి వాక్యంలో విడివిడిగా. అంతేకానీ రెండు మాటల మధ్యన మాత్రం క్రియను ఆంధ్రకవులు పెట్టరు. అయితే ఈ సూత్రాన్ని చెప్తూ పద్యంలో 'అక్కట' అని వాడడం చాలా నవ్వు పుట్టించేదిగా ఉంది.

తెలుగు కవిత్వంలో ఆధునికంగా కూడా పదాదిన క్రియ పెట్టడం ద్వారా కవిత్వీకరించామనుకోవడం ఆనవాయితీ. వాక్యం చివర పెట్టడం తెలుగు భాష సహజ లక్షణం. సరే, ప్రతి మాటకు క్రియను పునరుక్తం చేసి, సంయుక్త వాక్యాన్ని అసంయుక్త సామాన్య వాక్యాలుగా మార్చడం మూడో పద్ధతి. అసలు మూడో విధానం నుండే ఆధునిక భాషా శాస్త్రంలో మొదటి రెండు సామాన్య వాక్యాలలో కర్తలు వేరై క్రియ ఒక్కటిగా ఉన్నా, కర్మలు వేరై క్రియ ఒక్కటిగా ఉన్నా, ఆ రెండు సామాన్య వాక్యాలలోని ఒక క్రియను లోపింపచేసి వాటిని ఒకే వాక్యంగా కలపడం జరుగుతుంది. కర్త ఒక్కటే అయినప్పుడు, కర్మ కూడా ఒకటే అయినప్పుడు, క్రియ కూడా ఒకటే అయినప్పుడూ కూడా వాటిలో ఒక్కటి మాత్రమే మిగిలి మిగిలినవి పోతాయి. అయితే ఈ విషయంలో గ్రాంథిక లేదా కావ్యభాషకు, ఆధునిక భాషలో క్రియానిర్మాణంలో ఉన్న తేడా వల్ల లింగ వచన పురుష ప్రత్యయాలు చేరడం వల్ల భిన్న కర్తృకాలుగా ఉండి ఒకే క్రియ ఉన్నా వాటిని కలిపినప్పుడు బహువచన రూపం వస్తుంది.

1. క్రియ ఉదా : 1) నేను వచ్చాను; ఆమె వచ్చింది.

   ⇒ నేను, ఆమె వచ్చాం.

   2) ఆవులు పాలిస్తాయి. మేకలు పాలిస్తాయి.

   ⇒ ఆవులు, మేకలు పాలిస్తాయి.

2. కర్త : అతడు అన్నం తిన్నాడు. అతడు నిద్రపోయాడు

   ⇒ అతడు అన్నం తిన్నాడు, నిద్రపోయాడు.

3. కర్మ : సీత పుస్తకాలు కొన్నది. సుజాత పుస్తకాలు కొన్నది.

⇒ సీత, సుజాత పుస్తకాలు కొన్నారు.

కేతన ప్రకారం ఇది 'క్రియ'కు సంబంధించిన అధ్యాయం కాబట్టి ఆయన ఒకటే క్రియ అనేక మాటలకు వచ్చినప్పుడు ఎలా ప్రయోగించాలో చెప్పాడు. పైన చెప్పినట్లు కావ్యభాషలో ప్రథమ పురుషకంతటికీ (పుం, స్త్రీ, నపుం) (ఏక × బహు వచనాల్లో) ఒకే క్రియ ఉండటం వల్ల సంయోజనం సులభం అవుతోంది.

దేవినేని సూరయ్య "రెండు కర్తృ పదముల మధ్య క్రియాపదముండరాదు" అని దీనిపై వ్యాఖ్యానించాడు. ఈ సూత్రాన్ని ఆధారం చేసుకొని సూరి "ఏక వాక్యంబునం దొకానొక్కండు తక్క సర్వపదంబులు క్రమనిరపేక్షంబుగం ప్రయోగింపంజను" అని సూత్రీకరించాడని హరిశివకుమార్ (పు.150) పేర్కొన్నారు. కింది ఉదాహరణ చూస్తే బాగా అర్థం అవుతుంది.

క. కరి యరిగెఁ దురగ మరిగెను
గరియున్ దురగంబు నరిగెఁ గ్రక్కున నరిగెన్
గరియును దురగము ననఁ దగుఁ
గరియరిగెన్ దురగ మనినఁ గైకొన రార్యుల్. 186

కరియరిగెన్ = ఏనుగు వెళ్లింది; తురగము అరిగెను = గుర్రం వెళ్లింది; కరియున్ తురగంబున్ = ఏనుగు, గుర్రం; అరిగె = వెళ్లాయి; అనన్ తగున్ = అనడం చెల్లుతుంది; గ్రక్కున = త్వరగా; అరిగెన్ = వెళ్లాయి; కరియును తురగమున్ = ఏనుగు, గుర్రం; అనన్+తగున్ = అనవచ్చు; కరి అరిగె తురగము = కరి వెళ్లింది గుర్రం అని రెండు కర్తలమధ్యక్రియపెట్టినవాక్యం; అనినన్ = అంటే; కైకొనరు + ఆర్యులు = పెద్దలు స్వీకరించరు.

"'కరియరిగె, తురగమరిగెను' అని దేనికదిగా కానీ, 'కరియు, తురగము నరిగె' అని కానీ 'అరిగెన్ కరియున్ తురగమును" అనికానీ అనవచ్చును అంతేకానీ 'కరియరిగెను తురగము' అంటే మాత్రం పెద్దలు ఒప్పుకోరు".

తెలుగుక్రియారూప నిర్మాణంలో కావ్యభాషకు, ఆధునికభాషకు తేడా ఉన్నప్పటికీ సూత్రం చెప్పే విషయం మాత్రం రెంటికీ సరిపోతుంది. ఇదే విషయాన్ని చేకూరి రామారావు తన తెలుగు వాక్యంలో (1975) చెప్పారు. అందువల్ల కేతన 13వ శతాబ్దంలో చేసిన ఈ

సూత్రీకరణ ఆధునిక భాషాశాస్త్ర పద్ధతులకు దగ్గరగా ఉండటం భాషాశాస్త్ర, సాహిత్య విద్యార్థులకు మహానందాన్ని కలిగించే పరిశీలన. వాక్యంలో క్రియ ఎక్కడైనా సాధ్యమే కానీ రెండుకర్తల మధ్య మాత్రం కాదు అన్నది ఈనాటికీ వర్తిస్తుంది.

క. తీవెల మ్రాఁకుల పేరులు
పూవులకున్ బేళ్లు మొగలిపువ్వులు దక్కన్
గ్రోవులు మల్లెలు జాజులు
దా విరివాదు లని చెప్పఁ దగుఁ బెక్కులుగన్. 187

తీవెల = తీగల; మ్రాఁకుల = చెట్ల; పేరులు = పేర్లు; పూవులకున్ = పూలకు కూడా; పేళ్లు = పేర్లే; మొగలిపువ్వులు తక్కన్ = మొగలిపూలు తప్ప; క్రోవులు = ఎర్రటి గోరింట పూలు; మల్లెలు = మల్లెపూలు; జాజులు = జాజిపూలు; విరివాదులు= సువాసన గల పూలు ; అని = అనే విధంగా; చెప్పదగున్ = చెప్పవచ్చును; పెక్కులున్ = అనేక విధాలుగా.

“మొగలిపూలు తప్ప మిగిలిన అన్ని పూలకు వాటి తీగెల చెట్లపేర్లే పేర్లు. ఉదా: క్రోవులు, మల్లెలు, జాజులు, తావిరివాదులు”

ఈ సూత్రాన్ని పెద్దగా వివరించేపని లేదు. తీగెలకు, చెట్లకు ఉన్న పేర్లే (ఒక్క మొగలి పూలకు తప్ప) వాటి పూలకు కూడా వాడుతారని, చెప్పాడు కేతన. అయితే మల్లెతీగ, మల్లెపూలు అన్నట్లుగా మొగలి పూలకు సంబంధించినంతవరకు అది తీగె కాదు, చెట్టుకాదు; పొద. బహుశా అందువల్లనే కేతన మొగలిపూలు తప్ప అన్నాడేమో. ‘మొగలిపొద’ అంటాంకానీ మొగలిచెట్టు అనం కదా!

క. మానయు జేనయు లోనగు
నానా పరిమాణములు జనము గొలుచునెడన్
మానెఁడు జేనెఁడు ననుక్రియ
మాన కెఁడులనొందుమీఁద మ్రానయకేతా. 188

మానయు = మాన అనే కొలత; జేనయు = అరచేతిని చాపినప్పుడు బొటనవేలినుండి చిటికెన వేలివరకు ; లోనగు = మొదలైన; నానా పరిమాణములు = వివిధ పరిమాణములు, జనము = ప్రజలు; కొలుచున్ =ఎడన్ = తూకం వేసేటప్పుడు; మానెఁడు, జేనెఁడున్ =మానెడు, జేనెడు; అనుక్రియన్ = అనే విధంగా; మానక = విడువకుండా; ఎడులన్ = ‘ఎడు’ ప్రత్యయాన్ని; ఒందు = పొందుతాయి; మీఁద = పైన; మ్రానయకేతా = మ్రానయ కుమారుడైన కేతనా!

"కొలతలను కొలిచేటప్పుడు మాన, జేన మొదలైనవాటికి అన్నింటికి 'ఎడు' ప్రత్యయం చేరి అన్ని పరిమాణాలకూ 'మానెడు', 'జేనెడు' అనే విధంగా రూపాలు ఏర్పడుతాయి".

కేతన ఈ పరిశీలన కూడా సునిశితమైందే. "నానా పరిమాణములు" అనడం వల్ల కుంచెడు, గుప్పెడు, గరిటెడు, గిన్నెడు అవుతుంది. చెంచాడు అని పాతకొత్త కొలతలన్నింటికీ కూడా 'ఎడు' వాడటం ఆధునికంగా కూడా ఉంది.

హరిశివకుమార్ ఈ సందర్భంలో "నూటేసి, వేయునేసి" ఇత్యాది ప్రయోగాలలోని 'ఏసి' అనే ప్రత్యయాన్ని కేతన గానీ, సూరిగాని గ్రహింపలేదని సూచించారు.

క. తెలుఁగునకు లక్షణము భువి
నలవడు క్రియ దండి చెప్పె నభిధానములో
పలఁ జెప్పినక్రియ లన్నియుఁ
దెలియుఁడు సత్కవులు మేలు దేటపడంగన్. 189

తెలుగునకు = తెలుగు భాషకు; లక్షణము = వ్యాకరణం; భువిన్ = భూమీమ్మీద; అలవడుక్రియన్ = ఉపయోగించే విధం; దండి చెప్పెన్ = కేతన చెప్పాడు; అభిధానము లోపల = పేర్లలోపల నిఘంటువులు; చెప్పిన క్రియలు = చెప్పినటువంటి క్రియారూపాలు; తెలియుఁడు= తెలుసుకోండి; సత్కవులు = మంచి కవులు; మేలు = మంచి; తేటపడంగన్ = స్పష్టమయ్యేట్లుగా.

"తెలుగుకు భూమీమ్మీద 'లక్షణము' అలవాటు అయ్యేవిధంగా కేతన 'అభిధానం' లోపల క్రియల గురించి చెప్పిన విషయాలను మంచికవులు మంచి అనేది తేటతెల్లమయ్యే విధంగా తెలుసుకోండి".

కేతన మొట్టమొదటి పద్యాలలో తెలుగుకు తానే మొట్టమొదటి 'లక్షణం' రాస్తున్నానని చెప్పాడు. తిరిగి ఈ పద్యంలో అదే విషయం చెప్తున్నాడు. ఇక్కడ గమనించాల్సిన విషయం "తెలుగుకు లక్షణము (భువిని) అలవడుక్రియన్" అన్నది. అంటే తెలుగుకు వ్యాకరణ లక్షణం ఇంకా అలవడలేదనీ అది తన వల్లనే ప్రారంభమయిందనీ, అందువల్ల సత్కవులు దీనివల్ల ప్రయోజనం పొందాలనీ ఈ పద్యంలో వివరించాడు.

అభిధానము అనే మాటకు 'పేరు, నిఘంటువు' అనే అర్థాలున్నాయి. ఈ పద్యం వల్ల కేతన 'నిఘంటువు కూడా రూపొందించాడా?' అనే అనుమానం కలుగుతోంది.

క. తప్పులు దీర్పు డు కవులం
దొప్పులు గైకొను డు దీనికోపనివారల్

తప్పొప్పుని వెడబుద్ధులు
విప్పకు డీయన్న లార వేడెద మిమ్ముఁన్. 190

తప్పులు తీర్పుడు = తప్పులను సరిదిద్దండి; కవులందు = కవులలో; ఒప్పులు గైకొనుడు = సరియైనవే స్వీకరించండి; దీనికి ఓపనివారల్ = దీనికి అంగీకరించలేని (ఓర్వలేని) వారు; తప్పు ఒప్పని = తప్పులను ఒప్పులంటూ; వెడబుద్ధులు = నీచమైన బుద్ధులను; విప్పకుడీ = విప్పదీయకండి; అన్నలార = పెద్దలారా; వేడెదమిమ్ముఁన్ = మిమ్మల్ని వేడుకుంటాను.

"తప్పులుంటే సరిచేయండి; కవులల్లో ఒప్పులు ఉన్నట్లయితే స్వీకరించండి. దీనికి ఓర్వని వారు తప్పును ఒప్పంటూ నీచబుద్ధిని చూపకండి. అన్నలారా! మిమ్మల్ని వేడుకొంటాను".

కేతన గ్రంథం ప్రారంభంలోనే 9వ పద్యంలో ఇంచుమించు ఇదే విషయాన్ని చెప్పాడు. బహుశా కేతనకు సంబంధించినంతవరకూ ఇదే మొదటి వ్యాకరణ గ్రంథం కాబట్టి ఆయన్ని ఈ గ్రంథాన్ని, సూత్రీకరణలను ఇతర కవులు అంగీకరిస్తారా అన్న శంక వేధించి ఉండవచ్చు. అందుకే ప్రారంభంలో చెప్పిన విషయాన్నే ముగింపులోనూ చెప్పాడని భావించాల్సి ఉంటుంది.

(కేతన కాలానికీ 'అన్నలు' అనే గౌరవవాచక సంబోధన ప్రయోగం ఉందన్నమాట!)

ఆ. పాలునీరు వేఱు పఱచు నా కలహంస
రీతి మ్రానయార్య కేతనకవి
ఆంధ్రలక్షణంబు నలరంగ నాచంద్ర
తారకంబుగాఁగఁ దా రచించె. 191

పాలు = పాలను; నీరు = నీటిని; వేఱుపఱచున్ = వేరు చేసే; ఆ కలహంసరీతి = ఆ హంస వలె; మ్రానయ + ఆర్య కేతన కవి = మ్రానయ పుత్రుడైన కేతన అనే కవి; ఆంధ్రలక్షణంబు = తెలుగు భాషా లక్షణాన్ని; అలరంగన్ = మెచ్చే విధంగా; ఆ చంద్రతారకంబుగాఁగ = చంద్రుడు, తారకలు ఉండేంతవరకు ఉండేలా; తా = తాను; రచించె = రాసాడు.

"పాలను నీళ్లను వేరు చేసే కలహంసవలె మ్రానయగారి కేతనకవి ఆచంద్ర తారార్కంగా ఉండేలా ఈ తెలుగు లక్షణ గ్రంథాన్ని రచించాడు".

ఇది ఈ గ్రంథంలో చివరి పద్యం. అన్ని కావ్యాలకు కవులు రాసే విధంగానే కేతన మళ్లీ మరొక్కసారి తాను రాసిన ఈ గ్రంథం గురించి చెప్తూ, హంస పాలను నీళ్లను వేరు చేసి చూపే విధంగా తాను తెలుగు భాషకు లక్షణాన్ని రాసానని చెప్పడంలో తత్సమేతరమైన దేశీయ తెలుగుకు సంబంధించిన సూత్రాలనే వర్ణించాలని ఉద్దేశించినట్లుగానూ కావ్యభాషా లక్షణాలలో ఏవి సరియైనవో, ఏవి కావో కూడా సూత్రీకరించినట్లు అర్థం చేసుకోవాల్సి ఉంటుంది.

గద్యము : ఇది శ్రీమదభినవదండి విరచితం బైన యాంధ్రభాషాభూషణంబునందు సర్వంబును నేకాశ్వాసము.

ఇది = ఈ గ్రంథం; శ్రీమత్ అభినవదండి = అభినవదండి అనే బిరుదుగల కేతనచే; విరచితంబు అయిన = రచింపబడ్డ; ఆంధ్రభాషాభూషణంబునందు = ఆంధ్ర భాషాభూషణంలో; సర్వంబును = అంతా కలిపి, ఏకాశ్వాసము = ఒకటే ఆశ్వాసం.

ఈ గద్యం వల్ల కేతన తాను రాసిన ఈ ఆంధ్రభాషాభూషణమనే లక్షణగ్రంథం ఒకే ఒక ఆశ్వాసాన్ని కలిగి ఉందని చెప్తూ ఆశ్వాసాంత గద్యాన్ని రాసి కావ్యసంప్రదాయంలో ముగించాడు.

★ ★ ★

ఉపయుక్త గ్రంథసూచి

తెలుగు

కేతన, మూలఘటిక, 13వశతాబ్దం. *ఆంధ్రభాషాభూషణము.*

కృష్ణమూర్తి, భద్రిరాజు సం. 1974. *తెలుగు భాషా చరిత్ర.* హైదరాబాదు, ఆంధ్రప్రదేశ్ సాహిత్య అకాడమీ. (8వ ముద్రణ : 2010 పొట్టి శ్రీరాములు తెలుగు విశ్వవిద్యాలయం).

కృష్ణమూర్తి, భద్రిరాజు సం.2001 *భాష, సాహిత్యం, సంస్కృతి.* హైదరాబాదు, నీల్‌కమల్ పబ్లికేషన్స్.

చంద్రశేఖర రెడ్డి, డి. 2001. *మనభాష.* హైదరాబాదు, మీడియా పబ్లికేషన్స్.

చిన్నయసూరి, పరవస్తు 1857. బాలవ్యాకరణము.

రామారావు, చేకూరి. 1975. *తెలుగు వాక్యం.* హైదరాబాదు : ఆంధ్రప్రదేశ్ సాహిత్య అకాడమీ.

రామారావు, చేకూరి. 1970. *తెలుగు బహువచన రూప నిష్పత్తి భారతి.* జూన్. మలిముద్రణ: తెలుగు లో వెలుగులులో.

రామారావు, చేకూరి 1981. తెలుగులో వెలుగులు. హైదరాబాదు. ఆంధ్రసారస్వత పరిషత్తు.

వేంకటరమణ శాస్త్రి, దువ్వూరి. 1970. *రమణీయము, బాలవ్యాకరణ సమీక్ష.* వాల్తేరు; ఆంధ్రాయూనివర్సిటీ ప్రెస్సు.

వేంకట రాయశాస్త్రి, వేదం.?. *ఆంధ్రులు, తెలుగు వారు ఒకరేనా? వేర్వేరా?* మద్రాసు: వావిళ్ల ప్రచురణ.

శివకుమార్, హరి. 1973. కేతన. వరంగల్, శ్రీకృష్ణ ప్రజాప్రచురణలు (2005).

సూరయ్య, దేవినేని. 1953. *ఆంధ్రభాషాభూషణము: దివ్య ప్రభా వివరణ సహితము.* తెనాలి; కళాకృష్ణుల కావ్యమాల నం. 3.

సుందరాచార్యులు, కె.వి. 1989. అచ్చతెలుగు కృతుల పరిశీలనం. హైదరాబాదు: రచయిత.

English

Bloomfield, L. 1933. *Language.* New York: Holt, Rinehart and Winston.

Brown, William. 1818. *Telugu-English Dictionary.* (New Delhi: Asian Educational Services. Reprint. 1991).

Chomsky, Noam. 1965. *Aspects of the Theory of Syntax.* Cambridge, Mass: MIT Press.

Chomsky, Noam and Morris Halle. 1968. *The Sound Patterns of English.* Harper and Row.

Foley, James. 1977. *Foundations of Theoretical Phonology.* Cambridge: Cambridge University Press.

Krishnamurti, Bh. 1961. *Telugu Verbal Bases.* A comparative and Descriptive Study. Berkeley and Los Angeles: University of California Press. (Reprinted 1972. Delhi: Motilal Banarsidass).

Krishnamurti, Bh. And J.P. L. Gwynn. 1985. *A Grammar of Modern Telugu.* Delhi: Oxford and IBH Publishing Company.

Nida, Eugene, A. 1949. *Morphology: The Descriptive Analysis of Words.* Michigan: University of Michigan Press.

Fillmore, Charles. 1968. 'Case for Case' in Bach, Emmon and Robert T. Harms. 1968. *Universals in Linguistic Theory.* New York: Holt Rinehart and Winston. 1-88.

Usha Devi, A. 1978. *A Typological Study of Dravidian Morphophonemics.* Unpublished M.Phil. Dissertation. Osmania University. Hyderabad.

________ 1981. On Certain Phonological Processes in South Dravidian II. in *South Asian Languages. Structure, Convergence and Diglossia.* eds. Krishnamurthi, Pol.Colin P. Masica and A.K. Sinha. Delhi: Motilal Banarsidas--- pp. 93-100.

____________. 2009. 'Treatment of Telugu Verb by Ketana (13th. C. A.D.) and Chinnaya Suri (19th. C. A.D.): A comparison'. Paper presented in the *International Seminar on Dravidian Linguistics* in Honour of Prof. S. Agesthialingom. Annamalai University: Annamalainagar. 19-21, August, 2009.